ஷெர்லாக் ஹோம்ஸ் துப்பறிகிறார்!

ஒரு மோதிரம் இரு கொலைகள்

ஆர்தர் கோனன் டாயில் (22 மே 1859 - 7 ஜூலை 1930) ஸ்காட்லாந்தில் எடின்பரோவில் பிறந்தார். தந்தை ஆங்கிலேயர், தாய் ஐரிஷ்காரி!

டாயில் ஒரு கிறித்துவக் குடும்பத்தில் பிறந்தவர். ஆனால் அறிவியலின் தாக்கத்தால் மத நம்பிக்கைகளிலிருந்து வெளியேறி நாத்திகரானார். எடின்பரோ பல்கலைக்கழகத்தில் மருத்துவம் படித்து, மருத்துவரானார். (இதே பல்கலைக் கழகத்தில்தான் சார்ல்ஸ் டார்வின் மருத்துவம் படித்து படிப்பைப் பாதியில் விட்டிருந்தார். தனது முதல் நாவலிலேயே டாயில் டார்வினை மேற்கோள் காட்டுகிறார்.)

1881-ல் மருத்துவப் பட்டம் பெற்றபின் சில காலம் கப்பல் ஒன்றில் மருத்துவராகப் பணியாற்றினார். அடுத்த சில வருடங்கள் தனி மருத்துவராக செயல் புரிந்தார். 1890-ல் கண் மருத்துவம் பயின்று, 1891 முதல் கண் மருத்துவராகப் பணியாற்றினார். ஆனால் நோயாளிகள் இவரைக் கண்டு கொள்ளவே இல்லை. இதன் விளைவாகத்தான் இவர் கதைகள் எழுதுவதில் ஆர்வம் செலுத்த ஆரம்பித்தார்.

ஒரு கட்டத்தில் ஷெர்லாக் ஹோம்ஸ் நாவல்களும் கதைகளும் அலுத்துப்போனதால், ஹோம்ஸ் பாத்திரத்தை ஒரு கதையில் டாயில் கொன்றுவிட்டார். கிடைத்த நேரத்தை வேறு பல கதைகள் எழுதுவதில் செலவிட்டார். ஆனால் பொதுமக்கள் கொதித்து எழுந்தனர். அவரது ஷெர்லாக் ஹோம்ஸ் கதைகள் வந்த மாத இதழை வாங்குவதையே நிறுத்திவிட்டனர். சில ஆண்டுகள் கழித்து, டாயில் மீண்டும் ஷெர்லாக் ஹோம்ஸை வைத்துக் கதைகள் எழுதத் தொடங்கினார்.

1930-ல், தனது 71-வது வயதில், மாரடைப்பால், டாயில் காலமானார்.

ஆர்தர் கோனன் டாயில் எழுதி வெளியான ஷெர்லாக் ஹோம்ஸ் புத்தகங்கள்

1. A Study in Scarlet, 1887
   (தமிழில்: ஒரு மோதிரம் இரு கொலைகள்)

2. The Sign of the Four, 1890

3. The Adventures of Sherlock Holmes
   (Short stories written in 1891-92)

4. The Memoirs of Sherlock Holmes
   (Short stories written in 1892-93)

5. The Hound of Baskervilles, 1902

6. The Return of Sherlock Holmes
   (Short stories written in 1903-04)

7. The Valley of Fear, 1915

8. His Last Bow
   (Short stories written in 1908-13 and 1917)

9. The Case-Book of Sherlock Holmes
   (Short stories written in 1921-27)

ஷெர்லாக் ஹோம்ஸ் துப்பறிகிறார்!

ஒரு மோதிரம் இரு கொலைகள்

ஆர்தர் கோனன் டாயில்

தமிழில்: பத்ரி சேஷாத்ரி

கிழக்கு

ஒரு மோதிரம் இரு கொலைகள்
Oru Mothiram Iru Kolaigal
by Arthur Conan Doyle
Tamil Translation © Badri Seshadri

First Edition: May 2009
184 Pages
Printed in India.

ISBN 978-81-8493-142-6
Kizhakku - 388

Kizhakku Pathippagam
177/103, First Floor,
Ambal's Building, Lloyds Road,
Royapettah, Chennai 600 014.
Ph: +91-44-4200-9603
Email : support@nhm.in
Website : www.nhm.in

◼ kizhakkupathippagam
◨ kizhakku_nhm

Author's Email : bseshadri@gmail.com

Cover Illustration : P.R. Rajan

Inside Photo : Wikimedia

Kizhakku Pathippagam is an imprint of New Horizon Media Private Limited

This book is sold subject to the condition that it shall not, by way of trade or otherwise, be lent, resold, hired out, or otherwise circulated without the publisher's prior written consent in any form of binding or cover other than that in which it is published and without a similar condition including this the rights under copyright reserved above, no part of this publication may be reproduced, stored in or introduced into a retrieval system, or transmitted in any form or by any means (electronic, mechanical, photocopying, recording or otherwise), without the prior written permission of both the copyright owner and the above-mentioned publisher of this book.

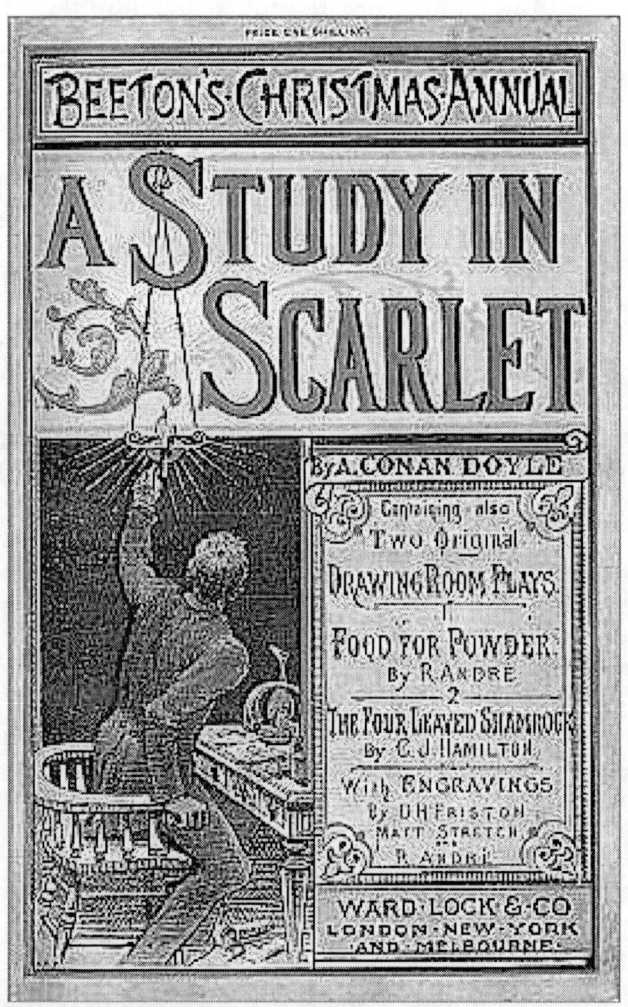

The Study in Scarlet வெளியான
Beeton's Christmas Annual, 1887 இதழின் முகப்பு

உள்ளே

அறிமுகம் / 08

பாகம் 1 : ஜான் வாட்சனின் நினைவுக் குறிப்பு

1. திரு ஷெர்லாக் ஹோம்ஸ் / 15
2. விசித்திரங்களின் தொகுப்பு / 27
3. லாரிஸ்டன் தோட்ட மர்மம் / 41
4. ஜான் ரான்ஸ் என்ன சொன்னார்? / 57
5. விசித்திர நபர் வருகை / 67
6. 'பிரிக்ஸ்டன் மர்மம்' / 76
7. இருட்டில் வெளிச்சம் / 89

பாகம் 2: புனிதர்களின் நாடு

1. வெப்ப பூமி / 103
2. யூடாவின் அழகு மலர் / 117
3. மார்மோன் மிரட்டல் / 127
4. உயிருக்குப் பயந்து ஓட்டம் / 135
5. பழிக்குப் பழி / 147
6. ஜான் வாட்சன் தொடர்கிறார் / 159
7. விடை / 175

அறிமுகம்

ஷெர்லாக் ஹோம்ஸ் சாதாரணமான துப்பறியும் ஆசாமி இல்லை. ஒரு சகாப்தத்தின் தொடக்கப்புள்ளி. துப்பறியும் கலை என்றால் என்ன என்று ஒரு நூற்றாண்டுக்கும் மேலாக கதை எழுதுபவர்களுக்கும் காவல்துறைக்கும் கற்றுக்கொடுப்பவர்.

யாராலும் கண்டுபிடிக்கமுடியாத ஒன்றை ஒருவர் கண்டு பிடித்துவிட்டால், 'நீ என்ன ஷெர்லாக் ஹோம்ஸா!' என்று ஒருவர் புகழும் அளவுக்கு இவரது பெயர் உலகப் பிரசித்தம். இவர் உதித்தது 1887-ல். அன்றுமுதல் இன்றுவரை எத்தனையோ துப்பறியும் நாயகர்கள் ஏகப்பட்ட கதைகளில் வந்துவிட்டனர். ஆனால் யாருமே ஹோம்ஸ் அளவுக்கு புத்திசாலிகளாக இருந்ததில்லை.

ஹோம்ஸ், ஒரு ஜேம்ஸ் பாண்ட் கிடையாது. பெண்களை மயக்கும் ஆணழகன் கிடையாது. அதிரடி ஓடிப்பிடித்தலில் ஈடுபடமாட்டார். டிஷூம் டிஷூம் சண்டை போடமாட்டார். தடதடவென மெஷின் கன்னால் சுட்டு நூறு பேரை வீழ்த்த மாட்டார். சர்வதேசத் தீவிரவாதிகள் பற்றிய கவலையில் அவர் மூழ்கிவிடவில்லை. அவர் காலத்தில் அப்படி ஒரு ஜாதியே இருக்கவில்லை.

ஆனால் கெட்டவர்கள் இருந்தனர். தனிமனிதக் குற்றங்கள் பரவியிருந்தன. ஆனால் அவர் கூ க்ளக்ஸ் க்ளான் போன்ற அமைப்புகளுடனும் மோதியுள்ளார். அவரது பிரதம எதிரி பேராசிரியர் மொரியார்ட்டி, ஒரு பெரும் குற்றக் கூட்டத்தின் தலைவன்.

ஆர்தர் கோனன் டாயில் என்ற ஸ்காட்லாந்துக்காரர் மருத்துவம் படித்தவர். மருத்துவராகப் பணியாற்றவும் செய்தார். ஆனால்

அதில் அவருக்குப் பெரிய திறமை இருந்திருக்க முடியாது; பெரிதாகச் சம்பாதிக்கவும் இல்லை. ஓய்வு நேரத்தில் அவர் இந்தக் கதைகளை எழுத ஆரம்பித்திருக்கவேண்டும்.

டாயில் எழுதிய முதல் கதை A Study in Scarlet பெரு வெற்றி பெற்றது என்று சொல்லிவிடமுடியாது. ஆனால் அவரது இரண்டாவது நெடுங்கதை The Sign of the Four அவருக்குப் பெற்றுத் தந்த பேரும் புகழும் பிரமிக்கத்தக்கது. இதன் காரண மாக, டாயில் மருத்துவத் தொழிலுக்கே மூட்டைகட்டிவிட்டு, முழுநேர எழுத்துக்கு வந்துவிட்டார்.

டாயில் நிறையக் கதைகளை எழுதினார். அனைத்தும் ஷெர்லாக் ஹோம்ஸை வைத்து எழுதப்பட்டவை அல்ல. ஆனால், இன்று டாயிலின் புகழுக்குப் பின் இருப்பது ஷெர்லாக் ஹோம்ஸ் கதைகள் மட்டுமே.

டாயிலின் காலத்துக்குமுன்னரே துப்பறியும் கதைகள் ஆரம்பித் திருந்தன. முக்கியமாக, எட்கர் ஆலன் போ, எமில் கபோரியா ஆகியோரைக் குறிப்பிடவேண்டும். டாயிலே தனது முதல் ஹோம்ஸ் கதையில் இவர்களைப் பெயர் சொல்லிக் குறிப்பிடு கிறார். ஆனால் இவர்களது நாயகர்களைவிடத் தனது நாயகன் மிகத் திறமை வாய்ந்தவன் என்று சொல்லிவிடுகிறார்.

அது உண்மையும்கூட.

டாயில், தனது முதல் ஷெர்லாக் ஹோம்ஸ் கதையை - A Study in Scarlet - ஒரு தொடர்கதையாக உருவாக்கினார். இந்தக் கதையில் தான் ஷெர்லாக் ஹோம்ஸும் அவரது இணைபிரியா நண்பர் டாக்டர் ஜான் வாட்சனும் அறிமுகம் ஆகிறார்கள். ஜான் வாட்சன் நமக்குச் சொல்வதாகத்தான் இந்தக் கதைகள் அனைத்துமே அமைந்துள்ளன.

17-ம் நூற்றாண்டிலேயே ஐரோப்பாவில் அறிவியல் ஜுரம் பற்றிக்கொண்டுவிட்டது. ஆனால், 19-ம் நூற்றாண்டைத்தான் நிஜமான பகுத்தறிவின் ஆண்டாகச் சொல்லவேண்டும். பிரிட்ட னில் அறிவியல், கணிதம் ஆகிய துறைகள் பட்டொளி வீசிப் பறந்தன. அறிவியல் அறிவைக் கொண்டு மனித வாழ்வை மேம்படுத்த உதவும் கருவிகளைச் செய்யமுடிந்தது. போருக்கான ஆயுதங்களையும் செய்யமுடிந்தது. நீராவியைக் கொண்டு

ரயில்கள் ஓட ஆரம்பித்தன. ஆலைகள் இயங்கின. மின்சாரமும் பெட்ரோலால் இயங்கும் கார்களும் பரவ ஆரம்பிப்பதற்கு சற்று முன்பான காலகட்டம் இது.

அறிவியலும் பொறியியலும் கொண்டு எதனையும் சாதித்து விடலாம் என்று ஐரோப்பிய மனம் நவீன காலத்துக்குள் நுழையும் நேரம்.

அந்த நேரத்தில்தான் டாயில் ஷெர்லாக் ஹோம்ஸை நமக்கு அறிமுகப்படுத்தினார். ஷெர்லாக் ஹோம்ஸ் மூளையை நம்புபவர். ஏற்கெனவே நடந்த சில விஷயங்களைப் பற்றிய தகவல்களைச் சொன்னால், அடுத்து என்ன நிகழும் என்பதை யார் வேண்டுமானாலும் சொல்லிவிடலாம். ஆனால் முடிவாக நடந்த ஒன்றைச் சொன்னால், அதற்குமுன் என்னவெல்லாம் நடந்துள்ளன என்பதைக் கண்டுபிடிப்பதுதான் சிரமம். இதனைச் செய்வதற்கான பயிற்சியை தனக்குத்தானே அளித்துக்கொள்கிறார் ஹோம்ஸ்.

லண்டன் மட்டுமல்ல, பிரிட்டனிலும் ஐரோப்பிய நாடுகள் பலவற்றிலும் ஏதேனும் குற்றங்கள் நடந்திருந்தால், அந்தக் குற்றங்களை வேறு யாராலும் கண்டுபிடிக்கமுடியாவிட்டால் கடைசிப் புகலிடம் ஷெர்லாக் ஹோம்ஸ்தான் என்ற ஒரு பெருமையை டாயில் தன் கதைகளில் உருவாக்கினார்.

ஹோம்ஸ், குருட்டாம்போக்கில் குற்றங்களைத் துப்பறிவதில்லை. தட்டுத் தடுமாறி துப்புகளைப் பிடிப்பதில்லை. பல விஷயங்களைச் சொந்தமாகப் படித்து, சோதனை செய்து, கற்றுக்கொண்டிருக்கிறார். காலடித் தடங்களை கவனமாகப் பார்த்து அவரால் பல விஷயங்களை உறுதியாகச் சொல்லிவிட முடிகிறது. உதிர்ந்து கிடக்கும் சாம்பலைப் பார்த்த மாத்திரத்திலேயே அது எந்த பிராண்ட் சிகரெட் அல்லது சுருட்டு என்று அவரால் திட்டவட்டமாகக் கூறமுடிகிறது. விஷங்கள் பற்றிய அறிவு அவருக்கு அத்துப்படி. சிறு மண் தீற்றலைக் கொண்டு, அந்த மண் லண்டனின் எந்தப் பகுதியில் இருக்கிறது என்பதை அவரால் தீர்மானிக்க முடிகிறது. இவையெல்லாம் புருடா இல்லை; எந்த மனிதனும் வேண்டிய அளவு சாதகம் செய்தால் இந்தத் திறனைப் பெற்றுவிடலாம் என்பதுதான் டாயில் நமக்குச் சொல்ல விரும்பியது.

எல்லாவற்றுக்கும் மேலாக, கம்ப்யூட்டர்கள் என்றால் என்ன என்று மனிதன் தெரிந்துகொள்வதற்கு முன்னதாகவே ஹோம்ஸ்,

சொந்தமாக ஒரு டேட்டாபேஸ் வைத்திருந்தார். குற்றங்களின் டேட்டாபேஸ். உலகில் அனைத்துக் கொடிய செயல்களும் ஏற்கெனவே செய்யப்பட்டுவிட்டன என்பது அவரது வாதம். எங்கு என்ன குற்றங்கள் நடந்தாலும் அவர் அதன் செய்தித்தாள் துண்டை எடுத்துச் சேகரித்து வைப்பார். இண்டெக்ஸ் செய்து வைத்திருப்பார். புதிய குற்றம் ஒன்று நடந்த தகவல் கிடைத்து விட்டால், உடனே இண்டெக்ஸைப் பார்ப்பார். ஆகா! இது கோபன்ஹேகனில் நடந்த கொலை மாதிரி உள்ளதே என்பார்.

ஹோம்ஸ் எப்போதாவதுதான் துப்பாக்கியை நம்புவார். அப்போதும்கூட அவரது தோழர், ராணுவத்தில் பணியாற்றிய மருத்துவர் ஜான் வாட்சன்தான் பிஸ்டலை எடுத்துவருவார்.

இத்தனைக்கும் ஷெர்லாக் ஹோம்ஸ் காவல்துறையில் வேலை செய்பவர் அல்லர். அமெச்சூர் துப்பறிபவர்தான். ஆனால் காவல் துறையினர் பலரும் அவரது சேவையை நாடி வருவர்.

ஹோம்ஸை நமக்கு நெருக்கமாகக் கொண்டுவருவது, அவரது 'மனத்தைப் படிக்கும்' கலை. நீங்கள் அவர் முன் உட்கார்ந்தாலே உங்கள் முகத்தையும் உடலையும் உடையையும் பார்த்து, நீங்கள் யார், என்ன வேலை செய்கிறீர்கள், எங்கிருந்து வருகிறீர்கள், இப்போது மனத்தில் என்ன நினைத்துக்கொண்டிருக்கிறீர்கள், உங்கள் மனத்தை வாட்டும் கவலை என்ன என அனைத்தையும் 'சரியாக' சொல்லிவிடுவார். நாடி ஜோஸியக்காரர் அல்லர் அவர். பகுத்தறிவினால்தான் இதனைச் சாதிக்கிறார். எப்படிச் செய்கிறார் என்பதையும் வாட்சன் மூலம் ஷெர்லாக் ஹோம்ஸ் நமக்குச் சொல்லிக்கொடுக்கிறார்.

ஷெர்லாக் ஹோம்ஸ் கதைகள் சாக்லேட் மாதிரி. ஒன்றைச் சாப்பிட்டுவிட்டால் மீதம் உள்ள அனைத்தையும் விடாமல் சாப்பிடத் தோன்றும்.

அவர் நான்கு நெடுங்கதைகளை எழுதியுள்ளார். 56 சிறுகதைகள். வரும் சில மாதங்களில் இவை அனைத்தையும் நீங்கள் தமிழில் படிக்கப்போகிறீர்கள். ஹோம்ஸ் என்பவர் நிஜமா, இல்லை முழுக்க முழுக்க ஓர் எழுத்தாளரின் கற்பனையில் உதித்த பாத்திரமா என்று புரியாமல் நீங்கள் குழம்பிப்போவீர்கள்.

அதுதான் எழுத்தாளரின் வெற்றி.

★★★

பாகம் 1

ஜான் வாட்சன், எம்.டி, ஓய்வுபெற்ற மருத்துவர், ராணுவ மருத்துவத் துறை, அவர்களது நினைவுக் குறிப்புகளிலிருந்து மறுபதிப்பு செய்யப்படுகிறது.

1 திரு ஷெர்லாக் ஹோம்ஸ்

1878-ம் ஆண்டில் நான் லண்டன் பல்கலைக்கழகத்தில் மருத்துவத்தில் பட்டம் பெற்றேன். ராணுவத்தில் சேர்வதற்காக, அறுவை சிகிச்சை மருத்துவப் படிப்பைப் படிக்க நெட்லி என்ற இடத்துக்குச் சென்றேன். படிப்பை முடித்தபிறகு, ஐந்தாவது நார்தம்பர்லாந்து காலாட்படைப் பிரிவில் துணை மருத்துவராக வேலைக்குச் சேர்ந்தேன். அப்போது அந்தப் படைப்பிரிவு இந்தியாவில் இருந்தது. ஆனால் நான் அங்கே போய்ச் சேர்வ தற்குள், இரண்டாவது ஆஃப்கன் யுத்தம் ஆரம்பமாகிவிட்டது. பம்பாயில் நான் இறங்கியதும் எனது படை, கணவாய்களைத் தாண்டி எதிரி நாட்டுக்குள் ஆழமாக ஊடுருவியுள்ளது என்பதை அறிந்துகொண்டேன். என்னைப்போன்றே அந்தப் படைப் பிரிவில் சேர வந்திருந்த பிறருடன் காந்தஹார் நகரை பத்திரமாக வந்தடைந்தேன். அங்கு எனது படைப்பிரிவில் சேர்ந்து, எனது பணியைத் தொடங்கினேன்.

அந்தப் போரினால் பலருக்குப் பதக்கங்களும் பதவி உயர்வும் கிடைத்தன. ஆனால் எனக்கு துரதிர்ஷ்டமும் பேரழிவுமே ஏற்பட்டன. எனது படைப்பிரிவிலிருந்து பெர்க்ஷயர் படைப் பிரிவுக்கு மாற்றப்பட்டேன். கொடுமையான மைவாண்ட் யுத்தத்தில் பணியாற்றினேன். அப்போது எனது தோள்பட்டை

யில் துப்பாக்கிக் குண்டு பாய்ந்து எலும்புகளை நொறுக்கியது; கழுத்துக்கும் கைகளுக்கும் ரத்தம் கொண்டுசெல்லும் நாளங்கள் மீது உராய்ந்தது. எனது உதவியாளர் மர்ரே மட்டும் விசுவாசத்துடனும் தைரியத்துடனும் நடந்துகொண்டிரா விட்டால், நான் அந்தக் கொலைகார ஆஃப்கன் படைகளிடம் மாட்டியிருப்பேன். அவர் என்னை ஒரு குதிரைமீது தூக்கிப் போட்டுக்கொண்டு, பிரிட்டிஷ் பகுதிக்கு பத்திரமாக வந்து சேர்த்தார்.

கடுமையான வலியாலும் பலவீனத்தாலும் பீடிக்கப்பட்ட என்னை, காயம்பட்ட பிறருடன் சேர்த்து பெஷாவரில் உள்ள மருத்துவமனைக்குக் கொண்டுவந்தனர். அங்கே நல்ல முன்னேற்றம் அடைந்து, எழுந்து நடக்கும் அளவுக்கும் வராந்தாவில் வெயிலில் உட்காரும் அளவுக்கும் தேறினேன். ஆனால் அங்கே இந்தியாவின் சாபக்கேடான குடல் ஜுரம் (டைஃபாய்ட்) பற்றிக்கொண்டது. மாதக்கணக்காக உயிர் போகும் நிலையிலிருந்து, கொஞ்சம் கொஞ்சமாகத் தேறினேன். ஆனால் நான் இருந்த பலவீனமான நிலையைக் கண்டு, ஒருநாள் கூடத் தாமதிக்காமல் உடனடியாக என்னை இங்கிலாந்துக்கு அனுப்ப மருத்துவ ஆணையம் முடிவெடுத்தது. ராணுவக் கப்பல் ‘ஓரோண்டஸ்’ மூலம் கிளம்பி, ஒரு மாதம் கழித்து போர்ட்ஸ் மவுத் துறைமுகத்தை அடைந்தேன். எனது உடல்நிலை முழுவது மாகப் பாதிக்கப்பட்டிருந்ததால், உடலைத் தேற்றுவதற்கு அரசிடமிருந்து அடுத்த ஒன்பது மாதங்கள் விடுமுறை கிடைத்தது.

இங்கிலாந்தில் எனக்கு உறவினர் என்று எவரும் இல்லாத காரணத்தால், நான் முற்றிலும் சுதந்தரமானவனாக இருந்தேன். அதாவது, நாள் வருமானம் *11* ஷில்லிங், 6 பென்ஸ் எந்த அளவுக்கு ஒருவனைச் சுதந்தரமானவனாக இருக்க அனுமதிக் கிறதோ, அந்த அளவுக்கு. அப்படிப்பட்ட நிலையில் நான் இயல்பாக லண்டனைச் சென்று அடைந்தேன். அங்குதானே பேரரசின் சோம்பேறிகளும் வெட்டி ஆசாமிகளும் போய்ச் சேரு கிறார்கள்! அங்கு ‘தி ஸ்டிராண்ட்’ பகுதியில் ஒரு தங்குமிடத்தில், வசதியில்லாத, அர்த்தமில்லாத வாழ்க்கையைச் சில காலம் வாழ்ந்தேன். என்னிடமிருந்த பணத்தை, தேவைக்கு அதிக மாகவே ஊதாரித்தனமாகச் செலவு செய்தேன். கைக்காசு

எல்லாம் விரைவாகக் கரைய, ஒன்று மாநகரத்தை விட்டு எங்காவது கிராமப்பகுதிக்குப் போய்விடவேண்டும் அல்லது எனது வாழ்க்கைமுறையை மாற்றிக்கொள்ளவேண்டும் என்ற உண்மை புலப்பட்டது. அதனால் இரண்டாவது வழியைப் பின்பற்றி, அப்போது இருந்த தங்குமிடத்தை விட்டு வெளியேறி, செலவு குறைந்த, ஆடம்பரம் இல்லாத ஓர் இடத்தைத் தேர்ந்தெடுக்க முடிவுசெய்தேன்.

நான் அந்த முடிவுக்கு வந்த அதே நாள், தி கிரைடீரியன் மதுக் கடையில் நின்றுகொண்டிருந்தபோது, என் முதுகை யாரோ தொட்டது போல் இருந்தது. திரும்பிப் பார்த்தால், என்னிடம் மருத்துவ உதவியாளராக பார்ட்ஸில் வேலை செய்த இளம் ஸ்டாம்ஃபோர்ட். தனியாளாக லண்டன் மாநகரில் வசித்த எனக்கு நட்பான முகம் கண்ணில் பட்டது பெரும் சந்தோஷத்தைக் கொடுத்தது. ஸ்டாம்ஃபோர்ட் எனக்கு அவ்வளவு நெருங்கிய நண்பர் ஒன்றும் கிடையாது. ஆனாலும் அப்போது அவரை நான் மிகுந்த ஆர்வத்துடன் வரவேற்றேன். அவரும் என்னைப் பார்த்ததில் பெருமகிழ்ச்சி அடைந்ததுபோலத் தெரிந்தது. எனது சந்தோஷ மிகுதியின் காரணமாக, 'தி ஹோல்பர்ன்' உணவகத்தில் மதிய உணவு சாப்பிட அவரை அழைத்தேன். இருவரும் குதிரை வண்டியில் ஏறிச் சென்றோம்.

கூட்டம் மிகுதியாக இருந்த லண்டன் தெருக்களில் வேகமாகச் சென்றுகொண்டிருக்கும்போது, அவர் ஆச்சரியத்துடன், 'வாட்சன், நீங்கள் என்னதான் செய்துகொண்டிருக்கிறீர்கள்?' என்று கேட்டார். 'நீங்கள் ஈர்க்குச்சி போல ஒல்லியாகவும் காய்ந்துபோன கொட்டையைப் போல பழுப்பாகவும் தென்படுகிறீர்கள்!'

நான் அவரிடம் எனது வாழ்க்கையில் ஏற்பட்ட நிகழ்வுகளைச் சுருக்கமாகச் சொல்லிமுடித்தேன். அதற்குள் நாங்கள் வந்து சேரவேண்டிய இடமும் வந்துவிட்டது.

அனைத்தையும் கேட்டு முடித்தவுடன் அவர் எனக்காக வருத்தப்பட்டார். 'அடப்பாவமே, இப்போது என்னதான் செய்யப் போகிறீர்கள்?'

'தங்குமிடம் ஒன்றைத் தேடிக்கொண்டிருக்கிறேன்,' என்றேன். 'குறைவான செலவில் ஒரு வசதியான அறை கிடைக்குமா என்ற பிரச்னைக்கு விடைகாண முற்படுகிறேன்.'

'என்ன ஆச்சரியம்! இன்றைக்கு இதே விஷயத்தைப் பற்றி என்னிடம் பேசும் இரண்டாவது நபர் நீங்கள்' என்றார் என் தோழர்.

'யார் அந்த முதல் நபர்?' என்றேன்.

'மருத்துவமனையில் வேதிப் பரிசோதனைச் சாலையில் வேலை செய்யும் ஒருவர். நல்ல அறை ஒன்றைப் பிடித்துள்ளாராம். ஆனால் அவருடன் செலவைப் பாதியாகப் பகிர்ந்துகொள்ள ஒருவரும் கிடைக்கவில்லை என்றும் ஒண்டியாக அந்த இடத்தை எடுத்துக்கொள்ள அவரது வருமானம் இடம் கொடுக்கவில்லை என்றும் சொன்னார்.'

'பிரமாதம்! அவருடன் அறையையும் செலவையும் பகிர்ந்து கொள்ள யாராவது வேண்டுமென்றால், அதற்குச் சரியான ஆசாமி நான்தான். எனக்கும் தனியாகத் தங்குவதற்குபதில் துணை ஒன்று இருந்தால் நல்லதுதான்!'

இளம் ஸ்டாம்ஃபோர்ட் தனது ஒயின் கோப்பைக்கு மேலாக என்னைச் சற்று விநோதமாகப் பார்த்தார். 'உங்களுக்கு ஷெர்லாக் ஹோம்ஸைத் தெரியாது. தெரிந்திருந்தால் அவரை உங்கள் அறைத் தோழராக ஏற்க நீங்கள் மறுக்கக்கூடும்.'

'ஏன்? அவருக்கு எதிராக ஏதேனும் உள்ளதா?'

'இல்லை. அப்படியில்லை. ஆனால் கொஞ்சம் கிறுக்கு பிடித்தவர். குறிப்பிட்ட சில அறிவியல் துறைகளில் பெரும் ஆர்வம் உடைய வர். ஆனால் எனக்குத் தெரிந்தவரை நல்ல பண்புடையவர்தான்.'

'மருத்துவ மாணவரா?'

'இல்லை. என்ன செய்யப்போகிறார் என்று தெரியாது. அவருக்கு உடற்கூறு இயல் நன்கு தெரிந்துள்ளது. முதல் தர வேதியியல் நிபுணர். ஆனால் எனக்குத் தெரிந்தவரையில் அவர் எந்த மருத்துவப் பாடத்தையும் ஒழுங்காக எடுத்துப் படித்ததில்லை. அவர் படிப்பதெல்லாம் தொடர்பற்றதாகவும் கொஞ்சம் கிறுக்குத்தனமாகவும் இருக்கும். ஆனால் பேராசிரியர்கள் பலரும் வியக்கும் வண்ணம், யாருக்கும் தெரியாத ஏகப்பட்ட விஷயங்களை அவர் அறிந்துவைத்திருக்கிறார்.'

'அவர் என்ன செய்யப்போகிறார் என்பதை நீங்கள் ஒருபோதும் கேட்டுத் தெரிந்துகொண்டதில்லையா?'

‘இல்லை. அவரிடம் அவ்வளவு எளிதாகப் பேசி விஷயத்தைக் கறக்கமுடியாது. ஆனால் அவருக்குத் தோன்றினால் மிக நன்றாகப் பேசக்கூடியவர்தான்.’

‘நிச்சயம் அவரைச் சந்திக்க விரும்புகிறேன்’ என்றேன் நான். ‘நான் யாருடனாவது சேர்ந்து வசிக்கவேண்டும் என்றால் அவர் படிப்பாளியாகவும் அமைதியான பழக்கவழக்கங்களை உடையவராகவும் இருக்கவேண்டும் என்று விரும்புகிறேன். சத்தத்தையும் ஆரவாரத்தையும் தாங்கிக்கொள்ளும் சக்தி என்னிடம் இப்போது இல்லை. ஆஃப்கனிஸ்தானில் அவை இரண்டுமே என் முழு வாழ்நாளுக்கும் தேவையானதைவிட அதிகமாகக் கிடைத்துவிட்டது. உங்கள் நண்பரை எப்படி நான் சந்திப்பது?’

‘அவர் பரிசோதனைச் சாலையில்தான் இருக்கவேண்டும்’ என்றார் என் தோழர். ‘தோன்றினால் வாரக்கணக்கில் அவர் அந்தப் பக்கம் வரமாட்டார். இல்லையென்றால், காலைமுதல் மாலைவரை அங்கேயே பழியாகக் கிடப்பார். நீங்கள் விரும்பினால், மதிய உணவுக்குப் பிறகு நாம் அங்கே செல்லலாம்.’

‘நிச்சயமாக’ என்றேன் நான். பிறகு பேச்சு வேறு பல திசைகளில் திரும்பியது.

தி ஹோல்பர்னிலிருந்து மருத்துவமனையை நோக்கிப் போகும்போது நான் அறைத்தோழனாகப் பார்க்கப்போகிறவரைப் பற்றிய சில தகவல்களை ஸ்டாம்ஃபோர்ட் கொடுத்தார்.

‘அவருடன் உங்களால் ஒத்துப்போகமுடியவில்லை என்றால் நாளை என்னைக் குறை சொல்லக்கூடாது’ என்றார் என் தோழர். ‘அவரை அவ்வப்போது பரிசோதனைச் சாலையில் பார்க்கும்போது தெரிந்துகொண்டதற்குமேல் எனக்கு வேறொன்றும் தெரியாது. நீங்கள்தான் இந்த ஏற்பாட்டை முன்வைக்கிறீர்கள். இதற்கு நான் பொறுப்பல்ல.’

‘அவருடன் ஒத்துப்போகமுடியாவிட்டால் பிரிந்துபோகிறேன்’ என்றேன் நான். ‘ஆனால், ஸ்டாம்ஃபோர்ட், நீங்கள் ஏதோ காரணங்களால் இந்த விஷயத்திலிருந்து தப்பிக்கப் பார்க்கிறீர்கள். அவர் என்ன கடும் கோபக்காரரா? அல்லது வேறென்ன? தயங்காமல் சொல்லுங்கள்!’

‘சொல்வதற்குக் கடினமான ஒன்றை எப்படி விளக்கிச் சொல்வது!’ என்று சிரித்தார் அவர். ‘என்னால் ஏற்கமுடியாத அளவுக்கு

ஹோம்ஸ் ஓர் அறிவியல் ஆர்வலர். அவர் தன் நண்பனிடம் ஒரு வேதிப்பொருளைக் கொடுத்துச் சாப்பிடச் சொல்லக்கூடியவர். கெடுதல் செய்யவேண்டும் என்பதற்காக அல்ல. அந்தப் பொருளைச் சாப்பிட்டால் சாப்பிட்டவருக்கு என்ன ஆகும் என்பதைத் துல்லியமாகப் புரிந்துகொள்ள. நியாயமாகப் பார்த்தால், அவரே அந்த வேதிப்பொருளைச் சாப்பிட்டுப் பார்ப்பார் என்றும் சொல்லலாம். நிச்சயமான, தெளிவான அறிவின்மீது அவருக்குக் கடும் தாகம் உள்ளது என்று சொல்லலாம்.'

'அதுவும் சரிதானே?'

'ஆமாம். ஆனால் சில சமயம் அவர் அதைச் சற்றே அதிகமாகச் செய்துவிடுகிறார். அதுவும் பிணங்களைக் கம்பால் அடித்துப் பார்க்கிறார் என்கிறபோது, கொஞ்சம் அதிகமாகத் தோன்றுகிறது, இல்லையா?'

'கம்பால் அடிக்கிறாரா?'

'ஆமாம். செத்த பிணத்தைக் கம்பால் அடித்தால், எந்த மாதிரியான காயங்கள் ஏற்படும் என்பதைக் கண்டறிய! அவர் அப்படிச் செய்ததை நானே என் கண்ணால் பார்த்தேன்.'

'ஆனால், அவர் ஒரு மருத்துவ மாணவர் இல்லை என்றீர்களே?'

'இல்லை. அவரது படிப்பின் நோக்கம் என்னவென்று கடவுளுக்குத்தான் தெரியும். இதோ, இங்கே வந்து சேர்ந்து விட்டோம். இனி நீங்களே அவரைப் பற்றிய முடிவை எடுத்துக் கொள்ளுங்கள்.' அவர் இவ்வாறு சொல்லும்போது நாங்கள் ஒரு சிறு சந்தைக் கடந்து ஒரு கதவைத் தாண்டி, பெரிய மருத்துவ மனையின் ஒரு பகுதிக்கு வந்திருந்தோம். அது எனக்கு நன்கு தெரிந்த இடம்தான். அந்த மந்தமான கல் மாடிப்படிகளில் ஏறி, வெள்ளைச் சுவர்களும் வெளிர் பழுப்புக் கதவுகளும் கொண்ட நீண்ட நடையில் நடந்துசெல்ல யாரும் எனக்கு வழிகாட்ட வேண்டியிருக்கவில்லை. அந்த நடையின் மறுகோடியில் ஒரு வளைவு வாயில் பிரிந்து வேதிப் பரிசோதனைச் சாலையை நோக்கிச் சென்றது.

இந்த உயரமான அறையில் சீராகவும் சீரின்றியும் பல புட்டிகள் விரவியிருந்தன ஆங்காங்கு இருந்த அகலமான, குட்டையான மேஜைகளில் கண்ணாடிப் பாத்திரங்கள், சோதனைக் குழாய்கள்,

நீலச் சுடர் விடும் புன்சன் விளக்குகள் நிரம்பியிருந்தன. அந்த அறையில் ஒரேயொரு மாணவர் மட்டும், தூரத்தில் ஒரு மேஜையில், குனிந்த நிலையில், தனது வேலையில் மும்முரமாக இருந்தார். எங்களது காலடிச் சத்தத்தைக் கேட்டுத் திரும்பிப் பார்த்தவர், குதித்து எழுந்து சந்தோஷமாகச் சத்தமிட்டார். 'நான் கண்டுபிடித்துவிட்டேன், கண்டுபிடித்துவிட்டேன்' என்று சொல்லிக்கொண்டே கையில் ஒரு சோதனைக் குழாயுடன் எங்களை நோக்கி ஓடிவந்தார். 'ரத்தத்தில் உள்ள ஹீமோகுளோபினால் மட்டுமே வீழ்படிவு[1] ஆகக்கூடிய, வேறெந்தப் பொருளாலும் வீழ்படிவு ஆகாத ஒரு வேதிப்பொருளை நான் கண்டுபிடித்துவிட்டேன்' என்றார். அவர் ஒரு தங்கச் சுரங்கத்தைக் கண்டுபிடித்திருந்தால்கூட அந்த அளவுக்குச் சந்தோஷம் அடைந்திருக்கமாட்டார்.

இருவரையும் ஒருவருக்கொருவர் அறிமுகம் செய்தபடி, 'டாக்டர் வாட்சன், இவர்தான் ஷெர்லாக் ஹோம்ஸ்' என்றார் ஸ்டாம்ஃபோர்ட்.

அவர் என் கையை இறுகப் பிடித்தபடி, 'எப்படி இருக்கிறீர்கள்?' என்று கேட்டார். 'ஆஃப்கனிஸ்தானில் இருந்திருக்கிறீர்கள் போல!'

'அதெப்படி உங்களுக்குத் தெரிந்தது?' என்றேன் நான் ஆச்சரியத்தில்.

'ஓ, கண்டுகொள்ளாதீர்கள்' என்றார் அவர் தனக்குத் தானே சிரித்தபடி. 'ஆனால் இப்போது முக்கியமான விஷயம் ஹீமோகுளோபின் தொடர்பான எனது கண்டுபிடிப்பு. இதன் முக்கியத்துவம் உங்களுக்குப் புரிகிறதல்லவா?'

'வேதியியல்ரீதியாகச் சுவாரசியமானதுதான். சந்தேகமில்லை' என்றேன் நான். 'ஆனால் நடைமுறையில்...'

'ஏன் ஐயா? மருத்துவம், சட்டம் தொடர்பாக இதைவிட நடைமுறைக்கு உதவும் கண்டுபிடிப்பு ஏதேனும் இருக்கக்கூடுமா என்ன? ரத்தக்கறைதானா என்பதைக் கண்டுபிடிக்க தோல்வியே அடையாத சோதனை இதுவாக மட்டுமே இருக்கமுடியும்.

[1] பிரெசிபிடேட்: ஒரு ரசாயன திரவக் கரைசலில் மற்றொரு ரசாயனத்தைச் சேர்த்தால் திரள் திரளாகக் கீழே படிவது.

இங்கே வாருங்கள்!' என்றபடி எனது சட்டையைப் பிடித்து இழுத்தவாறு தான் வேலை செய்துகொண்டிருந்த மேஜையை நோக்கிச் சென்றார். 'கொஞ்சம் புதிய ரத்தம் வேண்டும்' என்று சொல்லிக்கொண்டே நீண்ட ஊசி ஒன்றை எடுத்துத் தனது விரலில் குத்தினார். அதிலிருந்து சொட்டிய ஒரு துளி ரத்தத்தை பிப்பெட்[2] ஒன்றில் எடுத்தார். 'இந்தச் சிறு அளவு ரத்தத்தை ஒரு லிட்டர் நீரில் சேர்க்கப்போகிறேன். அவ்வாறு கிடைக்கும் கலவை தூய நீரை ஒத்திருக்கும் அல்லவா? அதில் இருக்கும் ரத்தத்தின் அளவு பத்து லட்சத்தில் ஒரு பங்குக்கும் குறைவு. ஆனால் இந்தக் கலவையில் ரத்தம் கலந்துள்ளது என்பதைக் கண்டுபிடித்துவிடமுடியும் என்பதில் எனக்குச் சந்தேகமில்லை' என்று சொல்லியவாறே ஒரு குழாயில் சில வெள்ளைப் படிகங்களைச் சேர்த்து ரத்தம் கலந்த நீரிலிருந்து சில துளிகளை அதில் சேர்த்தார். உடனடியாக அந்தக் கலவை சிகப்பும் பழுப்புமான நிறத்துக்கு மாறியது. கண்ணாடிக் குழாயின் அடியில் பழுப்பு நிற வீழ்படிவு உருவானது.

'ஹா! பார்த்தீர்களா' என்று புது பொம்மை கிடைத்த குழந்தை போலக் கைகொட்டிச் சிரித்தார் அவர். 'இதைப் பற்றி என்ன நினைக்கிறீர்கள்?'

'மிகவும் நுட்பமான சோதனையாகத் தோன்றுகிறது' என்றேன் நான்.

'அற்புதம்! அற்புதம்! பழைய குயாகும் சோதனை[3] மிகவும் மோசமானது. துல்லியமற்றது. நுண்ணோக்கிமூலம் ரத்த அணுக்களைச் சோதனை செய்வதும் அப்படியேதான். அதுவும் கறை படிந்து பல மணி நேரங்கள் ஆகிவிட்டதென்றால் நுண்ணோக்கிச் சோதனை பயனற்றது. ஆனால் என் சோதனை, பழைய ரத்தமாக இருந்தாலும் சரி, புது ரத்தமாக இருந்தாலும் சரி, நன்றாகவே வேலை செய்யும். இந்தச் சோதனையை முன்னரே கண்டுபிடித்திருந்தால் இன்று இந்தப் பூமியில் சுதந்தரமாக உலவும் பல நூறு குற்றவாளிகள் தங்களுக்குரிய தண்டனையை அனுபவித்திருப்பார்கள்.'

---

[2] பரிசோதனைச்சாலையில் காணப்படும் நீண்ட கண்ணாடிக் குழாய்.

[3] குயாகும் (Guaiacum) செடிகளிலிருந்து எடுக்கப்படும் வேதிப் பொருளைக் கொண்டு ஒரு பொருளில் மனித ரத்தம் கலந்துள்ளதா என்பதைக் கண்டுபிடிக்கச் செய்யப்படும் சோதனை.

‘நிச்சயமாக’ என்று நான் முணுமுணுத்தேன்.

‘குற்றவியல் வழக்குகள் இந்த ஒரு புள்ளியில்தான் மாட்டிக் கொள்கின்றன. ஒரு குற்றம் நடந்து பல மாதங்களுக்குப் பிறகு தான் குற்றவாளி என்று சந்தேகிக்கப்படுபவன் சிக்கிக்கொள் கிறான். அவனது துணிகள் சோதனை செய்யப்படுகின்றன. பழுப்பு நிறக் கறை தென்படுகிறது. அது ரத்தக்கறையா, மண் கறையா, துருவா, பழக் கறையா, அல்லது வேறு ஏதாவதா? இந்தக் கேள்விதான் பல நிபுணர்களையும் குழப்பத்தில் ஆழ்த்து கிறது. ஏனெனில் நம்பகமான பரிசோதனை முறை இல்லை. ஆனால் இப்போது ஷெர்லாக் ஹோம்ஸ் சோதனை முறை வந்துவிட்டது. இனி எந்தப் பிரச்னையும் கிடையாது.’

பேசும்போது அவரது கண்கள் மின்னின. அவர் தன் கையைத் தனது மார்பின்மீது வைத்து, தன் முன் இருக்கும் கற்பனைக் கூட்டம் ஒன்றிடம் கைத்தட்டல் பெறும் பாணியில் குனிந்தார்.

அவரது ஆர்வத்தினால் பெரும் ஆச்சரியம் அடைந்த நான், ‘நிச்சயமாக நீங்கள் பாராட்டப்படவேண்டியவர்தான்’ என்றேன்.

‘சென்ற ஆண்டில் ஃபிராங்ஃபர்ட்டில் ஃபான் பிஷாஃப் வழக்கு நடந்ததே. இந்தச் சோதனை மட்டும் இருந்திருந்தால் அவனைத் தூக்கில் போட்டிருப்பார்கள். பிராட்ஃபர்டில் மேசனின் வழக்கு, அந்தக் கொடூர முல்லர், மாண்ட்பெல்லியரின் லெஃபெவ்ர, நியூ ஆர்லியன்சின் சாம்சன். இப்படி எண்ணற்ற வழக்குகளில் இந்தச் சோதனை ஐயமற்ற முடிவைக் கொடுத்திருக்கும்.’

‘குற்ற வழக்குகளின் நடமாடும் அகராதியாக நீங்கள் இருக்கிறீர் களே’ என்றார் ஸ்டாம்ஃபோர்ட் சிரித்தபடி. ‘நீங்கள் பேசாமல் இதற்கென ஒரு பத்திரிகையை ஆரம்பித்துவிடலாம். அதற்கு கடந்துமுடிந்த காவல்துறைச் செய்திகள் என்று பெயர் வைக்கலாம்.’

‘அது மிக மிக சுவாரசியமாக இருக்கும்’ என்றார் ஷெர்லாக் ஹோம்ஸ், கைக் காயத்தில் ஒரு பிளாஸ்திரியைப் போட்டபடி. பிறகு என்னை நோக்கித் திரும்பிச் சிரித்தபடி, ‘நான் கொஞ்சம் கவனமாக இருக்கவேண்டும். நான் விஷங்களில் நிறைய ஆராய்ச்சி செய்கிறவன்’ என்றார். பேசிக்கொண்டே என் கைகளைப் பற்ற தனது கையை நீட்டினார். அவரது கையில்

ஏகப்பட்ட பிளாஸ்திரிகள் இருந்தன. வலுவான அமிலங்களால் கையின் நிறம் ஆங்காங்கே மாறுபட்டிருந்தது.

ஒரு முக்காலி ஒன்றில் உட்கார்ந்தவாறே, என்னை நோக்கி மற்றொரு முக்காலியைத் தள்ளினார் ஸ்டாம்ஃபோர்ட். 'நாங்கள் இங்கே ஒரு காரியமாக வந்தோம்' என்றார். 'என் நண்பர் தங்கு மிடம் ஒன்றைத் தேடிக்கொண்டிருக்கிறார். நீங்களும் உங்களது அறையைப் பகிர்ந்துகொள்ள யாரும் கிடைக்கவில்லை என்று என்னிடம் சொன்னீர்கள் அல்லவா? அதனால் உங்கள் இருவரையும் ஒன்றாகக் கொண்டுவரலாம் என்று நினைத்தேன்.'

ஷெர்லாக் ஹோம்ஸ் என்னுடன் அறையைப் பகிர்ந்துகொள் வதை நினைத்து பெரும் மகிழ்ச்சி அடைந்தார். 'பேக்கர் தெருவில் ஒரு வீட்டின்மீது நான் கண் வைத்துள்ளேன்' என்றார். 'அது நமக்குச் சரியாக இருக்கும். புகையிலை வாசம் உங்களுக்குப் பிரச்னை இல்லையே?'

'நானே எப்போதும் மாலுமிகள் பயன்படுத்தும் சுருட்டைக் குடிப்பவன்' என்றேன் நான்.

'நல்லது. நான் ரசாயனப் பொருள்களை வைத்துக்கொண்டு அவ்வப்போது சோதனைகள் செய்துகொண்டிருப்பேன். அது உங்களுக்குப் பிரச்னையா?'

'இல்லை, நிச்சயமாக இல்லை.'

'ம்ம்ம். யோசிக்கிறேன். என்னிடம் வேறென்ன கெட்ட பழக்கங்கள் உள்ளன? நான் சில சமயங்களில் பல நாள்களுக்கு வாயைத் திறக்காமல் ஒரு மூலையில் உட்கார்ந்துகொண்டு இருப்பேன். அதை நீங்கள் தவறாக எடுத்துக்கொள்ளக்கூடாது. அப்படியே விட்டுவிடவேண்டும். நானே மீண்டும் சரியாகிவிடு வேன். சரி, உங்களது கெட்ட குணங்கள் என்ன? சொல்லுங்கள். இரண்டு பேர் சேர்ந்து வசிக்கவேண்டும் என்றால் மற்றவரிடம் என்னென்ன கெட்ட குணங்கள் உள்ளன என்பதை முதலில் தெரிந்துகொள்ளவேண்டும்.'

இந்தக் குறுக்கு விசாரணை எனக்குச் சிரிப்பை வரவழைத்தது. 'என்னிடம் ஒரு நாய் உள்ளது' என்றேன் நான். 'எனக்குச் சத்தங்களைக் கண்டால் ஆகாது. என்னுடைய உடல்நிலை,

சத்தங்களை ஏற்கும் நிலையில் இல்லை. நான் கண்ட கண்ட நேரங்களில் விழிப்பேன். கடுமையான சோம்பேறி. உடல்நிலை நன்றாக இருக்கும்போது என்னிடம் வேறு சில கெட்ட பழக்கங்களும் இருக்கும். ஆனால் இப்போதைக்கு இவைதான் முதன்மையான கெட்ட குணங்கள்.'

'வயலின் வாசிப்பதை சத்தம் போடுவது என்ற வகையில் சேர்ப்பீர்களா?' என்றார் அவர் சற்றே கவலையுடன்.

'அது வாசிப்பவரைப் பொருத்தது' என்றேன் நான். 'நன்கு வயலின் வாசித்தால் அது கடவுள்களுக்கே விருந்து. ஆனால் மோசமாக வாசித்தால்...'

'ஓ, அப்போது பரவாயில்லை' என்றார் அவர் சிரித்தபடியே. 'அறை மட்டும் உங்களுக்குப் பிடித்துள்ளது என்றால் இந்த விஷயம் இத்துடன் முடிவாகிவிட்டது என்று வைத்துக்கொள்ளலாம்.'

'எப்போது அறையைப் பார்க்கலாம்?'

'நாளை மதியம் இங்கே வாருங்கள். இருவரும் சேர்ந்து சென்று அனைத்தையும் முடித்துவிடலாம்' என்றார் அவர்

'சரி, நாளை சரியாக நண்பகல்' என்றேன் நான் அவரது கையைக் குலுக்கியபடியே.

அவரை அவரது வேதிப்பொருள்களிடம் விட்டுவிட்டு நாங்கள் இருவரும் எனது தங்குமிடத்தை நோக்கி நடந்தோம்.

திடீரென ஸ்டாம்ஃபோர்டை நோக்கி, 'எப்படி அவருக்கு நான் ஆஃப்கனிஸ்தானில் இருந்தேன் என்று தெரியவந்தது?' என்று கேட்டேன்.

எனது நண்பர் ஒரு மர்மப் புன்னகையை உதிர்த்தார். 'அது அவருடைய தனித்தன்மை. பலருக்கு அவர் எப்படி இதுபோன்ற விஷயங்களைக் கண்டுபிடிக்கிறார் என்று தெரிந்துகொள்ள ஆசை.'

'ஓ, அது ஒரு மர்மமான விஷயமா?' என்றேன் நான் என் கைகளை உரசியபடி. 'இது ஆவலைத் தூண்டுகிறது. எங்கள் இருவரையும் ஒன்றுசேர்த்ததற்கு நன்றி. மனித இனத்தைப் பற்றி அறிந்து கொள்வதற்கு மனிதனைப் படிப்பது அவசியமாகிறது. உங்களுக்குத்தான் தெரியுமே.'

'அப்படியானால் நீங்கள் அவரைப் படியுங்கள்' என்றார் ஸ்டாம்ஃபோர்ட், என்னிடமிருந்து விடைபெற்றபடி. 'ஆனால் அவரைப் புரிந்துகொள்வது அவ்வளவு எளிதல்ல. அவரைப் பற்றி நீங்கள் தெரிந்துகொள்வதைவிட உங்களைப் பற்றி அவர் அதிகம் தெரிந்துகொள்வார் என்று நான் தைரியமாகச் சொல்லமுடியும். விடைபெறுகிறேன்.'

'விடைபெறுகிறேன்' என்று நானும் பதிலுக்குச் சொன்னேன். எனது புது நட்பின்மீது யோசனையைச் செலுத்தியவாறு, எனது தங்குமிடத்துக்குள் நுழைந்தேன்.

2 விசித்திரங்களின் தொகுப்பு

அடுத்த நாள், முன் ஏற்பாடு செய்தாற்போல இருவரும் சந்தித்தோம். பேக்கர் தெருவில் 221 B எண் இடத்தில், அவர் ஏற்கெனவே சொல்லியிருந்த அறைகளைப் பார்வையிட்டோம். இரண்டு வசதியான படுக்கை அறைகள், ஒரு பெரிய, காற்றோட்டமான அமரும் அறை. மேஜைகள், அமரும் நாற்காலிகள். இரண்டு பெரிய ஜன்னல்கள் நல்ல வெளிச்சத்தைக் கொடுத்தன. எல்லாவிதத்திலும் எங்களுக்கு அந்த வீடு பிடித்திருந்ததாலும், இருவருக்கிடையில் பிரிக்கும்போது வாடகை மிகவும் ஏற்கத் தக்கதாக இருந்ததாலும் அந்த இடத்திலேயே பேச்சுவார்த்தையை முடித்து, அப்போதே அந்த இடத்தை எடுத்துக்கொண்டுவிட்டோம். அன்று மாலையே என்னுடைய பொருள்களை என் தங்குமிடத்திலிருந்து கொண்டு வந்துவிட்டேன். அடுத்த நாள், ஷெர்லாக் ஹோம்ஸ் பல பெட்டிகளையும் சூட்கேஸ்களையும் எடுத்து வந்தார். அடுத்த ஓரிரு நாள்களுக்கு பொருள்களை எடுத்துச் சாமர்த்தியமாக அடுக்குவதில் செலவிட்டோம். அது முடிந்ததும் கொஞ்சம் கொஞ்சமாகப் புதுச் சூழலுக்கு ஏற்ப எங்களை மாற்றிக்கொள்ள முற்பட்டோம்.

ஹோம்ஸுடன் வசிப்பது அவ்வளவு கடினமானதாக இல்லை. அவர் தன் வேலைகளில் அமைதியாக ஈடுபட்டார். அவரது பழக்கங்கள் சீரானவையாக இருந்தன. இரவு பத்து மணிக்குமேல்

அவர் விழித்திருப்பது அரிது. நான் காலை எழுந்திருப்பதற்கு முன்னரே அவர் எழுந்து காலையுணவை முடித்து வெளியே சென்றிருப்பார். சில நாள்கள் அவர் வேதிப் பரிசோதனைச் சாலையில் தினத்தைக் கழிப்பார். சில நாள்கள் பிணம் அறுக்கும் கட்டடத்தில். அவ்வப்போது நெடும் நடைபயணங்களில். அப்படிச் செல்லும்போது நகரின் பல மோசமான பகுதிகளுக்கும் அவர் செல்வார். வேலை செய்யும் ஆவேசம் வரும்போது, அவரிடம் இருக்கும் சக்தி அளவிட முடியாததாக இருக்கும்.

ஆனால், சில நாள்கள் திடீரென அவருக்கு ஏதோ ஏற்படும். அப்போது, வரவேற்பறையில் உள்ள ஓர் இருக்கையில் ஒரு வார்த்தை பேசாது, ஒரு துளியும் அசையாது, நாள் கணக்கில் உட்கார்ந்திருப்பார். அப்போதெல்லாம் அவரது கண்களில் ஒருவித வெறுமையும் கனவு மயக்கமும் தெரியும். ஏதோ போதைப்பொருளை அவர் உட்கொண்டிருக்கிறாரோ என்று நான் சந்தேகிப்பேன். ஆனால் அவரது மிதமான போக்கையும் சுத்தமான வாழ்க்கையையும் பார்க்கும்போது அப்படி ஏதும் இருக்காது என்று நினைத்துக்கொள்வேன்.

வாரங்கள் கடக்கக் கடக்க, அவர்மீதான ஆர்வமும் அவரது வாழ்க்கைக் குறிக்கோள்மீதான வியப்பும் அதிகமாகவும் ஆழமாகவும் ஆயின. அவரது ஆளுமையும் தோற்றமும் சாதாரணப் பார்வையாளரை வெகுவாக ஈர்த்தன. உயரத்தில் அவர் ஆறடி இருந்தார். ஆனால் மிக மெலிதாக இருந்த காரணத்தால் அதைவிட உயரமாக இருப்பதாகத் தோற்றமளித்தார். நான் ஏற்கெனவே குறிப்பிட்டதுபோல், அவர் மயக்கத்தில் இருக்கும் அந்தச் சில நாள்கள் தவிர்த்துப் பிற நாள்களில் அவரது கண்கள் கூர்மையாகவும் ஊடுருவிப் பார்க்கக்கூடியதாகவும் இருந்தன. அவரது மெலிந்த கழுகு போன்ற மூக்கு, அவரது முகத்துக்கு ஒருவித விழிப்பான, தீர்க்கமான தோற்றத்தைக் கொடுத்தது. அவரது முகவாய் சதுரமாகவும் முன்னோக்கியும் இருந்தது, அவர் உறுதியான ஆசாமி என்று காட்டியது. அவரது கைகளில் மசிக் கறையும் ரசாயனக் கறையும் இருந்தாலும், அவரது தொடுதலில் ஒரு மென்மை இருந்தது. உடையக்கூடிய கருவிகளை அவர் பயன்படுத்துவதில் அந்த மென்மை தென்பட்டதை நான் நேரடியாகவே பலமுறை கவனித்திருக்கிறேன்.

இந்த மனிதர் எனது ஆர்வத்தை எந்த அளவுக்குத் தூண்டியுள்ளார் என்பதையும், எந்த அளவுக்கு அவர் தனது விஷயங்களை மூடி

மறைக்கும்போதும் அதைத் தாண்டி அது என்ன என்று தெரிந்து கொள்ள நான் முற்பட்டேன் என்பதையும் சொன்னால், வாசகர்களாகிய நீங்கள், நான் வெட்டியாக அடுத்தவர் வாழ்க்கையில் ஆர்வம் செலுத்துகிறேன் என்று குற்றம் சொல்லக்கூடும். ஆனால் அந்தக் கட்டத்தில் எனது வாழ்க்கை வழியே தெரியாமல் அல்லாடிக்கொண்டிருந்தது என்பதையும், எனது கவனத்தைக் கவர வேறு ஏதும் இல்லை என்பதையும் நீங்கள் புரிந்துகொள்ள வேண்டும். வெளியே வானிலை மிகவும் சீராக இருந்தால் ஒழிய, எனது உடல்நிலை வெளியே செல்ல என்னை அனுமதிக்கவில்லை. என்னை வந்து சந்திக்க, எனது வாழ்வின் சலிப்பை மாற்ற ஒரு நண்பர்கூட இல்லை. அப்படிப்பட்ட நிலையில் எனது அறைத் தோழரின் வாழ்வைச் சுற்றி இருந்த மர்மத்தை நான் ஆர்வத்துடன் வரவேற்றேன். அந்த மர்மத்தை விடுவிக்க நான் எனது நேரம் முழுதையும் செலவிட்டேன்.

ஸ்டாம்ஃபோர்ட் நினைத்ததுபோலவே அவர் மருத்துவம் படிக்கவில்லை. ஒரு கேள்விக்குப் பதிலளிக்கும்போது இதனை அவரே உறுதி செய்தார். அதே நேரம் அறிவியலிலோ அல்லது வேறு எந்தத் துறையிலோ பட்டம் பெறும் அளவுக்குத் தேவையான பாடங்களையும் அவர் படிக்கவில்லை. ஆனால் சில பாடங்களில் அவரது ஆர்வம் பிரமிப்பூட்டியது. சிலவற்றில் அவரது ஞானம் மிக விரிவாகவும், அவரது கவனிப்புகள் மிக நுணுக்கமாகவும் இருந்து என்னை வியக்கச் செய்திருக்கின்றன. எந்த மனிதனும் ஒரு தீர்மானமான குறிக்கோள் இன்றி இந்த அளவுக்குக் கடுமையாக உழைக்கவோ, இவ்வளவு துல்லியமான தகவல்களைச் சேர்க்கவோ முயற்சி செய்யமாட்டான். மேம்போக்காகப் படிப்பவர்கள் தங்கள் கல்வியில் துல்லியத்துக்குப் பெயர்போனவர்களாக இருக்கமாட்டார்கள். யாருமே, தேவையில்லாமல், தன்னுடைய மூளையில் சிறு சிறு விஷயங்களைப் பாரமாகச் சேர்த்துவைக்கமாட்டார்கள்.

அவரது அறியாமையும் அவரது அறிவைப் போலவே குறிப்பிடத் தக்கதாக இருந்தது. சமகால இலக்கியம், தத்துவம், அரசியல் ஆகியவற்றில் அவருக்குச் சுத்தமாக ஒன்றுமே தெரியவில்லை. தாமஸ் கார்லைலை நான் மேற்கோள் காட்டியபோது அவர் சர்வ சாதாரணமாக, யார் அவர் என்றும் அவர் என்ன செய்திருக்கிறார் என்றும் என்னிடம் கேட்டார். ஆனால் அதைவிட ஆச்சரியம், அவருக்கு கோபர்நிகஸின் கோட்பாடு பற்றியும் சூரியக்

குடும்பத்தின் அமைப்பு பற்றியும் ஒன்றுமே தெரியாததுதான். 19-ம் நூற்றாண்டில் ஒரு நாகரிக மனிதனுக்கு பூமி சூரியனைச் சுற்றிவருகிறது என்பது தெரியாது என்பதை என்னால் ஏற்றுக் கொள்ளமுடியவில்லை!

'நீங்கள் அதிர்ச்சி அடைந்துள்ளதாகத் தெரிகிறது' என்றார் அவர் சிரித்தபடியே. 'இப்போது நீங்கள் சொன்னவற்றையெல்லாம் நான் மறக்க முயற்சி செய்கிறேன்.'

'என்ன, மறக்க முயற்சி செய்கிறீர்களா?'

'ஆம். ஒரு மனிதனின் மூளை என்பது காலி அறை மாதிரி. அங்கே வேண்டியவற்றைச் சேகரித்துவைக்கமுடியும். ஒரு முட்டாள் தான் ஓட்டை உடைசல்களைச் சேர்த்துவைப்பான். அதனால் அவனுக்கு நிஜமாகவே தேவையான விஷயங்கள் உள்ளே வரமுடியாது. அல்லது தேவையற்ற பலவற்றுக்கு இடையில் மாட்டிக்கொள்ளும். வேண்டும்போது கிடைக்காது. ஆனால் தேர்ச்சி பெற்ற வேலையாள், மிகக் கவனமாக, தனக்குத் தேவையானவற்றை மட்டுமே உள்ளே எடுத்துக்கொள்வான். அவனது வேலையைச் செய்வதற்குத் தேவையான கருவிகளைத் தவிர வேறெதுவும் அவனுக்குத் தேவையில்லை. ஆனால் தேவையானவற்றை வேண்டிய அளவு, சீராகச் சேகரித்து வைத்திருப்பான். அந்த அறையின் சுவர்கள் வேண்டிய அளவு விரிந்துகொடுக்கும் திறமை உடையவை என்று நினைப்பது தவறு. ஒரு கட்டத்தில், புதிதாக உள்ளே வரும் ஒவ்வொரு தகவலுக்கும் இணையாக ஏற்கெனவே தெரிந்த ஒன்றை மறக்க வேண்டியிருக்கும். எனவே தேவையில்லாத தகவல்கள், மிகவும் முக்கியமான தகவல்களை வெளியே தள்ளாமல் இருக்குமாறு பார்த்துக்கொள்வது அவசியமாகிறது.'

'ஆனால், இந்த சூரியக் குடும்ப அமைப்பு!' என்று நான் என் எதிர்ப்பைக் காட்டினேன்.

'அதனால் எனக்கு என்ன நன்மை?' என்றார் அவர் பொறுமை யின்றி. 'நாம் சூரியனைச் சுற்றிச் செல்கிறோம் என்கிறீர்கள். நாம் சந்திரனைச் சுற்றிச் சென்றாலும்கூட அது என்னையோ என் வேலையையோ ஒரு விதத்திலும் பாதிக்காது.'

அப்படி என்னதான் அவரது வேலை என்று நான் கேட்க நினைத்தேன். ஆனால் அவரது குணங்களில் ஏதோ ஒன்று, அப்படி நான் கேட்பதை விரும்பாது என்று நினைத்து அடக்கிக்

கொண்டேன். எங்களுடைய சிறு விவாதத்தை ஆராய்ந்து, அதிலிருந்து சில முடிவுகளை எடுக்க முற்பட்டேன். தனது வேலைக்குத் தேவையில்லாத எதையும் அவர் அறிந்துகொள் வதில்லை என்று சொல்லியிருந்தார். எனவே அவர் கற்றுக் கொண்டதெல்லாம் அவரது வேலைக்கு மிக முக்கியமானவை. எனது மனத்துக்குள்ளாக அவர் எதிலெல்லாம் நல்ல தேர்ச்சி பெற்றிருந்தார் என்று யோசித்தேன். ஒரு பென்சிலை வைத்துக் கொண்டு அவற்றை எழுதவும் செய்தேன். எழுதி முடித்தவுடன் அந்த ஆவணத்தைப் பார்த்ததும் சிரிப்புதான் வந்தது. அது இப்படி இருந்தது:

ஷெர்லாக் ஹோம்ஸ் - அவரது எல்லைகள்

1. இலக்கிய அறிவு - பூஜ்யம்
2. தத்துவம் - பூஜ்யம்
3. வானியல் - பூஜ்யம்
4. அரசியல் - மிகக் குறைவு
5. தாவரவியல் - மாறுபடக்கூடியது. கஞ்சா, ஓபியம், விஷங்கள் ஆகியவை பற்றி நன்றாகத் தெரியும். ஆனால் தோட்ட வேலை அறவே தெரியாது.
6. புவியியல் - நடைமுறை அறிவு உண்டு. ஆனால் குறைவு தான். பார்த்த மாத்திரத்தில் வெவ்வேறு மண்களை வேறுபடுத்தத் தெரியும். நீண்ட நடைகளுக்குப் பிறகு தனது கால் சட்டையில் உள்ள மண் தீற்றல்களைக் காண்பித்து, அவற்றின் வண்ணம், தோற்றம் ஆகியவற்றைக் கொண்டு லண்டனின் எந்தப் பகுதியில் அந்தத் தீற்றல்கள் ஏற்பட்டன என்பதை அவரால் சொல்லமுடியும்.
7. வேதியியல் - மிக நல்ல அறிவு
8. உடற்கூறியல் - துல்லியம். ஆனால் சீராகக் கற்கவில்லை.
9. மஞ்சள் பத்திரிகை விஷயம் - மிக நிறைய. இந்த நூற்றாண் டில் நடந்தேறியுள்ள அத்தனை கோர விஷயங்களும் அவருக்கு அத்துப்படி.
10. வயலின் நன்றாக வாசிக்கிறார்.
11. கம்பு சுற்ற, குத்துச்சண்டை போட, கத்திச் சண்டை போட நன்கு தெரிகிறது.
12. பிரிட்டிஷ் சட்டம் நன்றாகத் தெரிந்துவைத்திருக்கிறார்.

பட்டியலில் இதுவரை வந்ததும் கோபத்தில், அந்தத் தாளை நெருப்பில் எறிந்துவிட்டேன். 'இந்தச் சாதனைகள் அனைத்தையும் வைத்துக்கொண்டு ஒரு மனிதன் என்ன செய்ய விரும்புகிறான் என்பதை அறிய முற்படுவதற்கு பதில், பேசாமல் இந்த வேலையை விட்டுவிடலாம்!'

அவரது வயலின் வாசிக்கும் திறமையைப் பற்றிச் சொன்னேன் அல்லவா? அது அலாதியானது. அதே நேரம் அவரது பிற திறன்களைப் போன்று கிறுக்குத்தனமானதும்கூட. அவரால் மிகவும் கடினமான பாடல்களை அதில் இசைக்கமுடியும். நான் கேட்டுக்கொண்டதற்கு இணங்க மெண்டல்சானின் லீடர் என்ற பாடலையும் பிறவற்றையும் இசைத்துள்ளார். ஆனால் அவரைத் தனியாக விட்டால் உருப்படியான எந்தப் பாடலையும் வாசிக்க மாட்டார். மாறாக, மாலை நேரங்களில், தனது நாற்காலியில் சாய்ந்துகொண்டு, கண்களை மூடிக்கொண்டு, வயலினை முழங்காலுக்குக் குறுக்காகச் சாத்திக்கொண்டு மனம் போன போக்கில் உரசிக்கொண்டிருப்பார்.

சில சமயம், வாசிப்பு அழுத்தமாகவும் சோகமானதாகவும் இருக்கும். சில சமயம் மகிழ்ச்சியானதாகவும் லேசானதாகவும் இருக்கும். அவரது அவ்வப்போதைய சிந்தனைகளைப் பிரதிபலிப்பதாக இருக்கலாம். அந்தக் குறிப்பிட்ட இசை அந்தச் சிந்தனைகளுக்கு உதவியாக உள்ளதா அல்லது தன்னிஷ்டத்துக்கு வாசிப்பதால் ஏற்படுவதா என்பதை என்னால் உறுதிசெய்ய முடிந்ததில்லை. இந்த வாசிப்புக்கு நான் எதிர்ப்பைக் காட்டியிருக்கலாம். ஆனால் இந்தத் தனி ஆவர்த்தனத்தை விரைவாக முடித்துக்கொண்டு எனக்குப் பிடித்தமான பல பாடல்களை, என் பொறுமையைச் சோதித்ததற்குப் பரிகாரமாக அவர் இசைக்கத் தொடங்கிவிடுவார்.

முதல் வாரத்தில் எங்களைப் பார்க்க அங்கு யாரும் வரவில்லை. அதனால் என்னைப் போலவே என் அறைத் தோழருக்கும் நண்பர்கள் யாருமே இல்லையோ என்ற முடிவுக்கு நான் வந்தேன். ஆனால் அவருக்கு நிறைய ஆட்களைப் பரிச்சயம் உண்டு என்பதைப் பின்னர் கண்டுபிடித்தேன். அதுவும் சமூகத்தில் பல்வேறு தட்டில் உள்ளவர்கள். சற்றே உள்ளடங்கிய, எலி போன்ற முகத்தையும் கரும் கண்களையும் கொண்ட ஒருவர் ஒரே வாரத்தில் மூன்று நான்கு முறை வந்தார். அவர், திரு லெஸ்டிரேட் என்று எனக்கு அறிமுகம் செய்யப்பட்டார்.

ஒரு காலை நேரத்தில் நவீனமாக உடையுடுத்திய இளம் பெண் வந்து குறைந்தது அரை மணி நேரம் தங்கிச் சென்றார். அதே மதியம் நரைத்த தலைமுடியுடன் ஒரு சந்தேகத்துக்கிடமான, தட்டுமுட்டுச் சாமான் விற்கும் யூதர் போலத் தோன்றிய, மிகவும் பரபரப்பாகத் தென்பட்ட ஓர் ஆசாமி வந்தார். அவரை அடுத்து மிக மோசமான உடையணிந்த ஒரு கிழவி வந்தார். மற்றொரு முறை, வெள்ளை முடியுடைய கனவான் என் அறைத் தோழனுடன் பேசிக்கொண்டிருந்தார். பிறகொரு முறை, ரயில்வே நிலையத்தில் சுமை தூக்கும் தொழிலாளி ஒருவர், தனது வெல்வெட் சீருடையில் வந்திருந்தார்.

இதுபோன்ற முகம் தெரியாத ஆசாமிகள் வரும்போதெல்லாம் ஷெர்லாக் ஹோம்ஸ், வரவேற்பறையைத் தனக்கென விட்டுக் கொடுக்குமாறு என்னிடம் கேட்பார். அப்போதெல்லாம் நான் எனது படுக்கை அறைக்குச் சென்றுவிடுவேன். என்னை அசௌகரியத்தில் ஆழ்த்தியதற்கு அவர் மன்னிப்பு கேட்பார். 'இந்த அறையை நான் என்னுடைய தொழில் இடமாகப் பாவிக்க வேண்டியுள்ளது. இவர்கள் அனைவரும் என்னுடைய வாடிக்கையாளர்கள்' என்றார் அவர். அப்போதும் அவரது தொழில் என்ன என்பதை வெளிப்படையாகக் கேட்கவேண்டிய வாய்ப்பு எனக்குக் கிடைத்தது. ஆனால் மற்றொரு மனிதனை நெருக்கடிக்கு உள்ளாக்கும் கேள்வியைக் கேட்கவிடாமல் எனது நாகரிகம் என்னைத் தடுத்துவிட்டது. தனது தொழில் என்ன என்பதை என்னிடம் சொல்லாமல் இருப்பதற்கு ஏதோ வலுவான காரணம் அவரிடம் இருக்கக்கூடும் என்று நான் நினைத்துக் கொண்டேன். ஆனால் விரைவில் அவராகவே அந்த விஷயத் துக்கு வந்து சேர்ந்தார்.

எனக்கு அந்த நாள் நன்றாக நினைவிருக்கிறது. மார்ச் 4-ம் தேதி. அன்று நான் வழக்கத்துக்குச் சற்று முன்னதாகவே எழுந்துவிட் டேன். ஷெர்லாக் ஹோம்ஸ் அப்போது தனது காலையுணவை முடித்திருக்கவில்லை. என்னுடைய தாமதமான வழக்கத்துக்குப் பழகிப்போன வீட்டுக்கார அம்மா, என் சாப்பாட்டு இருக்கை யையோ என் காபியையோ தயாராக வைக்கவில்லை. மனிதர் களுக்கே உரித்தான எரிச்சல் குணம் காரணமாக, மணியை அடித்து, நான் தயாராக இருக்கிறேன் என்ற தகவலை வெடுக் கென்று தெரிவித்தேன். பிறகு மேஜையில் இருந்த ஒரு பத்திரிகையை எடுத்து எனது நேரத்தைக் கழிக்க ஆரம்பித்தேன்.

எனது தோழர் அமைதியாக பிரெட் டோஸ்டை மென்று கொண்டிருந்தார். பத்திரிகையில், ஒரு கட்டுரையின் தலைப்பில் பென்சிலால் அடிக்கோடு இடப்பட்டிருந்தது. எனவே இயல்பாக அந்தக் கட்டுரையில் கண்ணை ஓட்ட ஆரம்பித்தேன்.

அந்தத் தலைப்பு, 'வாழ்க்கையின் புத்தகம்' என்று மிகவும் பரந்து பட்டதாக இருந்தது. உன்னிப்பாகக் கவனிக்கும் ஒரு மனிதன், தன் கண்ணில் படும் விஷயங்களை துல்லியமாகவும் படிப்படியாகவும் ஆராய்வதன்மூலம் எவ்வளவு அறிந்துகொள்ளமுடியும் என்பதை அந்தக் கட்டுரை விளக்க முயற்சிசெய்தது. அதில் கூர்மையான பல விஷயங்களுடன் முழு உளறல்களும் சேர்ந்து இருந்ததாக எனக்குத் தோன்றியது. அதில் காணப்பட்ட பகுப்பாய்வு முழுமையும் செறிவும் கொண்டதாக இருந்தது என்றாலும் முடிவுகள் நம்பமுடியாதவை, மிகைப்படுத்தப்பட்டவை என்று தோன்றியது. சட்டெனத் தோன்றி மறையும் முகபாவம், தசையின் சிறு அசைவு, கண் அசைவு ஆகியவற்றைக் கொண்டு ஒரு மனிதனின் ஆழ்மன எண்ணங்களைப் புரிந்துகொள்ளமுடியும் என்று கட்டுரை ஆசிரியர் சொல்லியிருந்தார். கவனிப்பு, பகுத்தாய்வு ஆகியவற்றில் தேர்ச்சி பெற்ற ஒருவரை ஏமாற்றுவது என்பது முடியவே முடியாது என்பது அவர் வாதம். யூக்ளிடின்* (Euclid) கி.மு.300ல் வாழ்ந்த கணித வியலாளர். ஜியாமெட்ரியின் தந்தை) கணிதத் தேற்றங்களைப் போல கட்டுரை ஆசிரியரது முடிவுகள் தவறே ஆகாதவையாம். அவரது வழிமுறைகளைக் கற்றுத் தேறாத, ஒன்றுமே தெரியாத சாதாரணர்கள் அவரது முடிவுகளைக் கண்டு 'இவர் என்ன மந்திரவாதியா?' என்று அதிர்ந்துபோவார்களாம்!

'ஒரு துளி நீரைக்கொண்டு, இது அட்லாண்டிக்கிலிருந்து வந்ததா அல்லது நயாகராவிலிருந்து வந்ததா என்று, அந்த இடங்களைப் பார்க்காத, கேட்காத ஒரு நிபுணரால் சொல்லிவிடமுடியும்' என்று அந்தக் கட்டுரை ஆசிரியர் எழுதியிருந்தார். 'ஆக, வாழ்க்கை என்பதே ஒரு பெரும் சங்கிலி. இந்தச் சங்கிலியின் ஒரு கண்ணியைத் தெரிந்துகொண்டுவிட்டால் முழு வாழ்க்கையின் இயல்பையும் அறிந்துகொள்ளமுடியும். பிற கலைகளைப் போலவே பகுத்தாய்வு அறிவியலையும் நெடுங்காலம் பொறுமையாகப் படிப்பதன்மூலமே பெறமுடியும். ஆனால் இந்தக் கலையின் உச்சத்தை அடையும் அளவுக்கு ஒருவரது வாழ்க்கை நெடியதல்ல. எனவே இந்தக் கலையின் மூளை சார்ந்த, அறவியல் சார்ந்த கடினமான விஷயங்களை ஆராய

முற்படுவதற்குமுன், ஒருவர் ஆரம்ப நிலைப் புதிர்களைத் தீர்ப்பதில் ஆற்றல் பெறவேண்டும். உதாரணத்துக்கு கண்ணில் படும் ஒருவரது முழு வரலாற்றை, அவரது தொழில் என்ன என்பதை, அவரைப் பார்த்த மாத்திரத்திலே கண்டுபிடிக்க வேண்டும். இதுபோன்ற பயிற்சிகள், சிறுபிள்ளைத்தனமாக இருந்தாலும், ஒருவரது கவனிக்கும் திறனைக் கூர்மையாக்கு கிறது. எங்கே கவனிக்கவேண்டும், எதைக் கவனிக்கவேண்டும் என்பதைச் சொல்லித்தருகிறது. ஒரு மனித நகம், கோட்டின் கைப்பகுதி, செருப்பு, கால்சட்டையின் முழங்கால் பகுதி, கட்டைவிரல்-ஆள்காட்டி விரல் பகுதியின் தடிப்பு, முகபாவம், சட்டையின் கைப்பகுதி ஆகியவற்றைக் கொண்டு அந்த மனிதன் என்ன தொழில் செய்கிறான் என்பதைத் தெளிவாகச் சொல்லி விடலாம். ஒரு தேர்ந்த பயிற்சியாளர், இவை அனைத்தையும் சேர்த்துப் பார்க்கும்போது உண்மை நிலையைக் கணிக்கத் தவறுவார் என்பதை ஏற்றுக்கொள்ளமுடியாது.'

'என்ன முழுப் பேத்தல்!' என்று பத்திரிகையை மேஜையில் ஓங்கி அடித்தபடி நான் சொன்னேன். 'இதைப் போன்றதோர் உளறலை என் வாழ்க்கையிலேயே நான் படித்ததில்லை.'

'என்ன அது?' என்று கேட்டார் ஷெர்லாக் ஹோம்ஸ்.

'இந்தக் கட்டுரைதான்!' என்று என் கையில் வைத்திருந்த ஸ்பூனால் அதைச் சுட்டிக்காட்டிக்கொண்டே, காலையுணவைச் சாப்பிட ஆரம்பித்தேன். 'அதை நீங்கள் படித்திருக்கவேண்டும். அதில் உங்களது பென்சில் கோடு இருந்தது. மிக நன்றாக எழுதப் பட்டுள்ள கட்டுரை என்பதை நான் ஒப்புக்கொள்ளத்தான் வேண்டும். ஆனால் அது எனக்கு எரிச்சலை ஏற்படுத்துகிறது. யாரோ ஓர் ஆசாமி, தனது அறையில் சுகமாக இருந்தவாறு, இதுபோன்ற சிக்கலான புதிர்களை உருவாக்கியுள்ளார். ஆனால் இவை நடைமுறையில் சாத்தியமில்லை. அவரை இழுத்துக் கொண்டுபோய், பாதாள ரயிலில் மூன்றாம் வகுப்பில் உள்ள அனைத்துப் பயணிகளின் தொழில்களும் என்னென்ன என்று கேட்க எனக்கு ஆசையாக உள்ளது. அவரால் பதில் சொல்ல முடியாது என்று ஆயிரத்துக்கு ஒன்று என்று நான் பெட் வைக்கிறேன்.'

'நீங்கள் உங்கள் பணத்தை இழப்பீர்கள்' என்றார் ஷெர்லாக் ஹோம்ஸ் அமைதியாக. 'அந்தக் கட்டுரையை எழுதியது நான்தான்!'

'என்ன, நீங்களா?'

'ஆமாம். கவனிப்பதிலும் பகுப்பாய்விலும் எனக்குப் பெருத்த ஆர்வம் உள்ளது. அந்தக் கட்டுரையில் நான் சொன்னது எல்லாமே உங்களுக்குக் கட்டுக்கதையாகத் தோன்றலாம். ஆனால் அவை எனக்கு நடைமுறைக்கு உபயோகமாக இருப்பது மட்டுமல்ல, எனக்குச் சோறு போடுவதே அந்தத் திறமைகள்தாம்.'

'எப்படி?' என்று தன்னிச்சையாகக் கேட்டேன்.

'எனக்கு என்று ஒரு தனித் தொழில் உள்ளது. இந்த உலகிலேயே அதைச் செய்யும் தொழில்முறை ஆசாமி நான் ஒருவன்தான் என்று நினைக்கிறேன். நான் ஒரு துப்பறிதல் ஆலோசகன். இதைப் புரிந்துகொள்வது கொஞ்சம் சிரமம்தான். இங்கே லண்டனில் ஏகப்பட்ட அரசு, தனியார் துப்பறிபவர்கள் உள்ளனர். அவர்களுக்குச் சரியான பதில்கள் கிடைக்காமல் திண்டாடும்போது, என்னிடம் வருவார்கள். நான் அவர்களுக்குச் சரியான வழியைக் காண்பிப்பேன். அவர்கள் தங்களிடம் உள்ள சாட்சியங்கள் அனைத்தையும் முழுமையாக என் முன் வைப்பார்கள். அந்தக் குற்றத்தின் முழுமையான வரலாற்று அறிவின் காரணமாக, என்னால் அவர்களைச் சரியான வழிக்குக் கொண்டுசெல்ல முடிகிறது. கெட்ட காரியங்கள் பலவற்றுக்கும் ஒருசில பொதுவான அடையாளங்கள் உள்ளன. ஆயிரம் குற்றங்களின் முழு விவரங்கள் உங்களிடம் இருந்தால், ஆயிரத்து ஒன்றாவது குற்றத்தைத் துப்பு துலக்குவதில் கஷ்டம் ஒன்றும் இருக்காது. லெஸ்டிரேட் மிக அறியப்பட்ட துப்பறிபவர்தான். அவர் ஒரு பொய் ஆவண வழக்கில் குழப்ப நிலையில் இருந்தார். அதனால்தான் என்னிடம் வந்தார்.'

'மற்றவர்கள்?'

'பலர் தனியார் துப்பறியும் நிறுவனங்களால் இங்கே அனுப்பப் பட்டவர்கள். அவர்கள் அனைவருமே ஏதோ தொல்லையில் மாட்டியிருப்பவர்கள். அவர்களுக்கு விளக்கம் தேவைப்படு கிறது. நான் அவர்களது கதையைக் கேட்கிறேன். அவர்கள் எனது விளக்கங்களைக் கேட்டுக்கொள்கிறார்கள். நான் அவர்கள் கொடுக்கும் கட்டணத்தைப் பெற்றுக்கொள்கிறேன்.'

'அதாவது, நீங்கள் உங்கள் அறையை விட்டு வெளியேறாமலேயே சிக்கலான முடிச்சுகளை அவிழ்த்துவிடுகிறீர்கள் என்கிறீர்களா?

அதுவும் அந்தப் பிரச்னையை நேரிலேயே சென்று, பார்த்து, அலசி, ஒன்றுமே செய்யமுடியாத நிலையில் பிறர் இருக்கும் போது?' என்றேன் நான்.

'ஆமாம். எனக்கு அப்படியான ஓர் உள்ளுணர்வு உள்ளது. அவ்வப்போது ஒருசில கடுமையான வழக்குகளும் என்னிடம் வரும். அப்போது நானே வெளியே சென்று என் கண்களாலேயே சிலவற்றைப் பார்க்கவேண்டிவரும். என்னிடம் பல துறைகளுக்கான சிறப்புத் தேர்ச்சி உள்ளது. நான் அவற்றை என் கையில் இருக்கும் சிக்கல்மீது பிரயோகிக்கிறேன். அதனால் விடை எளிதில் கிடைக்கிறது. உங்களது வெறுப்பைச் சம்பாதித்த அந்தக் கட்டுரையில் நான் எழுதியிருந்த பகுப்பாய்வு விதிகள், என்னுடைய தொழில் நடைமுறைக்கு வெகுவாக உதவுகின்றன. கவனித்தல் என்பது என்னுடைய இரண்டாம் இயல்பு. நாம் முதலில் சந்தித்தபோது நீங்கள் ஆஃப்கனிஸ்தானிலிருந்து வந்திருக்கிறீர்கள் என்று நான் சொன்னதும் நீங்கள் ஆச்சரியப் பட்டீர்கள்.'

'அந்தத் தகவலை உங்களிடம் யாரோ சொல்லியிருப்பார்கள்.'

'நிச்சயமாக இல்லை. எனக்கு நீங்கள் ஆஃப்கனிஸ்தானிலிருந்து வந்திருக்கிறீர்கள் என்பது நன்கு தெரிந்திருந்தது. எனது மூளையில் வரிசையாக, மிக வேகமாக, உதித்த எண்ணங்களிலிருந்து, எந்தவித இடைப்பட்ட நிலையையும் யோசிக்காமல், நான் அந்த முடிவுக்கு உடனடியாக வந்திருந்தேன். இடையில் இதுபோன்ற நிலைகள் உதித்தன: 'இந்த ஆள் மருத்துவத் தொழிலில் இருப்பவன், ஆனால் ராணுவத்தில் பணிபுரிந்தவன் போலத் தென்படுகிறான். எனவே ராணுவ டாக்டராக இருக்கவேண்டும். முகம் கறுத்துள்ளது. ஆனால் மணிக்கட்டுப் பகுதி வெளுத்து உள்ளது. இந்தத் தோலையுடைய ஒருவனுக்கு முகம் இந்த நிறத்தில் இருப்பது இயல்பானதல்ல. எனவே இவன் வெப்ப மண்டலப் பகுதியில் இருந்துவிட்டு வந்திருக்கவேண்டும். இவன் நிறையத் துன்பத்தையும் நோயையும் சந்தித்திருக்க வேண்டும். முகத்தில் தென்படும் வாட்டம் அதைத் தெரிவிக்கிறது. இவனது இடது கை காயம் பட்டிருக்கவேண்டும். ஏனெனில் அந்தக் கையைச் செயற்கையாக, இறுக்கமாக வைத் திருக்கிறான். வெப்ப மண்டலப் பகுதியில் எந்த இடத்தில் ஓர் ஆங்கிலேய ராணுவ மருத்துவன் துன்பத்தைச் சந்தித்து, கையைக் காயமாக்கியிருக்கமுடியும்? நிச்சயம் ஆஃப்கனிஸ்

தானில்தான்.' இந்த முழு நீளச் சிந்தனையும் ஒரு விநாடி நேரத்துக்குள்ளாக எனக்குத் தோன்றிவிட்டது. எனவே நீங்கள் ஆஃப்கனிஸ்தானிலிருந்து வந்திருப்பதாக நான் சொன்னேன். நீங்கள் ஆச்சரியமடைந்தீர்கள்.'

'இப்போது நீங்கள் விளக்கும்போது எளிமையாக இருக்கிறது' என்றேன் நான் சிரித்தபடி. 'நீங்கள் எட்கர் ஆலன் போ உருவாக்கிய தூபின் என்ற பாத்திரத்தை நினைவுபடுத்துகிறீர்கள். கதைகளுக்கு வெளியே இதுபோன்ற ஆசாமிகள் இருப்பார்கள் என்று நான் நினைத்துக்கூடப் பார்த்ததில்லை.'

ஷெர்லாக் ஹோம்ஸ் எழுந்திருந்து குழாயைப் பற்றவைத்துக் கொண்டார். 'தூபினுடன் ஒப்பிட்டு என்னைப் பாராட்டுவதாக நீங்கள் நினைக்கிறீர்கள். ஆனால் என் கணிப்பில் தூபின் மிகவும் தாழ்வான நிலையில் இருப்பவர். தன் நண்பனை கவனித்துக் கொண்டிருக்கும்போது, ஒரு கால் மணி நேரம் கழித்து அவரது சிந்தனையோட்டத்துக்குள் புகுந்து, ஒரு வாக்கியத்தை உதிர்ப்பது மேலோட்டமானதாகவும் தற்பெருமையைத் தம்பட்டம் அடிப்பது போலவும் தோன்றுகிறது. அவருக்கு கொஞ்சம் பகுப்பாயும் திறன் உள்ளது. ஆனால் போ எதிர் பார்த்ததுபோல அவர் ஒன்றும் பெரும் திறமைசாலி கிடையாது' என்றார்.

'நீங்கள் கபோரியாவின் எழுத்துகளைப் படித்திருக்கிறீர்களா? லீகாக், உங்கள் மனத்தில் நினைத்திருக்கும் ஒரு துப்பறிபவர் நிலைக்கு வரக்கூடியவரா?' என்றேன் நான்.

ஷெர்லாக் ஹோம்ஸ் அலட்சியமாக ஒரு சத்தமெழுப்பினார். 'லீகாக் மோசமான குளறுபடிகளைச் செய்யும் ஒரு கோமாளி' என்றார் கோபத்துடன். 'அவரிடம் உருப்படியான ஒரு விஷயம் இருக்கிறது என்றால் அது அவருடைய உழைப்பு மட்டுமே. அந்தப் புத்தகத்தை எனக்குக் கொஞ்சமும் பிடிக்கவில்லை. ஒரு குறிப்பிட்ட கைதியைக் கண்டுபிடிக்கவேண்டும். அதை நான் 24 மணி நேரத்தில் செய்திருப்பேன். லீகாக்குக்கு ஆறு மாதங்கள் எடுத்தன. ஒரு துப்பறிபவர் எதைச் செய்யக்கூடாது என்பதை அறிந்துகொள்ள இந்தப் புத்தகம் உபயோகமாக இருக்கும்.'

நான் மிகவும் மதித்த இரண்டு பாத்திரங்கள் இப்படியாக மோசமாக எடுத்தெறியப்பட்டது எனக்குக் கோபத்தை வரவழைத்தது. ஜன்னலை நோக்கிச் சென்றேன். சுறுசுறுப்பான தெருவைப்

பார்த்தேன். 'இந்த மனிதன் மிகவும் புத்திசாலிதான். ஆனால் தற்பெருமை கொண்டவனாகவும் இருக்கிறானே' என்று எனக்குள் நினைத்துக்கொண்டேன்.

'இப்போதெல்லாம் குற்றங்களும் இல்லை, குற்றவாளிகளும் இல்லை' என்றார் அவர் ஓயாமல் பேசிக்கொண்டே. 'நம்முடைய தொழிலில் மூளை இருந்து என்ன பயன்? என்னுடைய பெயரைப் பிரபலமாக்கும் அளவுக்கு என்னிடம் திறமை இருக்கிறது என்று எனக்குத் தெரியும். குற்றங்களைக் கண்டுபிடிக்கும் துறையைப் பொருத்தமட்டில், இப்போது வாழ்பவர்களோ அல்லது இதுவரை வாழ்ந்தவர்களோ யாருமே என்னளவுக்குப் படிப்பை யும் திறமையையும் செலுத்தியவர்கள் கிடையாது. என்ன பயன்? கண்டுபிடிக்கும் அளவுக்குக் குற்றமே இல்லை. அல்லது மிக எளிதாகப் புரிந்துகொள்ளக்கூடிய உள்நோக்கம் கொண்ட குற்றமாக உள்ளது. ஒரு ஸ்காட்லாந்து யார்ட் அதிகாரியால்கூட எளிதாகக் கண்டுபிடித்துவிட முடியும்!'

அவருடைய தன்முனைப்பான பேச்சு எனக்கு எரிச்சலை ஏற்படுத்தியது. பேச்சை மாற்ற எண்ணினேன்.

பார்க்க வலுவான, சாதாரணமான உடை அணிந்த ஒருவன் தெருவில் எதிர்ச் சாரியில், வீட்டு எண்களைக் கவனத்துடன் பார்த்தவாறே வந்துகொண்டிருந்தான். அவனைக் காண்பித்து, 'அந்த ஆசாமி எதைத் தேடிக்கொண்டிருக்கிறான்?' என்றேன் நான். அந்த ஆசாமியிடம் ஒரு நீல நிறக் கடித உறை இருந்தது. எனவே அவன் செய்தி கொண்டுசெல்பவனாக இருக்க வேண்டும்.

'ஓ, கடற்படையிலிருந்து ஓய்வுபெற்ற அந்த சார்ஜண்டை சொல்கிறீர்களா?' என்றார் ஷெர்லாக் ஹோம்ஸ்.

'என்ன தற்பெருமை இந்த ஆளுக்கு' என்று நான் மனத்துக்குள் நினைத்துக்கொண்டேன். 'என்னால் உறுதி செய்துகொள்ள முடியாது என்று நினைத்துக்கொண்டு இவர் இப்படிக் கதை விடுகிறார்.'

இப்படி நான் யோசித்துக்கொண்டிருக்கும்போதே அந்த மனிதன் எங்கள் கதவின் எண்ணைக் கவனித்தான். உடனடியாக அவன் சாலையைக் கடந்தான் கதவைத் தட்டும் சத்தம் கேட்டது. கனமான குரல் கேட்டது. படிமீது ஏறிவரும் சத்தம் கேட்டது.

'திரு ஷெர்லாக் ஹோம்ஸுக்கு' என்று சொல்லியவாறே அந்த மனிதன் அறைக்குள் நுழைந்து என் நண்பரிடம் கடிதத்தைக் கொடுத்தான்.

அவருடைய செருக்கை அடக்க இதுதான் சரியான தருணம். இதை அவர் எதிர்பார்த்திருக்கப் போவதில்லை. 'பையா, உன்னுடைய தொழில் என்ன என்று தெரிந்துகொள்ளலாமா?' என்றேன் நான்.

'ஆஃபீஸ் அட்டெண்டர், ஐயா. என்னுடைய சீருடை தைப்ப தற்காகப் போயிருக்கிறது' என்றான் அவன்.

'இதற்கு முன்னால்?' என்று, சிறிதுகூட என் தோழர் பக்கம் திரும்பாமல் கேட்டேன்.

'கடற்படை துப்பாக்கிப் பிரிவில் சார்ஜண்டாக இருந்தேன் ஐயா. கடிதத்துக்கு பதில் இல்லையா? சரி ஐயா!'

கால்களை சேர்த்துத் தட்டி, கையால் சல்யூட் அடித்துவிட்டு அவன் மறைந்துவிட்டான்.

3 லாரிஸ்டன் தோட்ட மர்மம்

என் கூட்டாளியின் கோட்பாட்டுக்கான புதிய நிரூபணத்தைக் கண்டு நான் அதிர்ந்துபோனேன் என்பதை ஒப்புக்கொள்ளத்தான் வேண்டும். அவருடைய பகுப்பாயும் சக்தியின்மீது எனது மரியாதை பெருமளவு அதிகமானது. ஆனாலும், இந்த முழு நிகழ்வுமே முன்னரே ஏற்பாடு செய்யப்பட்ட ஒரு நாடகமோ என்று என் மனத்தில் கொஞ்சம் சந்தேகம் ஏற்பட்டது. ஆனால் அப்படிப்பட்ட ஒரு நாடகத்தை நிகழ்த்தி அவர் என்ன சாதித்து விடப் போகிறார் என்பதும் புரியவில்லை. நான் அவரைப் பார்க்கும்போது, அவர் தனக்கு வந்த கடிதத்தைப் படித்து முடித் திருந்தார். அவரது மூளை எங்கோ சஞ்சாரம் செய்வதுபோல, அவரது கண்கள் ஒருவித வெறுமையானதாகவும் பிரகாச மில்லாமலும் தென்பட்டன.

'எப்படி நீங்கள் அதைக் கண்டுபிடித்தீர்கள்?' என்றேன் நான்.

'எதைக் கண்டுபிடித்தேன்?' என்றார் அவர், எரிச்சலுடன்.

'அந்த ஆசாமி கடற்படையிலிருந்து ஓய்வு பெற்ற சிப்பாய் என்பதைத்தான்.'

'ஓ, இதுபோன்ற சில்லறை பெறாத விஷயங்களுக்கெல்லாம் என்னிடம் நேரமில்லை' என்று அவர் முரட்டுத்தனமாகச்

சொன்னார். பிறகு சற்றே புன்சிரிப்புடன், 'எனது கடும் சொற்களுக்காக மன்னிப்பு கேட்கிறேன். நீங்கள் எனது சிந்தனை யோட்டத்தை உடைத்துவிட்டீர்கள். அதுகூட நல்லதுதான். அப்படியானால், அந்த மனிதன் ஒரு கடற்படை சிப்பாய் என்பதை உங்களால் பார்க்கமுடியவில்லையா?'

'இல்லை, நிச்சயமாக இல்லை.'

'எப்படிக் கண்டுபிடித்தேன் என்பதை விளக்கிச் சொல்வதை விட, கண்டுபிடிப்பது எளிதாக இருந்தது. இரண்டையும் இரண்டையும் கூட்டினால் நான்கு வரும் என்பதை நிரூபியுங்கள் என்று சொன்னால், நீங்கள் கஷ்டப்படுவீர்கள். ஆனால் அதுதான் உண்மை என்று நன்கு அறிவீர்கள். தெருவின் மறு பக்கம் இருந்த போதும் அந்த ஆசாமியின் கையின் பின்புறம் ஒரு நங்கூரம் பச்சை குத்தப்பட்டிருப்பதை என்னால் பார்க்கமுடிந்தது. அப்படி யென்றால் கடல் என்று புரிந்துகொண்டேன். ஆசாமியின் நடை கம்பீரமாக, ராணுவத் தன்மை கொண்டதாக இருந்தது. மீசை, ராணுவ வரைமுறைக்கு உட்பட்டதாக இருந்தது. எனவே கடற்படை வீரன். அவனிடம் தன்னைப் பற்றிய முக்கியத்துவம் காணப்பட்டது. தலைமைக் குணம் தென்பட்டது. தனது தலையை அவன் வைத்திருந்த விதத்தையும் கையில் இருந்த பிரம்பைச் சுழற்றிய விதத்தையும் நீங்கள் பார்த்திருக்கலாம். நிதானமான, மரியாதைக்குரிய, நடுத்தர வயது ஆசாமி. எனவே சார்ஜண்ட் என்று முடிவு செய்தேன்.'

'பிரமாதம்!' என்றேன் நான்.

'ஓ, வெகு சாதாரணம்' என்றார் ஹோம்ஸ். ஆனால் அவர் எனது ஆச்சரியத்தையும் பாராட்டுதலையும் கண்டு மகிழ்ச்சி அடைந் துள்ளார் என்பதை அவரது முகத்தோற்றம் காட்டிக்கொடுத்தது. 'குற்றவாளிகளே இல்லை என்று இப்போதுதானே சொன்னேன். ஆனால் நான் சொன்னது தவறு. இதைப் பாருங்கள்' என்று சொல்லி செய்தி கொண்டுவந்தவன் கொடுத்துவிட்டுப் போன கடிதத்தை என்னிடம் கொடுத்தார்.

நான் அதைப் பார்த்துவிட்டு, 'இதென்ன கொடுமை?' என்று கத்தினேன்.

'கொஞ்சம் அசாதாரணமாகத்தான் தெரிகிறது' என்றார் அவர் அமைதியாக. 'அதை எனக்காகக் கொஞ்சம் சத்தமாகப் படித்துக் காண்பிக்கமுடியுமா?'

இதுதான் நான் அவருக்குப் படித்துக் காட்டிய கடிதம்...

'அன்புள்ள திரு ஷெர்லாக் ஹோம்ஸ்,

பிரிக்ஸ்டன் சாலையின் குறுக்குத் தெரு, லாரிஸ்டன் தோட்டத்தில், எண் 3-ல் உள்ள வீட்டில் இரவு ஒரு கெட்ட காரியம் நடந்துள்ளது. காலை இரண்டு மணி அளவில் ரோந்தில் இருந்த நம் ஆள் அங்கே விளக்கு எரிவதைப் பார்த்திருக்கிறார். அந்த வீட்டில் யாருமே வசிக்காததால், அவர் சந்தேகப்பட்டிருக்கிறார். கதவு திறந்திருந்தது. முன் அறையில் எந்தப் பொருளும் காணப்படவில்லை. ஆனால் நன்கு உடையணிந்திருந்த ஒரு மனிதனின் உடல் கிடந்துள்ளது. அவனது பைக்குள் இருந்த அடையாள அட்டையில் 'ஈனோக் ஜே. டிரெப்பர், கிளீவ்லாந்து, ஒஹாயோ, அமெரிக்கா' என்று இருந்தது. அங்கே பொருள்கள் திருடுபோனதற்கான அறிகுறி ஏதும் இல்லை. அந்த மனிதன் எப்படி இறந்தான் என்பதற்கான ஆதாரமும் இல்லை. அந்த அறையில் ரத்தக் கறைகள் உள்ளன. ஆனால் அந்த மனிதனின் உடலில் எந்தக் காயமும் இல்லை. அந்த உடல், ஆள் வசிக்காத அந்த வீட்டுக்கு எப்படி வந்தது என்று எங்களுக்குப் புரிய வில்லை. சொல்லப்போனால் இந்த விஷயம் முழுவதுமே குழப்பமாக உள்ளது. நீங்கள் 12 மணிக்கு முன்னர் இந்த வீட்டுக்கு வந்தால், நான் அங்கே இருப்பேன். உங்களிடமிருந்து பதில் கிடைக்கும்வரை, அனைத்தையும் அவ்வப்படியே, இருந்த இடத்திலேயே வைத்திருக்கிறேன். உங்களால் வரமுடியாமல் போனால், முழுத் தகவலையும் நானே உங்களுக்குத் தருகிறேன். நீங்கள் அருள்கூர்ந்து, உங்களது ஆலோசனையை அளித்து, எனக்கு உதவவேண்டும்.

உங்கள் நம்பிக்கையுள்ள,

டோபையாஸ் கிரெக்சன்'

'ஸ்காட்லாந்து யார்டில் வேலை செய்பவர்களிலேயே மிகவும் புத்திசாலி கிரெக்சன்' என்றார் என் நண்பர். 'ஒட்டுமொத்த மோசமானவர்களில் இவரும் லெஸ்டிரேடும்தான் ஓரளவுக்கு உருப்படியானவர்கள். இருவரும் வேகமாகவும் ஆர்வத்தோடும் பணிபுரியக் கூடியவர்கள். ஆனால் வழமையான முறையில் இயங்குபவர்கள். ஒருவரை ஒருவர் வெறுப்பவர்கள்கூட. இரண்டு அழகிகள் ஒருவர்மீது ஒருவர் பொறாமை கொள்வது

போல, ஒருவர்மீது மற்றவருக்குப் பொறாமை. இவர்கள் இருவரையும் இந்த வழக்கில் துப்பு துலக்கச் சொன்னார்கள் என்றால், ஒரே கூத்தாக இருக்கும்.'

அவர் இவ்வளவு அமைதியாகப் பேசியது எனக்கு ஆச்சரியத்தை ஏற்படுத்தியது. 'நிச்சயம் ஒரு நிமிடத்தைக்கூட நாம் வீணாக்கக் கூடாது. நான் ஓடிச்சென்று உங்களுக்காக ஒரு வண்டியைப் பிடிக்கட்டுமா?' என்றேன் நான்.

'நான் போவேனா என்பது சந்தேகம்தான். என்னைவிடச் சோம்பேறியை இந்த உலகில் பார்க்கமுடியாது. ஆனால் எனக்குத் தோன்றும்போது, என்னால் சுறுசுறுப்பாகவும் இயங்க முடியும்.'

'இல்லை, இதுதானே நீங்கள் எதிர்பார்த்துக் காத்திருக்கும் வாய்ப்பு?'

'தோழரே, இதனால் எனக்கு என்ன நன்மை? நான் இந்த வழக்கைத் துப்பு துலக்கினால், கிரெக்சன், லெஸ்டிரேட் போன்றோருக்குத்தானே அத்தனை புகழும் போய்ச் சேரும்? அதிகாரபூர்வமாக இல்லாவிட்டால் இப்படித்தான் நிகழும்.'

'ஆனால் அவர், நீங்கள் உதவவேண்டும் என்று கெஞ்சுகிறாரே?'

'ஆம். நான் அவரைவிடச் சிறந்தவன் என்று அவருக்குத் தெரியும். அவரே அதை என்னிடம் ஒப்புக்கொள்கிறார். ஆனால் மூன்றாம் மனிதரிடம் அதைச் சொல்வதற்கு பதில், தனது நாக்கையே அறுத்துக்கொள்ளக்கூடியவர் அவர். போகட்டும். நாம் போய்த்தான் பார்ப்போமே? இந்தச் சிக்கலை நானே விடுவித்தால், வேறு ஒன்றும் இல்லாவிட்டாலும், அவர்களைக் கண்டு சிரிக்கவாவது முடியும். வாருங்கள், போகலாம்!'

அவசர அவசரமாக தனது ஓவர்கோட்டை அணிந்துகொண்டு அவர் கிளம்பினார். அவரது சுறுசுறுப்பு, அவரது சோம்பல் நிலையைத் தாண்டிவிட்டது.

'உங்களது தொப்பியை எடுத்துக்கொள்ளுங்கள்' என்றார் அவர்.

'நான் வரவேண்டும் என்று விரும்புகிறீர்களா?'

'ஆம். உங்களுக்கு வேறு வேலை இல்லை என்றால்.' ஒரு நிமிட நேரத்தில் இருவரும் ஏறியிருந்த குதிரை வண்டி பிரிக்ஸ்டன் சாலையை நோக்கிப் படுவேகமாக விரைந்தது.

பனி படர்ந்த, மேகமூட்டமான காலை வேளை. தெரு மண்ணின் வண்ணத்தைப் பிரதிபலிக்குமாறு, வீடுகளின் மேல்பகுதியில் பழுப்பு வண்ணப் போர்வை போர்த்தினாற்போல இருந்தது. என்னுடைய தோழர் மிகவும் நல்ல மனநிலையில் இருந்தார். கிரெமோனா வயலின்கள் பற்றியும், ஸ்டிராடிவேரியஸ் வயலினுக்கும் அமாடி வயலினுக்கும் உள்ள வித்தியாசங்கள் பற்றியும் பேசிக்கொண்டே வந்தார். நானோ அமைதியாக இருந்தேன். மந்தமான வானிலையும் நாங்கள் பார்க்கச் சென்று கொண்டிருந்த மோசமான கொலை நிகழ்வும் என்னுடைய மனநிலையை வெகுவாகப் பாதித்திருந்தன.

'கையில் உள்ள வேலையைப் பற்றி நீங்கள் ஒன்றும் யோசிப்ப தாகத் தெரியவில்லையே?' என்றேன் நான், ஹோம்ஸின் இசைச் சொற்பொழிவை மறித்தவாறே.

'தரவுகள் ஏதும் கையில் இல்லை' என்றார் அவர். 'கையில் எந்த ஆதாரங்களும் இல்லாமல் கோட்பாடுகளை உருவாக்குவது ஒருவர் செய்யும் மாபெரும் தவறாகும். இது தீர்ப்பை ஒருபக்கச் சார்புடையதாக மாற்றக்கூடும்.'

'உங்களுக்குத் தேவையான தரவுகள் உடனடியாகக் கிடைக்கப் போகிறது' என்றேன் நான். எனது கையை நீட்டி, 'அதோ பிரிக்ஸ்டன் சாலை. நான் தவறு செய்யவில்லை என்றால், அதோ, அதுதான் அந்த வீடு' என்றேன்.

'ஆம், அதுதான். ஓட்டுனரே, வண்டியை உடனே நிறுத்துங்கள்!' என்றார் ஹோம்ஸ். இன்னமும் நூறு கெஜ தூரம் இருந்தாலும், அவர் அங்கேயே இறங்க வற்புறுத்தினார். மீதமுள்ள தூரத்தை நடந்தே கடந்தோம்.

எண் *3*, லாரிஸ்டன் கார்டன்ஸ் வீடு, கெட்ட சக்தி உடையதாக வும் பயமுறுத்துவதாகவும் காட்சி அளித்தது. அங்கே நான்கு வீடுகள் இருந்தன. அவற்றில் இரண்டில் மக்கள் வசித்தனர். மீதம் இரண்டு காலியாக இருந்தன. காலி வீடுகளில் மூன்று அடுக்குகளில் சோகமான ஜன்னல்கள், வெறுமையாகவும் உயிரிழந்தும் காட்சியளித்தன. ஆங்காங்கே 'வீடு வாடகைக்கு'

என்ற தட்டிகள் மட்டும் தோலின்மீது புண்கள்போலக் காட்சி யளித்துக்கொண்டிருந்தன. ஒவ்வொரு வீட்டையும், சாலை யிலிருந்து ஒரு தோட்டம் பிரித்துக் காட்டியது. அந்தத் தோட்டத் தில் சில வாடிய செடிகள் இருந்தன. வீடுகளை நோக்கி ஒரு சிறு மஞ்சள் பாதை சென்றது. அந்தப் பாதை களிமண்ணும் கற்களும் கலந்து போடப்பட்டிருந்தது. தோட்டத்தைச் சுற்றி மூன்றடி செங்கல் சுவர், அதற்குமேல் மரச் சட்டகம் அடிக்கப்பட்டு இருந்தது. இந்தச் சுவரில் சாய்ந்தவாறு ஒரு காவல்துறை கான்ஸ்டபிள் நின்றுகொண்டிருந்தார். அவரைச் சுற்றி சில சோம்பேறிகள், கழுத்தை நீட்டி, கண்களை விரித்து, உள்ளே நடப்பது என்ன என்பதைத் தெரிந்துகொள்ள ஆவலாக நின்றுகொண்டிருந்தனர்.

அங்கே சென்றதுமே, ஷெர்லாக் ஹோம்ஸ், உடனடியாக வீட்டுக்குள் சென்று மர்மத்தை அறிந்துகொள்ள முற்படுவார் என்று நான் எதிர்பார்த்தேன். ஆனால் அதுபோன்ற எண்ணம் ஏதும் அவரிடம் இல்லை. எந்தவித அவசரமும் இல்லாமல், அவர் நடைபாதையில் அங்கும் இங்கும் சென்றார். வெறுமனே தரையை, வானத்தை, எதிர்ச் சாரி வீடுகளை, வீட்டின் வேலி களைப் பார்த்துக்கொண்டிருந்தார். நடந்திருந்த நிகழ்வுக்குச் சற்றும் பொருத்தமில்லாது அவர் நடந்துகொள்வதுபோல எனக்குத் தோன்றியது. இந்த கவனிப்புகளுக்குப் பிறகு, அவர் மெதுவாகப் பாதையில் நடக்கத் தொடங்கினார். சொல்லப் போனால், தரையைப் பார்த்துக்கொண்டே, பாதையை ஒட்டி யுள்ள புல்லில்தான் அவர் நடந்தார். இரண்டுமுறை நின்றார். ஒருமுறை அவர் முகத்தில் புன்சிரிப்பு தென்படுவதைப் பார்த்தேன். தனக்குள்ளாகத் திருப்தியுடன் ஏதோ சொல்வதையும் கேட்டேன். ஈரக் களிமண் பாதையில் பல காலடித்தடங்கள் இருந்தன. ஆனால் காவல்துறையினர் வருவதும் போவதுமாக இருந்ததால் அந்தத் தடங்களைப் பார்த்து அவர் என்ன தெரிந்துகொள்ளப்போகிறார் என்று எனக்குப் புரியவில்லை. ஆனாலும், அவரது பகுத்துணரும் திறனின் வேகத்தை நேரடியாகப் பார்த்திருந்ததால், என் கண்ணுக்குப் படாத பலவற்றை அவரால் பார்க்கமுடியும் என்பதில் எனக்குச் சந்தேகம் ஏதும் ஏற்படவில்லை.

அந்த வீட்டில் கதவருகில், வெள்ளை முகமும் வைக்கோல் நிறத் தலைமயிரும் கொண்ட, கையில் குறிப்பேடு ஒன்றை

வைத்திருந்த ஓர் உயரமான மனிதர், வேகமாக வந்து எனது கூட்டாளியின் கையைப் பற்றிக் குலுக்கினார். 'நீங்கள் கருணை கூர்ந்து வந்தது மகிழ்ச்சி தருகிறது. நான் அனைத்தையும் அப்படியே விட்டுவைத்திருக்கிறேன்' என்றார்.

'அதைத் தவிர' என்று எனது நண்பர் பாதையைக் காண்பித்தார். 'ஒரு எருமைக் கூட்டம் அந்தப் பக்கம் சென்றிருந்தால் என்ன நடந்திருக்குமோ அதைவிடக் களேபரம் அங்கே நிகழ்ந்துள்ளது. அதை அனுமதிப்பதற்குமுன், நீங்களே சில முடிவுகளுக்கு வந்திருக்கவேண்டுமே, கிரெக்சன்?'

'எனக்கு வீட்டுக்குள் நிறைய வேலை இருந்தது' என்றார் அந்தக் காவலர், தட்டிக்கழிக்கும் வகையில். 'எனது சக அலுவலர் திரு லெஸ்டிரேட் இங்கே இருக்கிறார். அவர் இதனை கவனித்துக் கொள்வார் என்று நான் விட்டுவிட்டேன்.'

ஹோம்ஸ் என்னைப் பார்த்து கேலியாகக் கண்களைச் சிமிட்டினார். 'நீங்களும் லெஸ்டிரேடும் இங்கே இருக்கும்போது மூன்றாவது மனிதனுக்குக் கண்டுபிடிக்க இங்கே என்ன இருக்கப் போகிறது?' என்றார்.

கிரெக்சன் திருப்தியுடன் தனது உள்ளங்கைகளை உரசிக்கொண் டார். 'எங்களால் செய்யக்கூடிய அனைத்தையும் செய்துவிட் டோம். ஆனால் இது மிகவும் விந்தையான வழக்கு. இதுபோன்ற வழக்குகளில் உங்களுக்கு ஆர்வம் உள்ளது என்று எனக்குத் தெரியும்' என்றார்.

'நீங்கள் குதிரை வண்டியில் இங்கே வந்தீர்களா?' என்றார் ஷெர்லாக் ஹோம்ஸ்.

'இல்லை.'

'லெஸ்டிரேட் வந்தாரா?'

'இல்லை.'

'அப்படியானால் வாருங்கள், அறையைப் பார்ப்போம்' என்று சம்பந்தமில்லாமல் சொல்லிக்கொண்டே, கிரெக்சனைப் பின் தொடர்ந்து வீட்டுக்குள் சென்றார் ஹோம்ஸ். கிரெக்சன் ஆச்சரிய மடைந்தார் என்பது அவரது முகத்தோற்றத்திலேயே தெரிந்தது.

மரத்தாலான, தூசி நிறைந்த ஒரு சிறு வழி, சமையல் அறைக்கும் அலுவலக அறைக்கும் இட்டுச் சென்றது. இரண்டு கதவுகள் வலது பக்கமும் இடது பக்கமுமாக இருந்தன. அதில் ஒன்று பல வாரங்களாக மூடிக்கிடந்தது என்று தெளிவாகத் தெரிந்தது. மற்றொன்று சாப்பாட்டு அறைக்குள் திறந்தது. அந்த அறைக்குள் தான் அந்த மர்மச் செயல் நடந்திருந்தது. ஹோம்ஸ் உள்ளே சென்றார். நான் அவரைப் பின்பற்றிச் சென்றேன். சாவு அருகில் இருக்கிறது என்ற எண்ணம் என் மனத்தை அழுத்தியிருந்தது.

அது பெரிய சதுரமான அறை. எந்தப் பொருளுமே இல்லாததால், மேலும் பெரிதாகத் தெரிந்தது. சுவர்களில் அசிங்கமான வண்ணத் தாள் ஒட்டப்பட்டிருந்தது. பல இடங்களில் பூஞ்சை படிந்த திட்டுகள் தென்பட்டன. ஆங்காங்கே தாள் கிழிந்து தொங்கிய படி, அதன் பின் இருந்த மஞ்சள் சுவற்றைக் காட்டிக்கொடுத்தது. கதவுக்கு நேர் எதிராக ஓர் அலங்காரமான கணப்பு இருந்தது. அதற்கு மேலாக போலி வெள்ளைப் பளிங்கால் ஆன அலமாரி இருந்தது. அதன் ஒரு மூலையில் சிவப்பு மெழுகுவர்த்தியின் அடிப்பாகம் இருந்தது. அந்த அறையில் இருந்த ஒற்றை ஜன்னல் கண்ணாடி, மிக அழுக்காக இருந்தது. அதனால் உள்ளே வந்த வெளிச்சம் மங்கிய நிலையில் இருந்ததால் அனைத்துமே சாம்பல் வண்ணத்தில் தென்பட்டன. வீடு எங்கும் படிந்திருந்த தூசி, அதை மேலும் அதிகமாக்கிக் காட்டியது.

இவை அனைத்தையும் நான் பின்னர்தான் கவனித்தேன். ஆனால் முதலில் என்னுடைய கவனம், தரையில் கிடத்தப்பட்டிருந்த அசையாத ஓர் உடல்மீது விழுந்தது. அதன் கண்கள் வெளுத்துப் போன கூரையை வெறித்துப் பார்த்துக்கொண்டிருந்தன. 43 அல்லது 44 வயதான மனிதன். நடுத்தரப் பருமன். அகன்ற தோள்கள். சுருட்டையான, கறுப்பு முடி. சிறிய முள் தாடி. கனமான ஃப்ராக் கோட்டும், வெயிஸ்ட்கோட்டும், வெளிர் நிற டிரவுசரும், நல்ல காலரும் கஃபும் அணிந்திருந்தான். ஒரு நல்ல தொப்பி, தரையில் இருந்தது. அவனது கைவிரல்கள் இறுக மூடியபடி இருந்தன. கைகள் அகன்றவாக்கில் இருந்தன. கால்கள் பின்னிப் பிணைந்திருந்தன. சாகும்போது போராட்டம் கடுமையாக இருந்திருக்கவேண்டும். இறுகிய முகத்தில் பயமும் ஒருவித வெறுப்பும் தெரிந்தது. அதுபோன்ற வெறுப்பைக் கக்கும் தோற்றத்தை நான் எந்த மனிதரிடத்தும் பார்த்ததில்லை. இந்த முகத் தோற்றத்துடன் சேர்ந்து, தாழ்வான நெற்றியும்,

சப்பையான மூக்கும், வெளியே தள்ளிய தாடையும், வலியால் துடித்த தோற்றமும், படுத்திருந்த நிலையும் சேர்ந்து அந்த மனிதன் பார்க்கக் குரங்கு போல் இருந்தான். நான் சாவைப் பல கோணங்களில் பார்த்திருக்கிறேன். ஆனால் புறநகர் லண்டனின் முக்கியமான ஒரு தெருவில் இருக்கும் இந்த இருண்ட, அழுக்கான வீட்டில் பார்த்ததுபோன்ற கோரமான சாவை வேறு எங்குமே பார்த்ததில்லை.

துறுதுறுவென்று இருந்த ஒல்லியான லெஸ்டிரேட், வாசலில் நின்றுகொண்டிருந்தார். எனது தோழரையும் என்னையும் வரவேற்றார்.

'இந்த வழக்கு பெரும் பரபரப்பை ஏற்படுத்தும்' என்றார். 'நான் இதுவரை இதைப்போல ஒரு வழக்கைப் பார்த்ததில்லை. அதுவும் நான் ஒன்றும் அப்படி பயப்படுகிறவனும் அல்லன்.'

'ஒரு துப்பு கூடக் கிடைக்கவில்லையே?' என்றார் கிரெக்சன்.

'சுத்தமாக இல்லை' என்றார் லெஸ்டிரேட்.

ஷெர்லாக் ஹோம்ஸ் உடலை நெருங்கி, முழங்காலிட்டு, குனிந்து அதை ஆழ்ந்து, கவனமாகப் பரிசோதித்தார். உடலில் இருக்கும் வீக்கங்களையும், கீழே சிந்தியிருக்கும் ரத்தத்தையும் பார்த்தபடி, 'உடலில் நிச்சயமாகக் காயங்கள் ஏதும் இல்லையா?' என்று கேட்டார்.

'கட்டாயம் இல்லை' என்று இருவரும் சேர்ந்து சொன்னார்கள்.

'அப்படியென்றால் ரத்தம் வேறோர் ஆளுடையதாக இருக்க வேண்டும். ஒருவேளை கொலை என்று முடிவானால், கொலைகாரனுடையதாக இருக்கலாம். சூழ்நிலையைப் பார்த்தால், 1834-ல், யுட்ரெக்டில் ஃபான் ஜென்சனுடையை கொலையின் போது நடந்ததைப் போல் தோன்றுகிறது. அந்த வழக்கு ஞாபகம் இருக்கிறதா, கிரெக்சன்?'

'இல்லையே.'

'அப்படியென்றால் படியுங்கள். நீங்கள் நிச்சயம் படிக்க வேண்டும். இந்தப் பூமியில் எதுவுமே புதிது கிடையாது. எல்லாமே ஏற்கெனவே செய்யப்பட்டவைதான்.'

இப்படிச் சொல்லிக்கொண்டிருக்கும்போதே, அவரது நளின மான விரல்கள் இங்கும், அங்கும், எங்கும் பரவி, தொட்டு, அழுத்தி, பொத்தானைக் கழற்றி, தோண்டி, துருவிக்கொண் டிருந்தது. கண்களோ, நான் ஏற்கெனவே சொன்னதுபோல, எங்கோ வெறித்துப் பார்ப்பதுபோல இருந்தன. அவரது பரிசோத னைகள் நடந்து முடிந்த வேகத்தைப் பார்த்தால், யாருமே அவர் எவ்வளவு துப்புறவாக அதனைச் செய்திருக்கிறார் என்பதை அறிந்திருக்கமுடியாது. கடைசியாக அவர் இறந்த மனிதனின் உதடுகளை முகர்ந்து பார்த்தார். பின்னர் அவனது தோல் பூட்ஸின் அடிப்பாகத்தைப் பார்த்தார்.

'இவர் நகர்த்தப்படவில்லைதானே?' என்று கேட்டார்.

'எங்களது பரிசோதனைகளுக்குத் தேவையான அளவுக்குமேல் நகர்த்தவில்லை.'

'இவரை, இனி, சவக்கிடங்குக்கு எடுத்துச் செல்லலாம்' என்றார். 'இனிமேல் அறிந்துகொள்ள ஏதும் கிடையாது.'

கிரெக்சன், நான்கு ஆள்களையும் ஒரு ஸ்டெரெச்சரையும் அங்கே வைத்திருந்தார். அவர் அழைத்ததும் அவர்கள் அறைக்குள் நுழைந்து, சவத்தை எடுத்துக்கொண்டு சென்றனர். உடலைத் தூக்கும்போது, ஒரு மோதிரம் கீழே விழுந்து உருண்டு ஓடியது. லெஸ்டிரேட் ஓடிச் சென்று அந்த மோதிரத்தை எடுத்து, குழப்பமான கண்களோடு வெறித்துப் பார்த்தார்.

'இங்கே ஒரு பெண் இருந்திருக்கிறாள்' என்று கத்தினார். 'இது ஒரு பெண்ணின் திருமண மோதிரம்.'

சொல்லும்போதே, அந்த மோதிரத்தைத் தன் உள்ளங்கையில் வைத்துக் காண்பித்தார். நாங்கள் அவரைச் சுற்றி நின்று, அதைப் பார்த்தோம். அந்த மோதிரம் ஒரு பெண்ணின் கைவிரலில் ஒரு காலத்தில் இருந்தது என்பதில் சந்தேகம் ஏதும் இருக்கவில்லை.

'இது வழக்கை மேலும் குழப்புகிறதே' என்றார் கிரெக்சன். ' இந்த வழக்கு ஏற்கெனவே குழப்பமாக இருந்தது என்று கடவுளுக்கே தெரியும்!'

'வழக்கு எளிதாகியுள்ளதாக உங்களால் யோசிக்க முடியவில் லையா?' என்றார் ஹோம்ஸ். 'அதை வெறித்துப் பார்த்து

ஒன்றையும் தெரிந்துகொள்ள முடியாது. அவரது பாக்கெட்டில் என்ன இருந்தது என்று கண்டுபிடித்தீர்கள்?'

'அவை எல்லாமே இங்கு இருக்கின்றன' என்ற கிரெக்சன், மாடியின் கீழ்ப்படிக்கு அருகில் குவித்து வைக்கப்பட்டிருந்த பொருள்களைச் சுட்டிக் காட்டினார். 'ஒரு தங்கக் கைக்கடிகாரம், எண் 97163, லண்டனின் பாராடால் செய்யப்பட்டது. நல்ல கனமான தங்கச் சங்கிலி. தங்க மோதிரம், அதில் மேசன் குறியீடு பொறிக்கப்பட்டுள்ளது. சட்டையில் செருகிக்கொள்ளும் நாயின் தலை வடிவத் தங்கப் பதக்கம், அதன் கண்கள் சிவப்புக் கற்களால் ஆனவை. தோலால் ஆன ரஷ்யாவில் செய்யப்பட்ட அடையாள அட்டைகள் வைக்கும் பை. அதில் ஈனோக் ஜே. டிரெப்பர், கிளீவ்லாந்து என்று அச்சிடப்பட்ட அட்டைகள். அதற்குச் சம்பந்தம் உள்ளதுபோல, கைக்குட்டையில் ஈ.ஜே.டி என்ற எழுத்துகள் உள்ளன. பர்ஸ் இல்லை. ஆனால் உதிரியாக 7 பவுண்டு, 13 ஷில்லிங் பணம் உள்ளது. அருகில், பொக்காச்சி யோவின் 'டெகாமெரான்' என்ற புத்தகம். அதில் ஜோசஃப் ஸ்டாங்கெர்சன் என்பவரது பெயர் உள்பக்கத்தில் எழுதப் பட்டுள்ளது. இரண்டு கடிதங்கள். ஒன்று ஈ.ஜே.டிரெப்பருக்கும் மற்றொன்று ஜோசஃப் ஸ்டாங்கெர்சனுக்கும் வந்தவை.'

'முகவரியில் என்ன உள்ளது?'

'அமெரிக்கன் எக்சேஞ்ச், ஸ்டிராண்ட். வந்து கேட்கும்வரை அங்கேயே வைத்திருக்குமாறு அறிவுரையுடன். இரண்டுமே கியான் ஸ்டீம்ஷிப் கம்பெனியிலிருந்து வந்த கடிதங்கள். அவர் களது படகு லிவர்பூலிலிருந்து கிளம்புவதைத் தெரிவிப்பது. இந்த மனிதர் நியூ யார்க் திரும்பிச் செல்ல முடிவு செய்திருந்தார் என்று தெரிகிறது.'

'இந்த ஸ்டாங்கெர்சன் பற்றி விசாரித்தீர்களா?'

'உடனேயே செய்துவிட்டேன், சார்' என்றார் கிரெக்சன். எல்லா செய்தித்தாள்களுக்கும் விளம்பரம் அனுப்பிவிட்டோம். ஒரு காவலரை அமெரிக்கன் எக்சேஞ்சுக்கு அனுப்பியிருக்கிறேன். அவர் இன்னமும் திரும்பி வரவில்லை.'

'கிளீவ்லாந்துக்குத் தகவல் அனுப்பியுள்ளீர்களா?'

'இன்று காலை தந்தி அனுப்பியிருக்கிறோம்.'

'உங்களது தந்தியில் என்ன கேட்டிருந்தீர்கள்?'

'இங்கே என்ன நடந்தது என்று விவரித்துவிட்டு, அவர்களிடமிருந்து என்ன தகவல் வந்தாலும் அது எங்களுக்கு உதவும் என்று சொல்லியிருக்கிறோம்.'

'உங்களுக்கு மிக முக்கியமாகத் தோன்றும் எதைப்பற்றியாவது குறிப்பாகத் தகவல் வேண்டும் என்று கேட்டீர்களா?'

'ஸ்டாங்கெர்சன் பற்றித் தகவல் கேட்டிருக்கிறேன்.'

'வேறு ஒன்றும் இல்லையா? இந்த முழு வழக்குமே ஏதாவது ஒரு புள்ளியில் தொங்குவது போலத் தோன்றவில்லையா? நீங்கள் மீண்டும் தந்தி அனுப்ப வாய்ப்பு இருக்கிறதா?'

'நான் சொல்லவேண்டியது அனைத்தையும் சொல்லிவிட்டேன்' என்றார் கிரெக்சன், சற்றே கோபம் அடைந்தவராக.

ஷெர்லாக் ஹோம்ஸ் தனக்குள்ளாகச் சிரித்துக்கொண்டே, ஏதோ சொல்லவந்தார். நாங்கள் பேசிக்கொண்டிருக்கும்போது முன்னறையில் இருந்த லெஸ்டிரேட், கைகளை உரசிக்கொண்டே, முழுவதும் திருப்தியடைந்த நிலையில் பெருமையாகப் பார்த்தவாறே எங்களை நோக்கி வந்தார்.

'மிஸ்டர் கிரெக்சன், நான் இப்போதுதான் மிக முக்கியமான ஒரு விஷயத்தைக் கண்டுபிடித்துள்ளேன். நான் மட்டும் சுவர்களைக் கவனமாகப் பார்க்கவில்லை என்றால், இந்த மிக முக்கியமான துப்பை யாருமே கவனிக்காமல் விட்டிருப்பார்கள்' என்றார்.

தனது சக அலுவலருக்கு மேலாகத் தான் ஒரு விஷயத்தைக் கண்டுபிடித்துவிட்ட சந்தோஷத்தில் பேசும்போது அவரது கண்கள் மின்னின.

'இங்கே வாருங்கள்' என்று சொல்லிக்கொண்டே, சவம் இருந்த அறைக்குள் சென்றார். சவத்தை எடுத்ததால் அந்த அறை சற்றே தெளிவாகத் தெரிந்தது. 'இப்போது, இங்கே பாருங்கள்.'

அவர் ஒரு தீக்குச்சியை எடுத்துப் பற்றவைத்து, சுவரை நோக்கிக் காட்டினார்.

'அங்கே பாருங்கள்' என்றார் வெற்றிக் களிப்பில்.

சுவரில் ஒட்டப்பட்டிருந்த வண்ணத்தாள் கிழிந்திருந்தது என்று நான் குறிப்பிட்டிருந்தேன் அல்லவா? அறையில் ஒரு மூலையில் பெரிய அளவுக்குக் காகிதம் கிழிந்து, மஞ்சள் சதுரத்தில் காரை பூசப்பட்டது தெரிந்தது. அந்த வெற்றிடத்தில் ரத்தச் சிகப்பால் ஒரு வார்த்தை கிறுக்கப்பட்டிருந்தது-- RACHE.

தொலைக்காட்சியில் நிகழ்ச்சியை வழங்குபவர்போலத் தன்னை நினைத்துக்கொண்டு, 'என்ன நினைக்கிறீர்கள்?' என்று லெஸ்டிரேட் கேட்டார். 'அந்த மூலை மிகவும் இருட்டாக இருந்ததால் யாரும் அதைக் கவனிக்கவில்லை. கொலைகாரன், தன்னுடைய ரத்தத்தால் இதை எழுதியிருக்கவேண்டும். சுவரில் ரத்தம் ஈஷியிருப்பதைப் பாருங்கள். இது தற்கொலை இல்லை என்று இப்போது உறுதியாகச் சொல்லமுடியும். ஏன் அந்த மூலை தேர்ந்தெடுக்கப்பட்டது? நான் சொல்கிறேன். அதோ, அங்கே கணப்புமீது மெழுகுவர்த்தி வைக்கும் இடம் தெரிகிறது பாருங்கள். அந்த நேரத்தில் மெழுகுவர்த்தி எரிந்துகொண்டு இருந்தது. அப்போது, இந்த மூலைதான் அறையிலேயே வெளிச்சம் அதிகமான இடமாக இருந்திருக்கும். இப்போதிருப்பதைப் போல இருட்டாக இருந்திருக்காது.'

'சரி. இப்போது நீங்கள் இதைக் கண்டுபிடித்ததால் என்ன பலன்?' என்றார் கிரெக்சன், சற்றே கேலியான குரலில்.

'என்ன பலனா? இதை எழுதியவர், RACHEL என்ற பெண்ணின் பெயரை அங்கே எழுத முற்பட்டுள்ளார். ஆனால், அதை எழுதி முடிப்பதற்குமுன், அவரை யாரோ தடுத்துவிட்டனர். என் சொல்லைக் கேளுங்கள். இந்த வழக்கு முடிவதற்குள், ராஷேல் என்ற பெண் இதனுடன் சம்பந்தப்பட்டவளாக இருப்பாள். சிரிக்காதீர்கள் ஷெர்லாக் ஹோம்ஸ்! நீங்கள் சாமர்த்தியமான வராகவும் புத்திசாலியாகவும் இருக்கலாம். ஆனால் எல்லாம் முடிந்தபின் பார்த்தால், என்னைப்போன்ற அனுபவசாலிதான் சிறந்தவன் என்று உணர்வீர்கள்!'

'தயவுசெய்து மன்னியுங்கள்' என்றார் எனது தோழர். அவர் குபீரென்று சிரித்து, அந்தத் துப்பறிவாளரின் கோபத்தை கிளறி விட்டுவிட்டார். 'எங்கள் அனைவரிலும் நீங்கள்தான் இதை முதலில் கண்டுபிடித்தீர்கள். நீங்கள் சொன்னதுபோலவே, நேற்று இரவு நடந்த மர்மத்தில் பங்குகொண்ட இரண்டாவது ஆசாமியால்தான் இது எழுதப்பட்டிருக்கவேண்டும். இந்த

அறையை முழுவதுமாகச் சோதனை செய்ய எனக்கு நேரம் கிடைக்கவில்லை. இப்போது உங்களது அனுமதியுடன் அதனைச் செய்கிறேன்.'

இப்படிச் சொல்லிக்கொண்டே, அவர் தன்னுடைய அளவெடுக்கும் நாடாவையும் பூதக் கண்ணாடியையும் பாக்கெட்டிலிருந்து வெளியே எடுத்தார். சத்தமே போடாமல், அறையைச் சுற்றி வந்தார். ஆங்காங்கே நின்றார். அவ்வப்போது முட்டியிட்டார். ஒருமுறை தரையில் முகம் கீழே படுமாறு படுத்துக்கொண்டார். தன் வேலையில் அவ்வளவு தீவிரமாக இருந்தவர், நாங்கள் எல்லாம் அந்த அறையில் இருப்பதை முற்றிலுமாக மறந்து போனார். தனக்குத்தானே பேசிக்கொண்டார். அவ்வப்போது ஆச்சரியம், முனகல், விசில் சத்தம், உற்சாகமும் நம்பிக்கையும் தரும் சத்தங்கள் ஆகியவற்றை எழுப்பிக்கொண்டார். அவரைப் பார்க்கும்போது, வேட்டைக்குச் செல்லப் பழக்கப்பட்ட நாய்கள் ஒரு வாசனையை நுகர்ந்தபடி முன்னும் பின்னும் போவதும் வருவதும், ஆர்வத்தில் முனகுவதும், விட்ட வாசனையை மீண்டும் பிடிப்பதுமாக இருப்பதுபோலத் தோன்றியது. இப்படி 20 நிமிடங்களுக்கு அவரது ஆராய்ச்சிகள் தொடர்ந்தன. என் கண்ணுக்குப் புலப்படாத பல குறிகளுக்கு இடையேயான தூரங்களை அவர் மிகக் கவனமாக அளந்தார். அதேபோல சுவரிலும் பல தூரங்களை அளந்து குறித்துக்கொண்டார். ஓரிடத்தில் தரையில் கிடந்த சாம்பல் போன்ற வஸ்துவை கவனமாகச் சேகரித்து, ஒரு தாளில் மடித்து வைத்துக்கொண்டார். கடைசியாக, பூதக் கண்ணாடியால் சுவரில் எழுதியிருந்ததை, ஒவ்வோர் எழுத்தாக, மிகக் கவனமாகப் படித்தார். முடித்ததும், திருப்தியுடன், நாடாவையும் கண்ணாடியையும் தனது பாக்கெட்டுக்குள் வைத்துக்கொண்டார்.

'மேதைமை என்றால், முடிவே இல்லாமல் கஷ்டப்பட்டு உழைப்பது என்கிறார்கள்' என்றார் சிரித்துக்கொண்டே. 'இது மிக மோசமான விளக்கம். ஆனால் துப்பறியும் வேலைக்குச் சரியாகப் பொருந்தும்.'

கிரெக்சனும் லெஸ்டிரேடும், இவை அனைத்தையும் வியப்புடனும், கொஞ்சம் வெறுப்புடனும் பார்த்துக்கொண்டிருந்தனர். ஷெர்லாக் ஹோம்ஸின் மிகச் சிறிய செயலும்கூட, ஏதோ ஒரு குறிப்பிட்ட, தீர்க்கமான முடிவை நோக்கியே செய்யப்படுகிறது

என்பதை அவர்களால் புரிந்துகொள்ளமுடியவில்லை. எனக்கே அது இப்போதுதான் புரிய ஆரம்பித்திருந்தது.

'என்ன நினைக்கிறீர்கள்' என்று அவர்கள் இருவரும் கேட்டனர்.

'நான் உங்களுக்கு உதவுவதாக நினைத்தால், அது உங்கள் இருவருக்கும் கிடைக்கவேண்டிய அங்கீகாரத்தைத் தட்டிப் பறிப்பதற்கு ஒப்பாகும்' என்றார் என் தோழர். 'நீங்கள் இருவரும் மிக நன்றாகவே செய்கிறீர்கள். நான் அதில் தலையிடுவது சரியல்ல.' அவரது வார்த்தைகளில் கிண்டல் தொனித்தது. 'உங்களது விசாரணைகள் எப்படிப் போகின்றன என்று எனக்குத் தெரிவித்தால், என்னால் முடிந்த உதவியை நான் உங்களுக்கு அளிக்கத் தயாராக உள்ளேன். இடையில், இந்த உடலை முதலில் பார்த்த கான்ஸ்டபிளிடம் பேச நான் விரும்புகிறேன். அவரது பெயரையும் முகவரியையும் தரமுடியுமா?' என்றார்.

லெஸ்டிரேட் தனது குறிப்பேட்டைப் பார்த்தார். 'ஜான் ரான்ஸ். அவர் இப்போது பணியில் இருக்கமாட்டார். அவரை 46, ஆட்லீ கோர்ட், கென்னிங்டன் பார்க் கேட் என்ற முகவரியில் பிடிக்கலாம்.'

ஹோம்ஸ் முகவரியைக் குறித்துக்கொண்டார்.

'வாருங்கள் டாக்டர். நாம் போய் அவரைப் பார்ப்போம்' என்றார். பின்னர், அந்தத் துப்பறிபவர்களை நோக்கி, 'இந்த வழக்கு தொடர்பாக உங்களுக்கு ஒன்றைச் சொல்கிறேன். ஒரு கொலை நடந்துள்ளது. கொலை செய்தது ஓர் ஆண். ஆறடிக்கு மேலானவன். நடு வயது. அவனது உயரத்துடன் ஒப்பிட்டால், சற்றே சிறிய கால்கள். முரடான, சதுர முகப்பு கொண்ட பூட்ஸ் அணிந்திருந்தான். டிரிச்னோபோலி சுருட்டு பிடிப்பவன். தனது இரையுடன் நான்கு சக்கர வண்டியில் இங்கே வந்தான். அந்த வண்டியை இழுத்துவந்த குதிரைக்கு மூன்று கால்களில் பழைய லாடமும் வலது முன்காலில் புதிய லாடமும் இருந்தன. அவனுக்குச் சிவந்த முகம். வலது கை நகங்கள் நீண்டவை. இவை ஒரு சில துப்புகளே. ஆனால் இவை உங்களுக்கு உதவக் கூடும்.'

லெஸ்டிரேடும் கிரெக்சனும் ஒருவரை ஒருவர் பார்த்துக் கொண்டு, நம்பவே முடியாமல் சிரித்தனர்.

'இந்த மனிதன் கொல்லப்பட்டான் என்றால் எப்படி?' என்றார் லெஸ்டிரேட்.

'விஷம்' என்று சுருக்கமாகச் சொன்ன ஷெர்லாக் ஹோம்ஸ், கிளம்பினார். 'ஓ, மற்றொரு விஷயம் லெஸ்டிரேட்' என்றார் கதவை நெருங்கியதும், திரும்பியபடி. 'Rache என்றால் ஜெர்மன் மொழியில் பழிவாங்குதல் என்று பொருள். எனவே ராஷேல் என்ற பெண்ணைத் தேடி அலைந்து உங்கள் நேரத்தை வீணாக்காதீர்கள்.'

இப்படிச் சொல்லிவிட்டு, இரண்டு போட்டியாளர்களும் திறந்த வாய் மூடாமல் இருக்க, அவர் வெளியேறினார்.

4 ஜான் ரான்ஸ் என்ன சொன்னார்?

எண் 3, லாரிஸ்டன் தோட்டத்தை விட்டு நாங்கள் வெளியேறிய போது மணி 1.00 ஆகியிருந்தது. ஷெர்லாக் ஹோம்ஸ் பக்கத்தில் உள்ள தந்தி அலுவலகத்துக்கு என்னை அழைத்துச் சென்று, அங்கு மிக நீண்ட தந்தி ஒன்றை அனுப்பினார். பிறகு ஒரு வண்டியை அழைத்து, லெஸ்டிரேட் கொடுத்த முகவரிக்குச் செல்லுமாறு ஓட்டுனரிடம் சொன்னார்.

'நேரடி சாட்சியம்போல எதுவுமே கிடையாது' என்றார் அவர். 'சொல்லப்போனால், இந்த வழக்கைப் பொருத்தமட்டில் நான் என் முடிவை ஏற்கெனவே எடுத்துவிட்டேன். இருந்தாலும் தெரிந்துகொள்ளவேண்டிய அனைத்தையும் தெரிந்துகொள்வது நல்லதே.'

'நீங்கள் என்னை ஆச்சரியப்படுத்துகிறீர்கள், ஹோம்ஸ்' என்றேன் நான். 'எல்லாவற்றையும் அறிந்துகொண்ட தொனியில் நீங்கள் கூறிய தகவல்கள் முழு உண்மையென்று கருதுகிறீர்களா?'

'அவற்றில் தவறுகள் இருக்க வாய்ப்பே இல்லை' என்றார் அவர். 'நான் அங்கு வந்தவுடனே கவனித்த முதல் விஷயம், தெருவோரத்தில் ஒரு குதிரை வண்டி இரண்டு தடங்களைப் பதித்திருந்ததைத்தான். நேற்று இரவுவரையில் கடந்த ஒரு வாரமாக மழை ஏதும் இல்லை. எனவே அந்த ஆழமான தடங்கள்

நேற்று இரவுதான் உருவாகியிருக்கவேண்டும். குதிரையின் குளம்புகளும் பதிந்திருந்தன. அவற்றுள் ஒரு குளம்புத்தடம் மற்ற மூன்றையும்விட ஆழமாகப் பதிந்திருந்தது. எனவே அந்தக் காலில் உள்ள லாடம் மற்ற மூன்றையும்விடப் புதிதானது. மழை ஆரம்பித்தபிறகுதான் வண்டி அங்கே வந்துள்ளது. அதற்குமுன் எந்த வண்டியும் அங்கே வரவில்லை என்று கிரெக்சன் சொன்னார். அப்படியென்றால் வண்டி இரவில்தான் வந்திருக்க வேண்டும். அப்படியென்றால் அதில்தான் அந்த இருவரும், அந்த வீட்டுக்கு வந்திருக்கவேண்டும்.'

'இது எளிமையாகத்தான் தோன்றுகிறது' என்றேன் நான். 'ஆனால், அந்த இன்னொருவனின் உயரம் பற்றி எப்படி...?'

'ஒருவரது காலடி இடைவெளியைக் கொண்டு, பத்துக்கு ஒன்பது பேரின் உயரத்தைக் கணித்துவிடலாம். மிக எளிமையான கணக்குதான்; ஆனால் அதை விளக்கிச் சொல்லி உங்களுக்கு அலுப்பூட்டப்போவதில்லை. வெளியே களிமண்ணிலும் உள்ளே புழுதியிலும் அந்த மனிதனின் காலடி இடைவெளியைப் பார்த்தேன். அதைக்கொண்டு எனது கணக்கைப் போட்டேன். ஒரு மனிதன் சுவரில் எழுதும்போது, தனது கண் இருக்கும் உயரத்தில்தான் எழுத முற்படுவான். அந்தச் சுவரில் எழுதி யிருந்தது, தரையிலிருந்து சுமார் ஆறடி உயரத்தில் இருந்தது. இதெல்லாம் சிறுபிள்ளை விளையாட்டு போல.'

'அவனது வயது?' என்றேன் நான்.

'நான்கரை அடி நீளத்தை அதிகம் பிரயாசைப்படாமல் ஒருவன் தாண்டுகிறான் என்றால் அவன் அதிகம் வயதானவனாக இருக்க முடியாது. தோட்டத்தில் மழை பெய்து உருவான குட்டை அந்த அகலத்துக்கு இருந்தது. லெதர் பூட்ஸ் அணிந்தவன் அந்தக் குட்டையைச் சுற்றி நடந்து சென்றுள்ளான். ஆனால் சதுர முகப்புக் காலணி அணிந்தவன் தாண்டிக் குதித்துள்ளான். இதில் மர்மம் ஏதும் இல்லை. நான் எழுதிய கட்டுரையில் சொல்லி யிருந்தபடி, கண்ணால் காண்பதையும் அதிலிருந்து பகுப்பாய் வதையும் நிஜ வாழ்க்கையில் பயன்படுத்தினேன். வேறெதாவது விஷயம் உங்களுக்குக் குழப்பம் தருகிறதா?

'அந்த நகமும் டிரிச்னோபோலியும்' என்றேன் நான்.

'சுவரில் அந்த மனிதனின் ஆள்காட்டி விரல் ரத்தத்தில் தோய்த்து எழுதப்பட்டிருந்தது. பூதக்கண்ணாடியை வைத்து நான்

பார்த்தபோது சுவரில் காரை சுரண்டப்பட்டிருந்தது. அந்த மனிதனது நகம் சரியாக வெட்டப்படாமல் இருந்தால்தான் இது சாத்தியம். தரையில் கிடந்த சாம்பலை நான் சேகரித்தேன். அது கறுப்பாகவும் செதில் செதிலாகவும் இருந்தது. டிரிச்னோபோலி சுருட்டுதான் அப்படியான சாம்பலைத் தரும். பல்வேறு சுருட்டு களின் சாம்பலை நான் ஆராய்ச்சி செய்துள்ளேன். அதைப்பற்றி ஒரு சிறு புத்தகத்தையே நான் எழுதியுள்ளேன். சாம்பலைப் பார்த்த மாத்திரத்திலேயே அது எந்த சுருட்டு அல்லது புகையிலை என்பதை என்னால் தெளிவாகச் சொல்லமுடியும் என்பதை நான் பெருமையுடனேயே சொல்லிக்கொள்கிறேன். இதுபோன்ற சிறு சிறு தகவல்களில்தான் ஒரு தேர்ந்த துப்பறிவாளன், கிரெக்சன், லெஸ்டிரேட் போன்றவர்களிடமிருந்து தனித்து நிற்கிறான்.'

'அந்தச் சிவந்த முகம்?' என்றேன் நான்.

'ஆ, அது நான் தைரியமாக இட்டுக்கட்டியது. நான் சொன்னது சரிதான் என்பதில் எனக்குச் சந்தேகமில்லை. ஆனால், இப்போதைக்கு அது ஏன் என்று நீங்கள் என்னிடம் கேட்கக் கூடாது!'

நான் என் முகத்தைத் துடைத்துக்கொண்டேன். 'என் தலை சுற்றுகிறது' என்றேன் அவரிடம். 'இதை மேலும் மேலும் யோசித்தால் மேலும் மர்மம் அதிகரிக்கிறது. எப்படி இரண்டு பேர் - அது இரண்டு பேர்தானா என்பது வேறு விஷயம் - அந்தக் காலியான வீட்டுக்குள் நுழைந்தனர்? அவர்களை ஓட்டிக் கொண்டு வந்த வண்டிக்காரன் என்ன ஆனான்? எப்படி ஒரு மனிதன் மற்றொருவனை விஷத்தை அருந்த வற்புறுத்தினான்? ரத்தம் எங்கிருந்து வந்தது? கொலைகாரன் கொலை செய்ய என்ன காரணம்? அங்கே எதுவும் திருட்டுப் போனதுபோலத் தெரிய வில்லை. ஒரு பெண்ணின் மோதிரம் அங்கே எப்படி வந்தது? எல்லாவற்றுக்கும் மேலாக இரண்டாவது மனிதன் ஏன் ஜெர்மன் மொழியில் RACHE என்று எழுதிவிட்டுப் போனான்? இவற்றை யெல்லாம் ஒன்றாகச் சேர்த்துப் புரிந்துகொள்ள என்னால் முடிய வில்லை.'

என்னுடைய தோழர் கனிவாகச் சிரித்தார்.

'அனைத்துச் சிக்கல்களையும் நீங்கள் அழகாகவும் சுருக்கமாகவும் விளக்கிவிட்டீர்கள் என்றார். 'பல விஷயங்கள் புரியாமல்தான் உள்ளன. ஆனால் அடிப்படை விஷயங்களைப் பற்றி நான் ஒரு

முடிவுக்கு வந்துவிட்டேன். லெஸ்டிரேட் கண்டுபிடித்தது, வேண்டுமென்றே சோஷியலிசம், மர்மக் குழுக்கள் என்று வழக்கைத் திசை திருப்புவதற்காகச் செய்யப்பட்டது. அதை எழுதியவன் ஒரு ஜெர்மானியன் கிடையாது. A என்ற எழுத்து ஜெர்மன் போல எழுதப்பட்டுள்ளது. ஆனால் உண்மையான ஜெர்மானியன் லத்தீன் எழுத்துகளைப் போலத்தான் எழுதுவான். எனவே வேண்டுமென்றே ஜெர்மானியன் ஒருவன் எழுதுவது போல இருக்கவேண்டும் என்று முயற்சி செய்து, ஆனால் அதிகம் உணர்ச்சிவசப்பட்டு தவறாக எழுதப்பட்டிருக்கிறது. வழக்கு விசாரணையைத் தவறான திசைக்குக் கொண்டுசெல்லச் செய்யப் பட்ட முயற்சி. அதற்குமேல் உங்களிடம் இப்போது எதையும் சொல்லப்போவதில்லை டாக்டர். ஒரு மந்திரவாதி தனது வித்தைகள் அனைத்தையும் விளக்குவதில்லை. நான் எப்படி வேலை செய்கிறேன் என்று அனைத்தையும் உங்களிடம் சொல்லிவிட்டால் நான் ஒரு சாதாரண மனிதன்தான் என்று நீங்கள் நினைத்துவிடக்கூடும்.'

'சே, நான் ஒருபோதும் அப்படி நினைக்கமாட்டேன்' என்றேன் நான். 'நீங்கள் துப்பறிதலை இந்த உலகில் ஒரு துல்லியமான அறிவியலின் அளவுக்குக் கொண்டுவந்திருக்கிறீர்கள்.'

என் தோழர் நான் ஆத்மார்த்தமாக இப்படிச் சொன்னதைக் கேட்டு சந்தோஷத்தால் முகம் சிவந்தார். எப்படி ஒரு பெண் தன் அழகைப் பிறர் புகழ்ந்தால் மகிழ்வாளோ அந்த அளவுக்கு என் தோழரும் புகழ்ச்சிக்கு மயங்குபவர் என்பதை நான் ஏற்கெனவே கவனித்திருந்தேன்.

'இன்னொன்றையும் உங்களுக்குச் சொல்கிறேன்' என்றார் அவர். 'லெதர் பூட்ஸ்காரனும் சதுர முனை பூட்ஸ்காரனும் ஒரே வண்டியில்தான் வந்தனர். இருவரும் நட்புடன் ஒருவர் கையை ஒருவர் பிடித்தபடி பாதையில் நடந்தனர் என்றுதான் நினைக் கிறேன். அறைக்குள் நுழைந்தவுடன் லெதர் பூட்ஸ்காரன் நின்றபடி இருக்க, சதுரமுனை பூட்ஸ்காரன் அங்கும் இங்கும் அலைந்தபடி நடந்திருக்கிறான். புழுதியில் பதிந்துள்ள காலடித் தடத்தைக் கொண்டு நான் இவற்றைப் புரிந்துகொண்டேன். சதுர முனை நடக்க நடக்க மிகவும் உணர்ச்சிவசப்பட்ட நிலையை அடைந்திருக்கிறான். அவனது காலடி இடைவெளி அதிகமாகிக் கொண்டே வந்ததில் இருந்து இதனை நான் கணிக்கிறேன். நடக்கும்போது பேசியபடியே அவன் கொஞ்சம் கொஞ்சமாக

தனது கோபத்தை அதிகரித்துக்கொண்டே வந்துள்ளான். பிறகு அந்தத் துயரச் சம்பவம் நடந்துள்ளது. இதுவரை எனக்குத் தெரிந்த அனைத்தையும் சொல்லிவிட்டேன். மீதியெல்லாம் யூகங்களே. ஆனால் மேற்கொண்டு தொடரத் தேவையான அளவுக்கு நம்மிடம் அடிப்படைத் தகவல்கள் உள்ளன. இந்த வேலையை வேகமாக முடிக்கவேண்டும். ஏனெனில், இன்று மதியம் நார்மன் நெருடா இசைக் கச்சேரிக்கு நான் செல்ல வேண்டும்.'

நாங்கள் இப்படிப் பேசிக்கொண்டிருக்கும்போது எங்களது வண்டி நெருக்கமான தெருக்களையும் மோசமான சந்துகளையும் தாண்டி சிறிது சிறிதாக முன்னேறிச் சென்றது. உள்ளதிலேயே படுமோசமான ஒரு சந்தில் வண்டி சட்டென நின்றது. ஓட்டுனர், 'அதுதான் ஆட்லீ கோர்ட்' என்று வெளிறிய செங்கல் கட்டடங்கள் உள்ள ஒரு மிகக் குறுகலான சந்தைக் காட்டினார். 'நீங்கள் திரும்பி வரும்வரை நான் இங்கே காத்திருப்பேன்' என்றார்.

ஆட்லீ கோர்ட் அழகான வசிப்பிடம் கிடையாது. அந்தக் குறுகலான சந்து எங்களை, பல வண்ணக் கொடிகள் கட்டப் பட்டிருந்த, மோசமான வீடுகள் இருந்த ஒரு சதுரப் பகுதிக்குக் கொண்டுசென்றது. அழுக்கான சிறுவர்கள், உலர்த்தப்பட்ட வெளிறிப்போயிருந்த துணிகள் ஆகியவற்றுக்கிடையே நடந்து 46-ம் எண்ணுள்ள வீட்டை அடைந்தோம். வாசலில் பித்தளை யில் ரான்ஸ் என்ற பெயர் எழுதி அலங்கரிக்கப்பட்டிருந்தது. கான்ஸ்டபிள் தூங்கிக்கொண்டிருக்கிறார் என்பதால் முன்னறை ஒன்றில் அவர் வரும்வரை நாங்கள் உட்கார வைக்கப்பட்டோம்.

சிறிது நேரத்தில், தூக்கம் கலைந்ததால் கோபத்துடன் அவர் வந்தார். 'என்னுடைய அறிக்கையை எழுதி அலுவலகத்தில் கொடுத்துவிட்டேனே' என்றார்.

ஹோம்ஸ் ஓர் அரை சவரன் தங்கக் காசை பாக்கெட்டில் இருந்து எடுத்து அதனுடன் விளையாட ஆரம்பித்தார். 'உங்களுடைய வாயிலிருந்தே அனைத்தையும் கேட்கலாம் என்று நினைத்தோம்' என்றார்.

'ஓ, உங்களுக்காக சந்தோஷமாக அனைத்தையும் சொல்லத் தயாராக இருக்கிறேன்' என்றார் கான்ஸ்டபிள் அந்தத் தங்கக் காசின்மீது கண் வைத்தவாறே.

| 61 |

'உங்கள் வார்த்தைகளில், நடந்ததை நடந்தபடிச் சொல்லுங்கள்.'

ரான்ஸ் சோஃபாவில் உட்கார்ந்தார். எதையும் மறந்துவிடாமல் இருக்க, தனது இமைகளை நெருக்கி யோசித்தவாறு பேசத் தொடங்கினார்.

'நான் ஆரம்பத்திலிருந்து சொல்கிறேன். என் நேரம் இரவு பத்திலிருந்து காலை ஆறு வரை. பதினொரு மணிக்கு வைட் ஹார்ட்டில் ஒரு சண்டை. அதைத் தவிர ரோந்தில் எந்தப் பிரச்னையும் இல்லை. ஒரு மணிக்கு மழை பெய்ய ஆரம்பித்தது. அப்படியே நடந்துவரும் வழியில், ஹாலந்த் குரோவ் ரோந்தில் இருந்த ஹாரி மர்ச்சரைச் சந்தித்தேன். இருவரும் ஹென்றியெட்டா தெரு முனையில் நின்று பேசிக்கொண்டிருந்தோம். சுமார் இரண்டு மணி இருக்கும். பிரிக்ஸ்டன் தெருவில் எல்லாம் ஒழுங்காக இருக்கிறதா என்று பார்க்க நினைத்தேன். தெருவில் ஒருவர்கூடத் தென்படவில்லை. ஓரிரு வண்டிகள் மட்டும் சென்றன. ஒரு கிளாஸ் ஜின் அடித்தால் எவ்வளவு நன்றாக இருக்கும் என்று யோசித்தவாறு நடந்தேன். திடீரென ஒரு வீட்டின் ஜன்னலில் விளக்கு வெளிச்சம் கண்ணில் பட்டது. லாரிஸ்டன் தோட்டத்தில் அந்த இரு வீடுகளிலும் ஒருவரும் வசிப்பதில்லை என்று எனக்குத் தெரியும். அந்த வீடுகளின் சொந்தக்காரர் சாக்கடையைச் சுத்தம் செய்யவில்லை. அதற்கு முன் அங்கே வசித்த ஒருவர் டைஃபாய்டால் செத்துவிட்டார். எனவே ஜன்னல் வழியாக விளக்கு வெளிச்சம் கண்ணில் பட்டது என்னை அதிர்ச்சியில் ஆழ்த்தியது. அங்கே ஏதோ தப்பாக நடக் கிறது என்று சந்தேகப்பட்டேன். நான் கதவருகே சென்றதும்...'

'நீங்கள் நின்றுவிட்டு, மீண்டும் தோட்டக் கதவு வரை திரும்பிச் சென்றீர்கள்' என்றார் என் தோழர். 'ஏன் அப்படிச் செய்தீர்கள்?'

ரான்ஸ் திடுக்கிட்டுப்போய் ஷெர்லாக் ஹோம்ஸை அதிர்ச்சி யுடன் பார்த்தார்.

'அய்யோ, அது உண்மைதான்' என்றார். 'ஆனால் அது எப்படி உங்களுக்குத் தெரிந்தது? நான் கதவருகே சென்றதும் அங்கே தனிமையும் அமைதியுமாக இருந்ததால், என் கூட ஒருவர் இருந்தால் நன்றாக இருக்கும் என்று எனக்குத் தோன்றியது. உயிருடன் இருப்பவர்களைக் கண்டால் எனக்கு பயம் ஒன்றும் இல்லை. ஆனால் அந்த டைஃபாய்டில் இறந்த ஆசாமியின்

பேய், தன்னைக் கொன்ற சாக்கடையைப் பார்வையிடுகிறதோ என்று தோன்றியது. அது எனக்கு திகிலை வரவழைத்தது. அதனால் கதவருகே வந்து மர்ச்சரின் லாந்தர் விளக்கு கண்ணில் படுகிறதா என்று பார்த்தேன். ஆனால் அவரோ அல்லது வேறு யாருமோ அங்கே இல்லை.'

'தெருவில் ஒருவருமே இல்லையா?'

'ஒரு உயிரும் இல்லை. ஒரு நாய் கூட இல்லை. பிறகு நான் சுதாரித்துக்கொண்டு திரும்பிப் போனேன். கதவைத் தள்ளினேன். உள்ளே அமைதியாக இருந்தது. விளக்கு எரிந்துகொண்டிருந்த அறைக்குப் போனேன். அங்கே ஒரு சிகப்பு மெழுகுவர்த்தி எரிந்துகொண்டிருந்தது. அதன் விளக்கில் நான்...'

'நீங்கள் பார்த்த அனைத்தும் எனக்குத் தெரியும். நீங்கள் அந்த அறையை சுற்றிச் சுற்றி வந்தீர்கள். உடலருகில் குனிந்து பார்த்தீர்கள். பிறகு அங்கிருந்து சமையல் அறையை நோக்கிச் சென்றீர்கள். பிறகு...'

ஜான் ரான்ஸ் பயந்த முகத்துடனும் கண்களில் சந்தேகத்துடனும், தடாலென எழுந்து நின்றார். 'எங்கே ஒளிந்திருந்து அனைத்தை யும் பார்த்தீர்கள்?' என்று கத்தினார். 'உங்களுக்குத் தெரிந்திருக்க வேண்டியதைவிட அதிகமாகத் தெரிந்திருக்கிறது.'

ஹோம்ஸ் சிரித்துக்கொண்டே தனது அடையாள அட்டையை கான்ஸ்டபிளிடம் கொடுத்தார். 'என்னை கொலைக்காகக் கைது செய்யவேண்டாம்' என்றார். 'நான் வேட்டை நாயில் ஒருவன். ஓநாய்க்கூட்டத்தவன் அல்லன். கிரெக்சனும் லெஸ்டிரேடும் இதற்கு அத்தாட்சி. மேலே சொல்லுங்கள், அதன்பின் என்ன செய்தீர்கள்?'

ரான்ஸ் மீண்டும் உட்கார்ந்துகொண்டார். ஆனால் அவர் முகத்தி லிருந்த குழப்பம் மாறவில்லை. 'நான் மீண்டும் வாசலுக்குச் சென்று விசிலை ஊதினேன். அதனால் மர்ச்சரும் மேலும் இருவரும் அங்கே வந்தனர்.'

'அப்போது தெரு காலியாக இருந்ததா?'

'கிட்டத்தட்ட. அதாவது உபயோகமான யாரும் தெருவில் இல்லை.'

'அப்படியென்றால்?'

கான்ஸ்டபிளின் முகம் புன்னகையால் விரிந்தது. 'நான் என் வாழ்க்கையில் எத்தனையோ குடிகாரர்களைப் பார்த்திருக்கிறேன்' என்றார். 'ஆனால், அன்று நான் பார்த்தவனைப் போல யாரையும் பார்த்ததில்லை. நான் கதவருகே வந்தபோது அவன் வேலியில் சாய்ந்திருந்தான். அடித்தொண்டையில் இருந்து ஏதோ ஒரு பாட்டைப் பாடியபடி இருந்தான். அவனால் நிற்கக் கூட முடியவில்லை. அவன் எப்படியும் எனக்கு உதவியிருந்திருக்க முடியாது.'

'அவன் எப்படிப்பட்ட மனிதன்?' என்று கேட்டார் ஷெர்லாக் ஹோம்ஸ்.

ஜான் ரான்ஸ் இந்தக் குறுக்குக் கேள்வியால் சற்றே கடுப்பானார். 'அந்த ஆள் கொஞ்சம் அசாதாரணமான குடிகாரன். நாங்கள் மட்டும் இந்தப் பிரச்னைக்கு நடுவில் இல்லை என்றால் அந்த ஆளை காவல் நிலையத்துக்குக் கொண்டுபோயிருப்போம்' என்றார்.

'அவனது முகம், அவனது உடை - அதைக் கவனித்தீர்களா?' என்றார் ஹோம்ஸ் அமைதியில்லாமல்.

'ஓ, பார்த்தேனே. அந்த ஆளை நான்தான் தூக்கி நிறுத்த வேண்டியதாயிற்று. நானும் மர்ச்சரும். நல்ல உயரம். சிவந்த முகம். முகத்தின் கீழ்பாகம் துணியால் மூடப்பட்டிருந்தது...'

'அது போதும்' என்று கத்தினார் ஹோம்ஸ். 'அந்த ஆளுக்கு என்ன ஆயிற்று?'

'அந்த ஆளைப் பார்த்துக்கொண்டிருக்க எங்களுக்கு நேரம் இருக்கவில்லை' என்றார் கான்ஸ்டபிள். 'அவன் தானாக வீடு போய்ச் சேர்ந்திருப்பான்.'

'அவன் எப்படி உடை உடுத்தியிருந்தான்?'

'ஒரு பழுப்பு ஓவர்கோட் அணிந்திருந்தான்.'

'கையில் சாட்டை வைத்திருந்தானா?'

'சாட்டையா? இல்லையே!'

'அதை எங்கேயோ விட்டிருந்திருப்பான்' என்று தனக்குள்ளாகச் சொன்னார் என் தோழர். 'அதன்பின் வண்டி ஏதேனும் அங்கே வந்ததைப் பார்த்தீர்களா அல்லது கேட்டீர்களா?'

'இல்லை.'

'இதோ உங்களுக்கு அரை சவரன்' என்று என் தோழர் கொடுத்து விட்டு எழுந்து நின்று தன் தொப்பியை எடுத்துக்கொண்டார். 'ரான்ஸ், நீங்கள் எப்போதும் காவல்துறையில் உயரப்போவ தில்லை. உங்களது தலை, அலங்காரத்துக்காக மட்டுமல்ல. அதைப் பயன்படுத்தவும் வேண்டும். நேற்று நீங்கள் ஒரு சார்ஜண்டாகப் பதவி உயர்வு பெற்றிருக்கலாம். நீங்கள் கையில் பிடித்திருந்த அந்த மனிதன்தான் இந்த மர்மத்துக்கான துப்பு. அவனைத்தான் நாங்கள் தேடுகிறோம். அதைப்பற்றி இங்கே விவாதித்துப் பிரயோஜனம் இல்லை. வாருங்கள் டாக்டர், நாம் போகலாம்.'

எங்களுக்குத் தகவல் சொன்னவரை அதிர்ச்சியுடன், அதே நேரம் மிகுந்த கவலையுடன் இருக்குமாறு விட்டுவிட்டு, நாங்கள் வண்டியை நோக்கி நடக்க ஆரம்பித்தோம்.

நாங்கள் வீட்டை நோக்கிச் செல்லும்போது, 'அடிமுட்டாள்' என்றார் ஹோம்ஸ் கசப்புடன். 'எவ்வளவு அதிர்ஷ்டம் இருந்துள்ளது. ஆனால் அதைச் சிறிதும் பயன்படுத்தாமல் இருந்திருக்கிறான்.'

'எனக்கு இன்னும் சரியாகப் புரியவில்லை. நீங்கள் சொன்ன விவரங்கள் அந்த இரண்டாவது மனிதனுக்குச் சரியாகவே பொருந்துகிறது. ஆனால் அவன் ஏன் அந்த வீட்டுக்குத் திரும்ப வரவேண்டும்? குற்றவாளிகள் அப்படிச் செய்யமாட்டார்களே?'

'மோதிரம் அய்யா, மோதிரம்! அதற்காகத்தான் அவன் திரும்ப வந்தான். அவனை வேறு வழியில் பிடிக்கமுடியாவிட்டால், அந்த மோதிரத்தை வைத்தாவது அவனுக்கு ஒரு பொறியை வைக்கிறேன். அவனை நிச்சயம் பிடித்துவிடுவேன் டாக்டர்! இரண்டுக்கு ஒன்று என்று பெட் வைத்துக்கொள்ளலாம். உங்களுக்குத்தான் நான் நன்றி சொல்லவேண்டும். நீங்கள் இல்லா விட்டால் நான் இந்த வழக்கை விசாரிக்கப் போயிருக்கவே மாட்டேன். அப்படி நான் போயிருக்காவிட்டால், இதைப் போன்ற ஒரு வழக்கைச் சந்திக்காமலே போயிருப்பேன். என்ன

சொல்லலாம் இந்த வழக்கை? சிவப்பில் ஓர் ஆய்வு? ஏன் கலை உலகிலிருந்து வார்த்தைகளை நாம் கடன் வாங்கக்கூடாது? வண்ணமே இல்லாத வாழ்க்கையில் சிவப்பு நூல் சிக்கலாக ஒரு கொலை. அந்தச் சிக்கலைப் பிரித்து தனியாக்கி அதன் ஒவ்வொரு அங்குலத்தையும் வெளியாக்குவது நமது கடமை. இப்போது மதிய உணவு, அடுத்து நார்மன் நெரூடா. அவளது வயலின் வாசிப்பு மிக அற்புதம். ஷோபினின் அந்தப் பாட்டை அவள் அற்புதமாக வாசிப்பாள், அது இப்படிப் போகுமே ட்ரா-ல-லா-விரா-விரா-லே...'

வண்டியில் உட்கார்ந்தபடி, அந்த வேட்டை நாய் பாடிக்கொண்டே சென்றது. நான் மனித மனத்தின் பல்வேறு கோணங்கள்மீது எனது சிந்தனையைச் செலுத்தினேன்.

5 விசித்திர நபர் வருகை

அன்று காலை அலைந்தது, எனது பலவீனமான உடலுக்குச் சற்றே அதிகப்படியாக இருந்தது. மதியம் நான் மிகவும் ஓய்ந்து போயிருந்தேன். ஹோம்ஸ் இசைக் கச்சேரிக்குப் போனபிறகு, நான் சோஃபாவில் படுத்து இரண்டு மணி நேரம் தூங்க முயற்சி செய்தேன். ஆனால் தூக்கம் வரவில்லை. நடந்த நிகழ்வுகளால் நான் உணர்ச்சிக் கொந்தளிப்பில் இருந்தேன். அது இப்படி நடந்திருக்குமா, இது அப்படி ஆகியிருக்குமா என்று மனத்தில் பல விநோதமான எண்ணங்கள் அலைமோதின. என் கண்ணை மூடும்போதெல்லாம் கொலை செய்யப்பட்ட மனிதனின் குரங்குபோன்ற விகாரமான முகம் கண்ணில் தென்பட்டது. அந்த முகம் பட்டிருந்த வேதனையைப் பார்த்தபோது, அந்த மனிதனை இந்த உலகை விட்டு அனுப்பியவனுக்கு நன்றிதான் சொல்ல வேண்டும் என்று தோன்றியது. மனித உருவம், கொடுமையான தீமையைப் பறைசாற்ற முடியும் என்றால் அது நிச்சயமாக கிளீவ்லாந்தின் ஈனோக் ஜே. டிரெப்பரிடத்தில் காணப்பட்டது என்று சொல்வேன். இருந்தாலும் நீதி என்பது நிறைவேற்றப் பட்டே தீரவேண்டும் என்பதையும் குற்றத்துக்கு ஆளானவன் எவ்வளவுதான் மோசமானவன் என்றாலும் குற்றம் செய்தவனை மன்னித்துவிடமுடியாது என்பதையும் நான் உணர்ந்தே இருந்தேன்.

அந்த மனிதன் விஷம் வைத்துத்தான் கொல்லப்பட்டான் என்ற எனது தோழரின் தீர்மானத்தை மேலும் மேலும் யோசித்துப் பார்த்ததில், அது சரியாகத்தான் இருக்கவேண்டும் என்று தோன்றியது. இறந்தவனின் உதட்டை அவர் முகர்ந்து பார்த்ததிலிருந்து எதையோ தெரிந்துகொண்டிருக்கவேண்டும். அதனால்தான் அவருக்கு இது தோன்றியிருக்கும். மேலும் விஷம் இல்லாவிட்டால் அந்த மனிதனின் சாவுக்கு வேறு எது காரணமாக இருந்திருக்க முடியும்? உடலில் காயமோ, கழுத்தை நெரித்ததற்கான அடையாளமோ எதுவும் இல்லை. ஆனால், தரையில் கொட்டியிருந்த ரத்தம் யாருடையது? அங்கே போராட்டம் நடந்ததற்கான அறிகுறிகள் ஏதும் இல்லை. இறந்தவன் உடலில் எந்த ஆயுதமும் இல்லை. ஆகவே, அதைக்கொண்டு அவன் தன்னைத் தாக்கியவன்மீது காயத்தை ஏற்படுத்தியிருப்பான் என்று சொல்லமுடியாது. இந்தக் கேள்விகளுக்கெல்லாம் பதில் இல்லை என்றால் எனக்கோ ஹோம்ஸுக்கோ தூக்கம் வரும் என்று தோன்றவில்லை. ஹோம்ஸின் தன்னம்பிக்கையைப் பார்க்கும்போது அவர் அனைத்துத் தரவுகளையும் இணைத்து குற்றம் எப்படி நடந்தது என்பதற்கான பின்னணியை உருவாக்கி விட்டார் என்று தோன்றியது. ஆனால் அது என்ன என்பதை என்னால் யூகிக்கமுடியவில்லை.

அவர் மிகவும் தாமதமாக வீட்டுக்கு வந்தார். அவ்வளவு தாமதம் என்றால் அது இசைக்கச்சேரியால் இருந்திருக்க முடியாது. அவர் வரும்போது மேஜையில் இரவு உணவு தயாராக இருந்தது.

'அற்புதம்!' என்றார் அவர் இருக்கையில் அமர்ந்தவாறே. 'டார்வின் இசை பற்றி என்ன சொன்னார் என்று ஞாபகம் இருக்கிறதா? மனிதனுக்கு பேச்சு வருவதற்கு முன்னதாகவே இசையை உருவாக்கவும் ரசிக்கவும் கற்றுக்கொண்டுவிட்டான் என்கிறார். அதனால்தான் நாம் இசையால் அவ்வளவு ஈர்க்கப் படுகிறோமோ என்னவோ. இந்த உலகம் குழந்தைப் பருவத்தில் இருந்தபோதான ஞாபகங்கள் நமது ஆன்மாவில் கலந்துவிட்டன போலும்!'

'இது மிகவும் விரிவான ஒரு சிந்தனை' என்றேன் நான்.

'இயற்கையைப் புரிந்துகொள்ளவேண்டும் என்றால், ஒருவரது சிந்தனை இயற்கையின் அளவுக்கு விரிவானதாக இருக்க வேண்டும்' என்றார் அவர். 'உங்களுக்கு என்ன ஆயிற்று? நீங்கள்

ஒரு தெளிவான நிலையில் இல்லை. பிரிக்ஸ்டன் சாலை விஷயம் உங்களை வெகுவாகப் பாதித்துள்ளது.'

'ஆம், அதுதான் உண்மை' என்றேன் நான். 'ஆஃப்கன் யுத்தத் துக்குப் பிறகு நான் வலுவானவனாக ஆகியிருக்கவேண்டும். மைவாண்ட் யுத்தத்தின்போது என் சகாக்கள் துண்டு துண்டாக வெட்டப்படுவதை, நொறுங்கிப்போகாமல் பார்த்தவன் நான்.'

'எனக்குப் புரிகிறது. இந்த விஷயத்தில் மர்மம் இருப்பதால் அது கற்பனையைத் தூண்டுகிறது. கற்பனை இல்லாத இடத்தில் கொடூரம் இருப்பதில்லை. மாலை செய்தித்தாளைப் பார்த்தீர்களா?'

'இல்லை.'

'இந்தக் கொலை பற்றி அதில் விரிவான செய்தி வந்துள்ளது. ஆனால், உடலை எடுத்தபோது ஒரு பெண்ணின் திருமண மோதிரம் தரையில் விழுந்தது என்று அதில் சொல்லப்பட வில்லை. அதுவும்கூட நல்லதுதான்.'

'ஏன்?'

'இந்த விளம்பரத்தைப் பாருங்கள்' என்றார் ஹோம்ஸ். 'கொலைக்குப் பிறகு, எல்லா செய்தித்தாள்களுக்கும் இன்று காலை நான் இதனை அனுப்பியிருந்தேன்.'

அவர் ஒரு செய்தித்தாளை என்னிடம் தூக்கி எறிந்தார். அவர் சுட்டிய இடத்தைப் பார்த்தேன். 'கிடைத்தது' என்ற பத்திக்கு அடியே இருந்த முதல் விளம்பரம் அது. அதில், 'பிரிக்ஸ்டன் சாலையில் இன்று காலை வைட் ஹார்ட் மதுவகத்துக்கும் ஹாலந்த் குரோவுக்கும் இடையில் ஒரு தங்க திருமண மோதிரம் கிடைத்துள்ளது. தவறவிட்டவர்கள் டாக்டர் வாட்சனை 221 B, பேக்கர் தெருவில் மாலை எட்டிலிருந்து ஒன்பதுக்குள் அணுகவும்.'

'உங்களது பெயரைப் பயன்படுத்தியதற்கு மன்னிக்கவும்' என்றார் அவர். 'என் பெயரைப் பயன்படுத்தியிருந்தால் இந்த முட்டாள்கள் அதைக் கவனித்து, உள்ளே புகுந்து குழப்பம் செய்யலாம்.'

'பரவாயில்லை' என்றேன் நான். 'ஆனால் யாராவது அதைத் தேடி வந்தால் என்னிடம் அந்த மோதிரம் இல்லையே?'

'ஓ, உங்களிடம் உள்ளதே!' என்றார் அவர் என் கையில் ஒரு மோதிரத்தைக் கொடுத்தவாறு. 'இது போதும். அதைப்போன்றே அச்சு அசலாக உள்ளது.'

'யார் அந்த விளம்பரத்தைப் பார்த்து இங்கே வருவார்கள் என்று நினைக்கிறீர்கள்?'

'ஏன், அந்த பழுப்பு கோட் போட்ட, சிவந்த முகம் கொண்ட, சதுர முனை பூட்ஸ் அணிந்த ஆசாமிதான். அவனாக வராவிட்டால், அவனது கூட்டாளி யாரையாவது அனுப்பிவைப்பான்.'

'அது தனக்கு ஆபத்தை விளைவிக்கும் என்று அவன் நினைக்க மாட்டானா?'

'நிச்சயமாக அல்ல. என் அனுமானம் சரி என்றால், அவன் அந்த மோதிரத்தைப் பெறுவதற்காக எந்த ஆபத்தையும் எதிர் கொள்ளத் தயாராக இருப்பான். என் கருத்தின்படி, அவன் டிரெப்பரின் உடல்மீது குனியும்போது இந்த மோதிரத்தைத் தவறவிட்டிருக்க வேண்டும். அப்போது அவன் அதைக் கவனிக்கவில்லை. வீட்டை விட்டு வெளியேறியபிறகு கவனித்திருக்கிறான். அதனால்தான் திரும்பி வந்திருக்கிறான். ஆனால் அதற்குள்ளாக அங்கே காவலர்கள் வந்திருந்தனர். அதுவும் அவன் தவறாக மெழுகுவர்த்தியை எரிய விட்டுவிட்டுச் சென்றதால். எனவே அவன் குடிகாரன் போல நடித்துத் தப்பிக்க வேண்டியதாயிற்று. இப்போது உங்களை அந்த மனிதனின் இடத்தில் இருத்தி யோசித்துப் பாருங்கள். ஒருவேளை, தான் அந்த மோதிரத்தைத் தெருவில் தொலைத்திருக்கலாம் என்று அவன் நினைப்பான். அப்படியானால் என்ன செய்வான்? ஆவலோடு மாலை செய்தித்தாள்களில் 'கிடைத்தது' பத்தியில் ஏதேனும் விளம்பரம் வருமா என்று பார்ப்பான். அதைக் கண்டதும் சந்தோஷம் அடைவான். தனக்கு ஏன் ஒரு பொறி வைக்கப்பட்டிருக்கிறது என்று அவன் நினைக்கவேண்டும்? அந்த மோதிரம் கிடைத்தால் அதையும் அந்தக் கொலையையும் ஒருவர் இணைத்துப் பார்க்கவேண்டும் என்ற அவசியம் இல்லையே? அவன் வருவான். நிச்சயமாக வருவான். இன்னும் ஒரு மணி நேரத்துக்குள் அவனைப் பார்க்கப்போகிறோம்.'

'பிறகு?' என்றேன் நான்.

'ஓ, அதை என்னிடம் விட்டு விடுங்கள். உங்களிடம் ஏதேனும் ஆயுதம் இருக்கிறதா?'

'என்னிடம் என்னுடைய ராணுவத் துப்பாக்கியும் சில தோட்டாக்களும் உள்ளன.'

'அப்படியானால் அதைச் சுத்தம் செய்து, தோட்டாக்களைப் போட்டு வையுங்கள். அவன் மிகவும் ஆபத்தானவன். அவனை எதிர்பாராதவிதமாக நான் மடக்குவேன் என்றாலும் எதற்கும் நாம் தயாராக இருப்பது நல்லது.'

நான் எனது படுக்கையறைக்குச் சென்று அவரது அறிவுரையைப் பின்பற்றினேன். நான் துப்பாக்கியுடன் திரும்ப வந்தபோது, உணவு மேஜை சுத்தமாக இருந்தது. ஹோம்ஸ், தனது வயலினை மீட்ட ஆரம்பித்திருந்தார்.

'வழக்கு மேலும் சுவாரசியமாகிறது' என்றார் நான் வந்தவுடன். 'நான் அமெரிக்காவுக்கு அனுப்பியிருந்த தந்திக்குப் பதில் வந்துவிட்டது. நான் நினைத்தது சரிதான்.'

'நீங்கள் நினைத்ததுதான் என்ன?' என்றேன் நான் ஆவலுடன்.

'என் வயலினுக்குப் புதிய நரம்புகள் தேவை. உங்களது துப்பாக்கியைப் பைக்குள் மறைத்து வையுங்கள். அந்த ஆசாமி வரும்போது சாதாரணமாகப் பேசுங்கள். மீதியை என்னிடம் விட்டுவிடுங்கள். அவனை ஆழமாகப் பார்த்து அவனுக்கு பயம் ஏற்படுத்திவிடாதீர்கள்.'

'மணி இப்போது எட்டு ஆகிவிட்டது' என்றேன் நான் என் கைக்கடிகாரத்தைப் பார்த்தபடி.

'ஆம், அவன் இன்னும் சில நிமிடங்களில் இங்கு வந்துவிடுவான். கதவை சற்றே திறந்து வையுங்கள். சாவியை உள்புறமாக வையுங்கள். நன்றி. இந்தப் பழைய புத்தகத்தை நேற்று கடையில் வாங்கினேன். 'De June inter Gentes' - லத்தீனில் எழுதப்பட்டது, 1642-ல் லோலாண்ட்ஸ், லீஜில் பதிப்பிக்கப்பட்டது. இந்தப் புத்தகம் வெளியானபோது சார்லஸின் தலை அவர் கழுத்தின்மீது இருந்தது.

'அச்சிட்டவர் யார்?'

'யாரோ பிலிப் டி க்ரோய். புத்தகத்தின் உள்புறம் 'இந்தப் புத்தகம் வில்லியம் வைட் உடையது' என்று எழுதப்பட்டுள்ளது. யார் இந்த வில்லியம் வைட்? 17-ம் நூற்றாண்டைச் சேர்ந்த ஒரு

வழக்கறிஞராக இருக்கவேண்டும். அவரது கையெழுத்து, சட்டம் படித்தவருடையதுபோலத் தோன்றுகிறது. இதோ, நம் ஆசாமி வந்துவிட்டான் என்று நினைக்கிறேன்.'

அவர் இப்படிச் சொல்லும்போது வாசலில் மணி அடித்தது. ஷெர்லாக் ஹோம்ஸ் மெதுவாக எழுந்து தன் இருக்கையை கதவுப் பக்கம் திருப்பிக்கொண்டார். வேலைக்காரி வாசலுக்குச் செல்வதும் கதவைத் திறப்பதும் கேட்டது.

'இங்கே டாக்டர் வாட்சன் என்பவர் வசிக்கிறாரா' என்ற கடுமையான ஆனால் தெளிவான குரல் கேட்டது. வேலைக்காரி சொன்ன பதில் கேட்கவில்லை. ஆனால் கதவு மூடும் சத்தமும் யாரோ மாடிப்படி ஏறி வரும் சத்தமும் கேட்டது. காலடிச் சத்தம் உறுதியற்றதாக முன்னும் பின்னுமாகக் கேட்டது. அதைக் கேட்ட என் தோழரின் முகத்தில் ஆச்சரியம் ஏற்பட்டது. காலடி மெதுவாக நின்று, கதவைத் தட்டும் சத்தம் கேட்டது.

'உள்ளே வாருங்கள்' என்றேன் நான்.

என் குரலைக் கேட்டதும், நாங்கள் எதிர்பார்த்ததுபோல ஒரு முரட்டு மனிதனுக்கு பதிலாக, வயதான சுருக்கம் மிகுந்த ஒரு கிழவி உள்ளே வந்தார். உள்ளே இருந்த விளக்கொளி அவரைக் குழப்பமடையச் செய்தது. தலையைக் குனிந்து வணக்கம் செலுத்திவிட்டு, எங்களைப் பார்த்து திருதிருவென விழித்தவாறு கைகளை தனது பாக்கெட்டுக்குள் விட்டு துழாவ ஆரம்பித்தார். நான் என் தோழரைப் பார்த்தேன். அவர் முகம் வேதனையில் ஆழ்ந்திருந்தது.

அந்தக் கிழவி மாலை செய்தித்தாளை எடுத்து அதில் இருந்த விளம்பரத்தைக் காட்டினார். 'இதனால்தான் நான் வந்தேன்' என்று சொல்லி மீண்டும் தலைகுனிந்து வணங்கினாள். 'பிரிக்ஸ்டன் சாலையில் நீங்கள் கண்டெடுத்த தங்க மோதிரம், அது என் பெண் சாலியினுடையது. அவளுக்குத் திருமணமாகி 12 மாதங்கள்தான் ஆகின்றன. அவளது கணவன் யூனியன் கப்பலில் பணியாளாக இருக்கிறான். அவன் திரும்பிவரும் போது அந்த மோதிரம் இல்லை என்றால் என்ன ஆகும் என்றே நினைக்க பயமாக இருக்கிறது. அவன் சாதாரணமாகவே முரடன். அதுவும் குடித்துவிட்டு வந்தான் என்றால் அவளைத் துவைத்துவிடுவான். அவள் நேற்று இரவு சர்க்கஸுக்குப் போனபோது...'

'இதுதானா அவளுடைய மோதிரம்' என்று நான் கேட்டேன்.

'ஓ, கடவுளுக்கு நன்றி' என்று கத்தினார் அந்தக் கிழவி. 'சாலி இன்று எவ்வளவு சந்தோஷம் அடைவாள் தெரியுமா? அதுதான் அவளுடைய மோதிரம்.'

'உங்களுடைய முகவரி என்ன?' என்றேன் நான் பென்சிலை எடுத்துக்கொண்டு.

'13, டங்கான் தெரு, ஹவுண்டிட்ச். இங்கிருந்து வெகு தொலைவு!'

'ஹவுண்டிட்சுக்கும் எந்த சர்க்கஸுக்கும் இடையே பிரிக்ஸ்டன் சாலை வருவதில்லை' என்றார் ஷெர்லாக் ஹோம்ஸ் சட்டென்று.

அந்தக் கிழவி சட்டென்று திரும்பி தனது கண்ணாடி வழியாக அவரைப் பார்த்தார். 'அந்த மனிதர் என்னுடைய முகவரியைக் கேட்டார்' என்றார். 'சாலி 3, மேஃபீல்ட் பிளேஸ், பெக்காமில் வசிக்கிறாள்.'

'உங்களுடைய பெயர் என்ன?'

'என் பெயர் சாயர். அவள் பெயர் டென்னிஸ். அவள் டாம் டென்னிஸைத் திருமணம் செய்துகொண்டுள்ளாள். அவன் கடலில் இருக்கும்வரை நல்ல, புத்திசாலிப் பையன்தான். அவனைப் போன்ற பணியாள் கிடைப்பது கஷ்டம் என்கிறார்கள். ஆனால் கரைக்கு வந்ததும்தான், அதுவும் பல பெண்களுடன் சகவாசம், சாராயக் கடை, அது இது என்று...'

என் தோழரின் கண் அசைவைப் பார்த்தபின், 'இந்தாருங்கள் உங்கள் மோதிரம் மிஸஸ் சாயர்' என்றேன் நான். 'இது உங்கள் பெண்ணுடையதுதான். இதனை இதன் உரிமையாளரிடம் சேர்த்ததில் எனக்கு மிக்க மகிழ்ச்சி.'

பலத்த ஆசீர்வாதங்கள், நன்றிகளைத் தெரிவித்தபின் அந்தக் கிழவி மோதிரத்தை இடுப்பில் செருகிக்கொண்டு படியில் கீழே இறங்கிச் சென்றார். அவர் சென்றதும், ஷெர்லாக் ஹோம்ஸ் உடனடியாக எழுந்திருந்து தனது அறைக்குப் போனார். சில விநாடிகளில் ஒரு நீண்ட கோட்டையும் கழுத்தை மறைத்தவாறு ஒரு துணியையும் அணிந்து வெளியே வந்தார். 'நான் அந்தக் கிழவியைப் பின்தொடரப்போகிறேன்' என்றார் அவசரமாக.

'கிழவி நிச்சயம் அவனது கூட்டாளியாக இருக்கவேண்டும். அவனைக் காணத்தான் போகிறாள். எனக்காகக் காத்திருங்கள்.'

கிழவி வாசலிலிருந்து வெளியேறிய சில கணங்களுக்குள்ளாக ஹோம்ஸ் படியில் இறங்கிச் சென்றார். ஜன்னல் வழியாகப் பார்த்தபோது கிழவி மெதுவாகச் செல்வதும், பின்னாலேயே ஹோம்ஸ் சிறிது தூரத்தில் செல்வதும் தெரிந்தது. 'ஒன்று இவரது சிந்தனை முழுவதும் தவறு. அல்லது மர்மத்தின் மையத்துக்கு இவர் இட்டுச் செல்லப்படுவார்' என்று எனக்குத் தோன்றியது. என்னைக் காத்திருக்குமாறு அவர் கேட்டுக்கொண்டிருக்கவே வேண்டாம். அவர் திரும்பிவந்து என்ன நடந்தது என்று சொல்லும்வரையில் எனக்குத் தூக்கம் வரப்போவதில்லை.

கிட்டத்தட்ட ஒன்பது மணிக்கு அவர் வெளியே கிளம்பிப் போனார். அவர் எப்போது திரும்பி வருவார் என்று எனக்குத் தெரியவில்லை. எனது பைப்பைப் பிடித்தவாறு ஹென்றி மர்கரின் 'Vie de Bohème' என்ற புத்தகத்தைப் புரட்டியவாறு உட்கார்ந்திருந்தேன். பத்து மணி தாண்டியிருக்கும். வேலைக் காரிகள் படுக்கைக்குப் போகும் சத்தம் கேட்டது. பதினொன்று. வீட்டுக்கார அம்மா என் கதவைத் தாண்டி, படுக்கைக்குப் போகும் சத்தம் கேட்டது. பனிரெண்டு மணியை நெருங்கியது. வாசல் கதவில் சாவி திரும்பும் சத்தம். அவர் உள்ளே நுழைந்ததுமே அவரது முகத்தில் தோல்வி தெளிவாகத் தெரிந்தது. சிரிப்பும் வருத்தமும் ஒரு சேர அவர் முகத்தில் தென்பட்டன. கடைசியில் அவர் குலுங்கிக் குலுங்கிச் சிரிக்க ஆரம்பித்தார்.

'என்ன ஆனாலும் இது ஸ்காட்லாந்து யார்டுக்குத் தெரியவே கூடாது!' என்றார் இருக்கையில் அமர்ந்தவாறு. 'அவர்களை நான் எவ்வளவு கேலி செய்துள்ளேன்! அவர்களுக்குத் தெரிந்தால் என்னை விடவே மாட்டார்கள். என்னால் இப்போது சிரிக்க முடியும். ஏனெனில் விரைவிலேயே நான் அவர்களைப் பழிவாங்கிவிடுவேன்.'

'என்னதான் நடந்தது?' என்றேன் நான்.

'ஓ, எனக்கு எதிராக நடந்ததை நான் சொல்ல வெட்கப்படப் போவதில்லை. அந்தக் கிழவி சிறிது தூரம் சென்றதும் நொண்ட ஆரம்பித்தார். திடீரென நின்று, ஒரு வண்டியைக் கூப்பிட்டார். அவர் அந்த வண்டியில் ஏறும்போது முகவரியைக் கேட்க நான்

மிக அருகில் சென்றேன். ஆனால் அந்தக் கிழவியே சத்தமாக '13, டன்கான் தெரு, ஹவுண்டிட்ச்சுக்குப் போ' என்றார். அவர் வண்டிக்குள் ஏறிவிட்டார் என்று நன்றாகப் பார்த்தபின் நானும் ஒரு வண்டியில் ஏறி அந்த வண்டியைப் பின்பற்றி, அந்த முகவரிக்குச் சென்றேன். அந்தத் தெருவை அடைந்ததும் நான் கீழே குதித்து அமைதியாக நடக்கத் தொடங்கினேன். அந்தக் கிழவி ஏறிய வண்டியும் வந்தது. அதன் ஓட்டுனர் வண்டியை நிறுத்தி கதவைத் திறந்துவிட்டார். ஆனால் அந்த வண்டியில் இருந்து யாருமே இறங்கவில்லை. அதிர்ச்சியான ஓட்டுனரும் உள்ளே எட்டிப் பார்த்ததில் உள்ளே ஒருவருமே இல்லை. அவர் திட்டிய திட்டுகள் உண்மையிலேயே மிகச் சிறந்தவை! அந்த ஓட்டுனருக்குக் கூலி கிடைக்கவில்லை. 13-ம் எண் வீட்டை விசாரித்ததில் அந்த வீடு கெஸ்விக் என்ற பெயர் கொண்ட, கண்ணியமான ஒரு வீடு அலங்கரிப்பாளருடையது என்று தெரிந்தது. அங்கு சாயர் அல்லது டென்னிஸ் என்ற பெயர் கொண்ட ஒருவரும் கிடையாது.'

'இதென்ன ஆச்சரியம்?' என்றேன் நான். 'அந்தக் கிழவியா ஓடும் வண்டியிலிருந்து நீங்களோ அல்லது அந்த ஓட்டுனரோ பார்க்காமல் கீழே குதித்துத் தப்பியிருந்தார்?'

'கிழவியாம் கிழவி!' என்றார் ஷெர்லாக் ஹோம்ஸ். 'நாம்தான் கிழவிகள். அது நிச்சயம் ஒரு இளைஞனாகத்தான் இருக்க வேண்டும். மிக அற்புதமான நடிகன். அந்த வேஷம் அவ்வளவு அற்புதமாகப் பொருந்தியிருந்தது. அவனை நான் பின்தொடர் கிறேன் என்று நன்கு தெரிந்ததும் என்னை ஏமாற்றிவிட்டான். நாம் பின்தொடரும் ஆள் நான் நினைத்ததுபோல தனி ஆள் கிடையாது. அவனுக்காக ரிஸ்க் எடுக்க நிறைய நண்பர்கள் இருக் கிறார்கள். டாக்டர், நீங்கள் மிகவும் சோர்ந்து இருக்கிறீர்கள். என் ஆலோசனையைக் கேளுங்கள், தூங்கப் போங்கள்!'

நான் உண்மையிலேயே சோர்ந்த நிலையில்தான் இருந்தேன். எனவே அவர் சொன்னதைக் கேட்டேன். எரியும் நெருப்புக்கு முன் ஹோம்ஸை விட்டுவிட்டு தூங்கப் போனேன். இரவில் அவர் வெகு நேரம் வயலின் வாசித்துக்கொண்டிருந்தார். அவர் தனனைச சூழநதிருககும சிககலைப பறறியும அதை எபபடி விடுவிபபது எனறும யோசிததபடி இருககிறார எனறு தோன்றியது.

6 ‘பிரிக்ஸ்டன் மர்மம்’

அடுத்த நாள் செய்தித்தாள்கள் அனைத்தும் ‘பிரிக்ஸ்டன் மர்மம்’ என்ற செய்தியால் நிரம்பியிருந்தன. ஒவ்வொரு செய்தித்தாளிலும் நீண்ட பத்திகளும் சிலவற்றில் தலையங்கங்களும் இருந்தன. அதில் இருந்த ஒரு சில தகவல்கள் எனக்குப் புதிதாக இருந்தன. அந்தச் செய்தித்தாள்களிலிருந்து வெட்டிச் சேகரித்த துண்டுகளை இன்னமும் வைத்திருக்கிறேன். அவற்றின் சுருக்கம் இதோ:

டெய்லி டெலிகிராஃபில் இந்தக் குற்றத்தைப் போல் வித்தியாசமான நிகழ்வுகள் கொண்டதாக எதுவும் இதற்குமுன் நிகழ்ந்திருக்கவில்லை என்று குறிப்பிட்டிருந்தனர். கொலை செய்யப்பட்டவரின் ஜெர்மன் பெயர், கொலைக்கு எந்தக் காரணமும் இல்லாதிருத்தல், சுவரில் எழுதப்பட்டிருந்த பயங்கரமான வாசகம் ஆகிய அனைத்தும் இந்தக் கொலை அரசியல் அகதிகளால், புரட்சியாளர்களால் செய்யப்பட்டிருப்பதை உணர்த்துகிறது. அமெரிக்காவில் சோஷலிசவாதிகளின் பல கிளைகள் உள்ளன. கொலை செய்யப்பட்டவர் அந்த அமைப்புகளின் எழுதப்படாத விதிகளை மீறியிருந்ததால், பின்தொடரப்பட்டிருக்கலாம். வெஹ்ம்கெரிக்ட், அக்வா தோஃபானா, கார்போனாரி, மார்ச்சியோனஸ் டி பிரின்வில்லியர்ஸ் போன்ற அமைப்புகள், டார்வினின் கோட்பாடு, மால்தூஸின்

விதிகள், ராட்கிளிஃப் நெடுஞ்சாலைக் கொலைகள் போன்ற பலவற்றையும் தொட்டுச் சென்ற அந்தக் கட்டுரை, கடைசியில் அரசின் மெத்தனமான போக்கைக் கண்டித்து, இங்கிலாந்தில் இருக்கும் அந்நிய தேசத்தவர்களைக் கூர்ந்து கண்காணிக்க வேண்டும் என்று முடித்திருந்தது.

ஸ்டாண்டர்ட் பத்திரிகை, இதுபோன்ற சட்டத்துக்குப் புறம்பான செயல்கள் எல்லாம் லிபரல் கட்சியின் ஆட்சியில்தான் நடக்கின்றன என்றது. இதற்குக் காரணம், பொதுமக்களின் மனங்கள் ஊசலாடுவதும், அதன் விளைவாக அதிகாரம் பலவீனமாவதும். இறந்துபோனது ஓர் அமெரிக்கப் பிரஜை. அவர் லண்டனில் சில வாரங்களாக வசித்து வந்தார். அவர் டார்குவே டெரஸ், கேம்பர்வெல்லில் உள்ள மேடம் சார்ப்பெண்டியர் என்பவரது தங்கும் விடுதியில் வசித்து வந்தார். அவருடன் அவரது அந்தரங்கச் செயலர் ஜோசஃப் ஸ்டாங்கெர்சன் கூடவே இருந்தார். செவ்வாய்க்கிழமை, 4-ம் தேதி அன்று இருவரும் தங்கும் விடுதி எஜமானியிடம் சொல்லிக்கொண்டு யூஸ்டன் ரயில் நிலையத்தில் லிவர்பூல் விரைவு வண்டியைப் பிடிப்பதற்காகக் கிளம்பினார்கள். அதன்பின் ரயில் நிலைய நடை மேடையில் இருவரும் சேர்ந்து காணப்பட்டனர். டிரெப்பரின் உடல், யூஸ்டனிலிருந்து வெகு தொலைவில் உள்ள, யாருமே வசிக்காத பிரிக்ஸ்டன் சாலை வீடு ஒன்றில் கண்டெடுக்கப்படும்வரையில் வேறு எதைப்பற்றியும் தகவல் இல்லை. அவர் எப்படி அங்கு வந்தார் என்பதும் எப்படிக் கொலை செய்யப்பட்டார் என்பதும் மர்மமாக உள்ளன. ஸ்டாங்கெர்சனுக்கு என்ன ஆனது என்றும் தெரியவில்லை. ஸ்காட்லாந்து யார்டின் திரு லெஸ்டிரேடும் திரு கிரெக்சனும் வழக்கில் ஈடுபட்டுள்ளார்கள் என்பது மகிழ்ச்சியான செய்தி. நன்கு அறியப்பட்ட இந்த இரு அதிகாரிகளும் விரைவில் வழக்கைத் தீர்த்துவைப்பார்கள் என்று எதிர்பார்க்கப்படுகிறது.

இது ஓர் அரசியல் குற்றம் என்பதில் சந்தேகம் இல்லை என்றது டெய்லி நியூஸ் பத்திரிகை. ஐரோப்பாவின் பிற நாடுகளில் உள்ள சர்வாதிகாரப் போக்கும், லிபரலிசத்துக்கு எதிரான எண்ணமும், பலரை அங்கிருந்து துரத்தி இந்த நாட்டுக்குக் கொண்டு வந்துள்ளது. இவர்கள் மிக நல்ல குடிமக்களாக இருக்கக்கூடிய வர்கள். ஆனால் இவர்கள் தங்கள் அரசிடம் பட்ட பாடு இவர்களை மாற்றிவிட்டது. இந்த மக்கள் தங்களுக்கிடையே எழுதப்

படாத சில விதிகளை ஆழமாகப் பின்பற்றுகிறவர்கள். அதை மீறினால், கொலை செய்யத் தயங்காதவர்கள். கொலை செய்யப் பட்டவரின் பழக்கவழக்கங்களைத் தெரிந்துகொள்ள, செயலர் ஸ்டாங்கெர்சனைப் பிடித்தாகவேண்டும். கொலை செய்யப் பட்டவர் வசித்த இடத்தின் முகவரியைக் கண்டுபிடித்ததன்மூலம் மிக முக்கியமான துப்பு கிடைத்துள்ளது. இதைச் சாதித்தது ஸ்காட்லாந்து யார்டின் திரு கிரெக்சனின் ஆற்றலும் புத்திசாலித் தனமுமே.

ஷெர்லாக் ஹோம்ஸூம் நானும் இந்தச் செய்திகளை காலை யுணவின்போது படித்தோம். இது அவருக்கு நல்ல கேளிக்கை யாக அமைந்தது.

'நான் சொன்னேன் அல்லவா? என்ன நடந்தாலும் லெஸ்டிரேடும் கிரெக்சனும் புகழைப் பெற்றுக்கொள்வார்கள்!'

'வழக்கு எப்படிச் செல்கிறது என்பதைப் பொருத்தது அல்லவா அது?'

'நிச்சயம் கிடையாது. ஆள் பிடிபட்டால், அது அவர்களது கடின உழைப்பால்தான். ஆள் தப்பித்தால், அது அவர்களது கடின உழைப்பையும் மீறி! தலை விழுந்தால் நான் ஜெயித்தேன், பூ விழுந்தால் நீங்கள் தோற்றீர்கள் என்பது போல. அவர்கள் எதைச் செய்தாலும் அவர்களைப் பின்பற்ற என்றே ஒரு குழு உள்ளது. ஒரு முட்டாளைப் புகழ்வதற்கு என்று ஓர் அதிமுட்டாள் கிடைத்தே தீருவான்!'

'என்ன நடக்கிறது' என்று நான் கத்தினேன். அந்த நேரத்தில் தடதடவென படியேறும் சத்தமும் தொடர்ந்து, எங்களது வீட்டுக்கார அம்மா வெறுப்பில் கத்துவதும் கேட்டது.

'ஓ, இது பேக்கர் தெருவின் துப்பறியும் காவல்துறை பிரிவு' என்றார் என் தோழர் முகத்தைத் தீவிரமாக வைத்தபடி. அவர் சொல்லிமுடிப்பதற்குள், அந்த அறையில் மிகவும் அழுக்கான, கிழிந்த துணிகளை அணிந்த ஆறு தெருச் சிறுவர்கள் உள்ளே நுழைந்தனர்.

'அட்டென்ஷன்!' என்றார் ஹோம்ஸ். ஆறு அழுக்குச் சிறுவர் களும் வரிசையாக சிலைபோல ஒருவர் பின் ஒருவராக நின்றனர். 'இனிமேல் நீங்கள் விக்கின்ஸை மட்டும்தான் அறிக்கை தர

அனுப்பவேண்டும். மீதி அனைவரும் தெருவிலேயே இருக்க வேண்டும். என்ன விக்கின்ஸ், கிடைத்ததா?'

'இல்லீங்க அய்யா, கிடைக்கலை' என்றான் ஒரு பையன்.

'உங்களுக்குக் கிடைக்கும் என்று நான் எதிர்பார்க்கவில்லை. ஆனால் நீங்கள் தொடர்ந்து தேடிக்கொண்டே இருக்கவேண்டும். இதோ, உங்களுக்கான சம்பளம்' என்று ஆளுக்கு ஒரு ஷில்லிங் பணத்தைக் கொடுத்தார் ஹோம்ஸ்.

'சரி, நீங்கள் கிளம்பலாம். அடுத்தமுறை நல்ல தகவலுடன் வாருங்கள்.'

அவர் கையை ஆட்ட, அவர்கள் அனைவரும் எலிகளைப் போல ஓடி மறைந்தனர். அடுத்த நிமிடம் அவர்களது குரல்கள் தெருவில் கேட்டன.

'ஒரு டஜன் காவலர்களுக்கு பதில், இந்தப் பிச்சைக்காரச் சிறுவர்களில் ஒருவனிடமிருந்து அதிக வேலையைப் பெற்றுவிடலாம்' என்றார் ஹோம்ஸ். 'அதிகாரி போல் தோற்றமளிக்கும் ஒருவரைப் பார்த்தவுடனே மக்கள் வாயை இறுக்க மூடிக்கொள்வார்கள். ஆனால் இந்தச் சிறுவர்களோ எங்கும் போவார்கள், எதையும் கேட்பார்கள். மேலும் இவர்கள் மிகவும் புத்திசாலிகளும்கூட. என்ன, இவர்களைக் கொஞ்சம் சரியாக மேய்க்கவேண்டும். அவ்வளவுதான்.'

'பிரிக்ஸ்டன் வழக்கிலா இவர்களை வேலை செய்யச் சொல்லி யிருக்கிறீர்கள்' என்று கேட்டேன் நான்.

'ஆம். ஒரு முக்கியமான விவரம் தேவையாக உள்ளது. நேரம் தான் ஆகும். ஆஹா, இதோ நமக்குச் சில தகவல்கள் கிடைக்க உள்ளன. அதோ அங்கே கிரெக்சன் முகத்தில் மகிழ்ச்சியுடன் வருகிறார். நிச்சயமாக நம்மை நோக்கித்தான். அதோ நின்று விட்டாரே. இதோ வந்துவிட்டார்.'

வாயில் மணி அழுத்தமாக அடித்தது. சில விநாடிகளில் வெளுத்த தலைமுடியுடைய காவலர் ஒரு தாவலில் மூன்று படிகளைக் கடந்து ஏறியவாறு மேலே வந்து அறைக்குள் நுழைந்தார்.

'ஆ, நண்பரே, என்னைப் பாராட்டுங்கள்' என்று ஆர்வம் காட்டாத ஹோம்ஸின் கையைப் பிடித்துக் குலுக்கினார். 'அனைத்தையும் முற்றிலும் தெளிவாக்கிவிட்டேன்.'

எனது தோழரின் முகத்தில் கவலை ரேகை சற்றே படர்ந்தது.

'சரியான வழியில் செல்கிறீர்கள் என்கிறீர்களா?' என்றார் ஹோம்ஸ்.

'சரியான வழியா? ஆளையே பிடித்து ஜெயிலில் போட்டாகி விட்டது!'

'அவருடைய பெயர்?'

'ஆர்த்தர் சார்ப்பெண்டியர். மகாராணியின் கடற்படையில் துணை லெஃப்டினெண்ட்' என்றார் கிரெக்சன், பெருமையுடன் தனது பருத்த கைகளை உரசி, மார்பை நிமிர்த்தியவாறு.

ஷெர்லாக் ஹோம்ஸ் நிம்மதியுடன் பெருமூச்சு விட்டு, புன்னகை செய்தார்.

'உட்காருங்கள். இந்தச் சுருட்டைப் பிடித்து ஆசுவாசப்படுத்திக் கொள்ளுங்கள்' என்றார். 'நீங்கள் எப்படிக் கண்டுபிடித்தீர்கள் என்று அறிய ஆவலாயிருக்கிறோம். கொஞ்சம் விஸ்கியும் தண்ணீரும் தரட்டுமா?'

'ஓ, தாராளமாக' என்றார் காவலர். 'கடந்த ஓரிரு நாள்களாக இருந்த வேலைச்சுமை எனக்கு அயற்சியை ஏற்படுத்தியுள்ளன. உடல் சோர்வு அல்ல, ஆனால் மனச் சோர்வு. உங்களுக்கு இது நன்றாகவே தெரியும் திரு ஹோம்ஸ். நீங்களும் நானும் - இருவருமே - மூளையைக் கொண்டு வேலை செய்பவர்கள்!'

'நீங்கள் என்னை அதிகமாகப் புகழ்கிறீர்கள்' என்றார் ஹோம்ஸ், முகத்தைத் தீவிரமாக வைத்தபடி. 'திருப்தி தரும் இந்த முடிவை நீங்கள் எப்படி வந்தடைந்தீர்கள்?'

'காவலர், இருக்கையில் அமர்ந்தபடி, சுருட்டை நான்கைந்து முறை இழுத்து வெளியே விட்டார். பிறகு திடீரென தனது தொடையில் மகிழ்ச்சியுடன் ஓங்கித் தட்டினார்.

'இதில் ஜோக் என்னவென்றால், தன்னைத்தானே பெரிய அறிவாளி என்று நினைத்துக்கொண்டிருக்கும் அந்த முட்டாள் லெஸ்டிரேட், முற்றிலும் தவறான வழியில் செல்கிறார். செயலர் ஸ்டாங்கெர்சனைப் பிடிக்க முயற்சிக்கிறார். உண்மையில் இந்தக் குற்றத்தில் நேற்றுப் பிறந்த குழந்தைக்கு என்ன

பங்குள்ளதோ அதே பங்குதான் ஸ்டாங்கெர்சனுக்கு உள்ளது. இதற்குள்ளாக லெஸ்டிரேட் அவரைப் பிடித்திருக்கக்கூடும்.'

அந்த எண்ணம் கிரெக்சனுக்கு மிகவும் சிரிப்பு மூட்டியது. சிரித்துச் சிரித்து அவருக்குப் புரையேறிவிட்டது.

'உங்களுக்குத் துப்பு எப்படிக் கிடைத்தது?'

'ஓ, அனைத்தையும் சொல்கிறேன். டாக்டர் வாட்சன், இது நமக்குள் மட்டுமே இருக்கட்டும். முதலில் கடினமான காரியம், இந்த அமெரிக்கனின் பூர்வீகத்தைத் தெரிந்துகொள்வது. சிலர், விளம்பரத்துக்குப் பதில் கிடைக்கும்வரை காத்திருப்பார்கள். அல்லது யாராவது தானாக வந்து தகவல் கொடுப்பதற்காகக் காத்திருப்பார்கள். ஆனால் டோபையாஸ் கிரெக்சன் வேலை செய்யும் விதமே தனி. செத்தவனின் உடலுக்குப் பக்கத்தில் ஒரு தொப்பி இருந்ததைக் கவனித்திருப்பீர்களே?'

'ஆம்' என்றார் ஹோம்ஸ். 'ஜான் அண்டர்வுட் அண்ட் சன்ஸ், 129, கேம்பர்வெல் ரோடின் தயாரிப்பு.'

கிரெக்சனின் முகம் சட்டென விழுந்தது.

'ஓ, நீங்கள் அதைக் கவனித்திருப்பீர்கள் என்று நான் நினைக்கவில்லை' என்றார். 'அங்கே சென்றிருந்தீர்களா?'

'இல்லை.'

'ஆஹா!' என்றார் கிரெக்சன், ஆசுவாசத்துடன். 'எவ்வளவு சிறியதாக இருந்தாலும், அந்த வாய்ப்பை நீங்கள் விடக் கூடாது.'

'ஒரு மாபெரும் மனிதருக்கு எதுவும் சிறிய விஷயம் கிடையாது' என்றார் ஹோம்ஸ், அறிவுறுத்தும் குரலில்.

'நான் அண்டர்வுட் சென்றேன். அவரிடம் இந்த அளவும் வடிவும் கொண்ட தொப்பியை யாருக்கு விற்றீர்கள் என்று கேட்டேன். அவர் தனது ஆவணங்களைப் பார்த்து டார்குவே டெரஸில் உள்ள சார்ப்பெண்டியர் தங்கும் விடுதியில் வசிக்கும் திரு டிரெப்பருக்கு விற்றதாகச் சொன்னார். அப்படித்தான் எனக்கு முகவரி கிடைத்தது.'

'பிரமாதம், வெகு பிரமாதம்' என்று முணுமுணுத்தார் ஷெர்லாக் ஹோம்ஸ்.

'அடுத்து நான் திருமதி சார்ப்பெண்டியரைப் போய்ப் பார்த்தேன்' என்றார் காவலர். 'அவர் மிகவும் வெளுத்துப்போய், வருத்தத்தில் இருந்தார். அவரது பெண்ணும் அறையில் இருந்தாள். அசாதாரண அழகு படைத்தவளாக இருந்தாள். அவளது கண்கள் சிவப்பாகவும் நான் அவளிடம் பேசும்போது அவளது உதடுகள் துடித்தபடியும் இருந்தன. அதைக் கவனிக்க நான் தவறவில்லை. ஏதோ பிரச்னை என்று உணர்ந்தேன். சரியான வாசனையைக் கண்டுபிடித்து குற்றத்தை நோக்கிச் செல்லும்போது உங்களது நரம்புகளில் ஒருவித உற்சாகம் இருக்குமே, திரு ஹோம்ஸ்? அதைப்போன்ற ஓர் உணர்வு எனக்கு ஏற்பட்டது. உங்கள் விடுதியில் வசித்த, கிளீவ்லாந்தைச் சேர்ந்த ஈனோக் ஜே.டிரெப்பரின் மர்மமான சாவைப் பற்றிக் கேள்விப்பட்டீர்களா என்று கேட்டேன்.'

'தாய் தலையை ஆட்டினார். அவரால் ஒரு வார்த்தையையும் பேசமுடியவில்லை. ஆனால் பெண் அழ ஆரம்பித்துவிட்டாள். இவர்களுக்கு ஏதோ தெரிந்துள்ளது என்று எனக்குத் தோன்றியது.

'எத்தனை மணிக்கு திரு டிரெப்பர் ரயிலைப் பிடிக்க விடுதியை விட்டு வெளியே சென்றார் என்று கேட்டேன்.

'அதிர்ச்சியை மறைக்க முயற்சி செய்தபடி, எட்டு மணிக்கு என்று அவள் சொன்னாள். செயலர் ஸ்டாங்கெர்சன், இரண்டு ரயில்கள் இருப்பதாகவும், ஒன்று 9.15 மணிக்கும் அடுத்தது 11 மணிக்கும் என்றும், அவர் முதலாவது ரயிலைப் பிடிக்கவேண்டும் என்ற தாகவும் சொன்னாராம்.

'அதுதான் அவரைக் கடைசியாகப் பார்த்ததா என்றேன்.

'அந்தக் கேள்வியை நான் கேட்டபோது அவளது முகத்தில் பெருத்த மாறுதல் ஏற்பட்டது. அவளது உடல் கோபத்தால் கொதித்தது. சில விநாடிகளுக்குப் பிறகு 'ஆம்' என்ற ஒற்றை வார்த்தையைப் பதிலாகச் சொன்னாள். அதுவும் செயற்கையான ஒரு குரலில் இருந்தது.

'சிறிது மௌனத்துக்குப் பிறகு, பெண் தாயைப் பார்த்துச் சொன்னாள்: 'அம்மா, பொய் சொல்வதால் எந்தப் பிரயோசனமும்

இருக்கப்போவதில்லை. இந்த மனிதரிடம் உண்மையைச் சொல்வோம். நாங்கள் மீண்டும் திரு டிரெப்பரைப் பார்த்தோம்.'

'கடவுள் உன்னை மன்னிக்கட்டும்' என்று கத்தினார் திருமதி சார்ப்பெண்டியர், தனது கைகளை உயரத் தூக்கியவாறு. 'உன் சகோதரனை நீயே கொலை செய்துவிட்டாய்!'

'நாம் உண்மையைப் பேசவேண்டும் என்றே ஆர்த்தர் விரும்பு வான்' என்றாள் அந்தப் பெண் அழுத்தமாக.

'நீங்கள் அனைத்தையும் சொல்லிவிடுவது நல்லது' என்றேன் நான். 'நம்பிக்கையே இல்லாததைவிட அரை நம்பிக்கை மோச மானது. மேலும் எங்களுக்கு ஏற்கெனவே எவ்வளவு தெரியும் என்று உங்களுக்குத் தெரியாது.'

'ஆலீஸ், எல்லாம் உன் தலைமேலேயே விடியட்டும்' என்றார் தாய். பிறகு என்னை நோக்கித் திரும்பி, 'நானே எல்லாவற்றையும் சொல்லிவிடுகிறேன். இந்த மோசமான விவகாரத்தில் என் மகன் ஈடுபட்டிருப்பான் என்பதால் நான் தயங்கவில்லை. அவன் நிரபராதி. ஆனால் உங்கள் கண்ணுக் கும் உலகத்தார் கண்ணுக்கும் அவன் குற்றவாளி என்று தோற்றமளிப்பானே என்றுதான் நான் கவலைப்பட்டேன். ஆனால் அது உண்மையே அல்ல. அவனது சிறந்த குணங்கள், அவனது வேலை, அவனது பின்னணி எல்லாமே அவன் குற்றம் செய்வதை அனுமதிக்காது' என்றார்.

'அனைத்து உண்மைகளையும் சொல்லிவிடுவதுதான் உங்களுக்குச் சிறந்தது' என்றேன் நான். 'உங்கள் மகன் நிரபராதி என்றால் எந்தக் கெடுதலும் ஏற்படாது.'

'ஆலீஸ், எங்கள் இருவரையும் தனியாக இருக்கவிடு' என்றார் தாய். மகள் வெளியேறினாள். தாய் தொடர்ந்து, 'இது எதையுமே நான் உங்களுக்குச் சொல்ல விரும்பவில்லை. ஆனால் என் மகள் ஆரம்பித்துவிட்டாள். எனவே எனக்கு வேறு வழியில்லை. சொல்லப்போகிறேன் என்று ஆரம்பித்துவிட்டால் எதையும் மறைப்பதில் உபயோகமில்லை' என்றார்.

'இதுதான் சரியான வழியும்கூட' என்றேன் நான்.

'திரு டிரெப்பர் எங்களுடன் சுமார் மூன்று வாரங்களாக இருக் கிறார். அவரும் அவரது செயலர் ஸ்டாங்கெர்சனும் ஐரோப்பா

வில் சுற்றுப்பயணம் மேற்கொண்டிருந்தனர். அவர்களது பெட்டி களில் கோபன்ஹேகன் என்ற சீட்டு ஒட்டப்பட்டிருந்தது. கடைசி யாக அங்கிருந்துதான் வந்திருக்கின்றனர் என்று கருதலாம். ஸ்டாங்கெர்சன் அமைதியான மனிதர். ஆனால் அவரது எஜமானரை அப்படிச் சொல்லமுடியாது. அவர் முரட்டுத்தனம் கொண்டவராகவும் நளினமற்றவராகவும் இருந்தார். வந்த முதல் இரவிலேயே கடுமையாகக் குடித்தார். சொல்லப்போனால் மதியம் 12 மணிக்கு மேல் அவர் சுய நினைவில் இருந்து நான் பார்த்ததே இல்லை. பெண் பணியாளர்களிடம் மோசமாகவும் கீழ்த்தரமாகவும் நடந்துகொள்வார். அதிலும் மோசமாக, விரைவிலேயே என் பெண் ஆலீஸிடமும் அப்படியே நடந்து கொள்ள ஆரம்பித்தார். அவர் அவளிடம் பேசிய பல விஷயங் களைப் புரிந்துகொள்ளக்கூடிய வயதுகூட அவளுக்கு இல்லை. ஒருமுறை அவளைக் கட்டிப் பிடித்துவிட்டார். அதைப் பார்த்து அவரது செயலரே அவரைக் கடுமையாகக் கண்டித்தார்.'

'ஆனால் இதை நீங்கள் எப்படிப் பொறுத்துக்கொண்டீர்கள்?' என்றேன் நான். 'உங்களுக்குப் பிடிக்காதவர்களை விடுதியை விட்டு அனுப்பியிருக்கவேண்டியதுதானே?'

'திருமதி கார்ப்பெண்டியரின் முகம் சிவந்தது. 'கடவுள் சாட்சியாக நான் அவர்களை முதல் நாளே துரத்தியிருப்பேன்' என்றார் அவர். 'ஆனால் அவர்கள் தினமும் ஆளுக்கு ஒரு பவுண்ட் வீதம் பணம் கொடுத்தனர். வாரத்துக்கு 14 பவுண்ட். இது ஆள்கள் அதிகம் வரும் காலம் அல்ல. நானோ ஒரு விதவை. கடற்படையில் இருக்கும் என் பையனோ எனக்கு அதிகம் செலவு வைப்பவன். பணத்தை இழக்க எனக்கு மனம் இல்லை. எல்லாம் குடும்பத்தின் நன்மைக்காக என்றுதான் நான் நடந்துகொண் டேன். ஆனால் கடைசியாக நடந்ததை என்னால் பொறுத்துக் கொள்ள முடியவில்லை. உடனே அவர்களைக் காலி செய்யச் சொல்லிவிட்டேன். அதனால்தான் அவர்கள் வெளியேறினார்கள்.'

'பிறகு?'

'அவர்கள் கிளம்பிப் போனதும் என் மனம் லேசானது. எனது மகன் அப்போது விடுமுறையில் இருந்தான். ஆனால் நான் அவனிடம் எதையும் சொல்லவில்லை. அவன் கொஞ்சம் முரட்டு குணம் கொண்டவன். தன் சகோதரியின்மீது உயிரையே வைத்திருப்பவன். அவர்கள் கிளம்பிப்போனதும் என் மனத்தி லிருந்து பெரிய பாரம் விலகியது போல் இருந்தது. ஆனால் ஒரு

மணி நேரத்துக்குள்ளாக அழைப்பு மணி அடித்தது. திரு டிரெப்பர் மீண்டும் வந்துள்ளார் என்று அறிந்துகொண்டேன். அவர் நிறையக் குடித்திருந்தார். மிகவும் உணர்ச்சிகரமான நிலையில் இருந்தார். நானும் என் மகளும் உட்கார்ந்திருந்த அறைக்குள் முரட்டுத்தனமாக நுழைந்தார். ரயிலைத் தவறவிட்டதாக ஏதோ உளறினார். பிறகு ஆலீஸை நோக்கித் திரும்பி, என் கண்ணுக்கு முன்னாலேயே, அவளை மணந்துகொள்ள விரும்புவதாகச் சொன்னார். இருவரும் சேர்ந்து அமெரிக்காவுக்குப் போய்விட லாம் என்றார். 'உனக்குத் திருமணம் நடக்கும் வயதாகிவிட்டது. உன்னை எந்தச் சட்டத்தாலும் தடுக்க முடியாது. என்னிடம் எக்கச்சக்கமான பணம் உள்ளது. இந்தக் கிழவியைக் கண்டு கொள்ளாதே. என்னோடு உடனடியாக வா. உன்னை இளவரசி போல் வைத்துக் காப்பேன்' என்றார்.

ஆலீஸ் பயந்து நடுங்கி, அவரிடமிருந்து விலகி நின்றாள். ஆனால் அவர் அவளது கையைப் பிடித்து தன்னை நோக்கி இழுத்தார். நான் கத்தினேன். அப்போது என் மகன் ஆர்த்தர் அறைக்குள் வந்தான். அதன்பிறகு என்ன நடந்தது என்று எனக்குச் சரியாக நினைவில்லை. ஒருவரை ஒருவர் திட்டும் சத்தம், கைகலப்புச் சத்தம் கேட்டது. என் முகத்தை உயர்த்தி என்ன நடக்கிறது என்ற பார்க்கவே எனக்கு பயமாக இருந்தது. நான் கடைசியாக முகத்தை உயர்த்தியபோது, ஆர்த்தர், கையில் ஒரு தடியுடன், வாசலில் சிரித்தபடி நின்றிருந்தான். 'அந்த ஆள் இனி நம்மிடம் வம்புக்கு வரமாட்டார்' என்றான். 'அவரைப் பின் தொடர்ந்து சென்று அவன் என்ன செய்கிறான் என்று பார்க்கிறேன்' என்றான். அத்துடன் அவன் தன் தொப்பியை எடுத்து மாட்டிக்கொண்டு தெருவில் இறங்கிச் சென்றுவிட்டான். அடுத்த நாள், திரு டிரெப்பரின் மர்மமான சாவைப் பற்றி நான் கேள்விப்பட்டேன்.'

'இந்த வாக்குமூலம், திருமதி சார்ப்பெண்டியரிடமிருந்து வருவதற்குள் நிறைய தயக்கங்களும் தடுமாற்றங்களும் இருந்தன. சில சமயம் அவர் மிகச் சன்னமான குரலில் பேசுவதைக் கேட்க நான் கஷ்டப்படவேண்டியதாயிற்று. அவர் சொன்ன அனைத்தையும் சுருக்கெழுத்தில் எழுதிக்கொண்டேன். ஏனெனில் பின்னர் எந்தத் தவறும் நேரக்கூடாதே?'

'ஓ, மிக ஆவலாக உள்ளது' என்றார் ஷெர்லாக் ஹோம்ஸ் கொட்டாவி விட்டபடி. 'பின் என்ன நடந்தது?'

‘திருமதி சார்ப்பெண்டியர் சொல்லி முடித்ததும், எனக்கு வழக்கு முழுவதுமே ஒரு புள்ளியில் நிற்பதாகத் தோன்றியது’ என்றார் காவலர். ‘அவரைக் கண்ணால் கூர்ந்து பார்த்தபடி, அவரது மகன் எத்தனை மணிக்குத் திரும்பினான் என்று கேட்டேன். பெண் களை அப்படிக் கூர்ந்து பார்ப்பது மிகவும் பயன் தரக்கூடியது.’

‘தனக்குத் தெரியாது’ என்றார் அவர்.

‘தெரியாது?’

‘தெரியாது. அவனிடம் ஒரு சாவி உள்ளது. அதைக்கொண்டு அவன் வீட்டுக்குள் நுழைந்தான்.’

‘நீங்கள் தூங்கியபிறகா?’

‘ஆம்.’

‘நீங்கள் எத்தனை மணிக்குத் தூங்கப் போனீர்கள்?’

‘சுமார் 11 மணிக்கு.’

‘எனவே உங்கள் மகன், குறைந்தது இரண்டு மணிநேரமாவது வெளியே சென்றிருந்தான்?’

‘ஆம்.’

‘நான்கைந்து மணி நேரம் கூட இருக்கலாம், அல்லவா?’

‘இருக்கலாம்.’

‘அந்த நேரத்தில் என்ன செய்துகொண்டிருந்தான்?’

‘எனக்குத் தெரியாது’ என்றார் அவர். அவரது உதடு வெளுத் திருந்தது.

‘அதன்பின் அங்கே செய்ய ஒன்றும் இருக்கவில்லை. லெஃப்டினண்ட் சார்ப்பெண்டியர் எங்கே இருக்கிறான் என்று கண்டுபிடித்தேன். இரண்டு காவலர்களைக் கூட அழைத்துச் சென்று அவனைக் கைது செய்தேன். அவனது தோளைத் தொட்டு சத்தம் போடாமல் எங்களுடன் வருமாறு சொன்னேன். அதற்கு பதிலாக அவன் தைரியமாக, ‘அந்தப் பொறுக்கி டிரெப்பரின் கொலைக்காக என்னை நீங்கள் கைது செய்கிறீர்கள் என்று

நினைக்கிறேன்' என்றான். நாங்கள் அவனிடம் எதையுமே சொல்லவில்லை. எனவே அவன் அந்தக் கொலையைப் பற்றிச் சொன்னது சந்தேகத்தை வரவழைத்தது.'

'நிச்சயமாக' என்றார் ஹோம்ஸ்.

'அவனிடம் அவனது தாய் விவரித்த கனமான தடி இன்னமும் இருந்தது. அது ஓக் மரத்தால் ஆனது.'

'உங்களது விளக்கம்தான் என்ன?'

'என் விளக்கம்... அவன் டிரெப்பரைப் பின்தொடர்ந்து பிரிக்ஸ்டன் சாலை வரை வந்துள்ளான். அங்கே இருவருக்கும் இடையில் மீண்டும் சண்டை ஏற்பட்டுள்ளது. அப்போது டிரெப்பரைத் தடியால் தாக்கியுள்ளான். ஒருவேளை அடிவயிற்றில் இருக்கலாம். அதனால் உடலில் எந்தக் காயமும் இல்லாது டிரெப்பர் இறந்திருக்கவேண்டும். இரவு மழை பெய்ததால், யாருமே தெருவில் இல்லை. எனவே சார்ப்பெண்டியர் உடலை இழுத்துச் சென்று காலியான வீடு ஒன்றில் போட்டுள்ளான். அந்த மெழுகு வர்த்தி, ரத்தம், சுவரில் எழுதியது, மோதிரம் ஆகியவை காவலர்களைத் தவறான வழியில் செலுத்துவதற்காகச் செய்யப்பட்ட தந்திரங்களாக இருக்கவேண்டும்.'

'அற்புதம்' என்றார் ஹோம்ஸ், ஊக்கப்படுத்தும் வகையில். 'கிரெக்சன், நீங்கள் நிஜமாகவே முன்னேறி வருகிறீர்கள். நீங்கள் தேறுவதற்கு இன்னும்கூட வாய்ப்புள்ளது.'

'இந்த வழக்கை அருமையாகத் தீர்த்ததில் என்னையே நான் பாராட்டிக்கொள்கிறேன்' என்றார் கிரெக்சன் பெருமையுடன். 'அந்த இளைஞன் தனது வாக்குமூலத்தில், தான் டிரெப்பரைச் சிறிதுநேரம் பின்தொடர்ந்ததாகவும், அவர் அதனைப் புரிந்து கொண்டு ஒரு வண்டியை அழைத்து அதில் ஏறிச் சென்றதாகவும் சொன்னான். அவன் திரும்பி வரும்போது ஒரு பழைய நண்பனைச் சந்தித்ததாகவும் அவனுடன் நேரம் கழித்ததாகவும் சொன்னான். அந்த நண்பனின் முகவரியைக் கேட்டதற்கு சரியான பதில் வரவில்லை. இந்த வழக்கு முற்றிலுமாகப் பொருந்துகிறது. ஆனால் லெஸ்டிரேட் தவறான வழியில் சென்றதுதான் எனக்குச் சிரிப்பை வரவழைக்கிறது. அவரால் எதையும் கண்டுபிடிக்க முடியாது... அட, அவரே இங்கே வருகிறாரே!'

நாங்கள் இப்படிப் பேசிக்கொண்டிருக்கும்போது, லெஸ்டிரேட் படிகளில் ஏறி அறைக்குள் நுழைந்தார். ஆனால் அவரது உடையிலும் நடையிலும் எப்போதும் இருக்கும் உறுதியும் தெளிவும் அப்போது இல்லை. அவரது முகம் குழப்பத்திலும் வேதனையிலும் இருந்தது. அவரது உடைகள் அழுக்காகவும் மோசமாகவும் இருந்தன. அவர் ஷெர்லாக் ஹோம்ஸிடம் ஆலோசனை கேட்பதற்காக வந்ததுபோல இருந்தது. ஆனால் தனது சக அலுவலரைப் பார்த்த மாத்திரத்தில் அவர் வெட்கப்பட்டார். அறைக்கு மையத்தில் இருந்தவாறு, என்ன செய்வது என்று தெரியாமல் தனது தொப்பியை சரி செய்தவாறு இருந்தார். பிறகு, கடைசியாக, 'இது மிகவும் அசாதாரணமான ஒரு வழக்கு, துளியும் புரிந்துகொள்ளமுடியாத ஒன்றாக உள்ளது' என்றார்.

'ஓ, நீங்கள் அப்படியா நினைக்கிறீர்கள் திரு லெஸ்டிரேட்' என்றார் கிரெக்சன் வெற்றிக் களிப்பில். 'நீங்கள் அந்த முடிவுக்குத்தான் வருவீர்கள் என்று நான் நினைத்தேன். செயலர் திரு ஜோசஃப் ஸ்டாங்கெர்சனைக் கண்டுபிடித்தீர்களா?'

'செயலர் திரு ஜோசஃப் ஸ்டாங்கெர்சன், இன்று காலை 6 மணிக்கு ஹாலிடே தனியார் விடுதியில் கொலை செய்யப்பட்டுள்ளார்' என்றார் லெஸ்டிரேட் தீவிரமான முகத்துடன்.

7 இருட்டில் வெளிச்சம்

லெஸ்டிரேட் கொடுத்த தகவலின் முக்கியத்துவமும் எதிர்பாராத தன்மையும் எங்கள் மூவரையுமே வாயடைத்துப் போகச் செய்துவிட்டது. கிரெக்சன் தனது இருக்கையிலிருந்து சடாரென்று எழுந்ததில் மீதமிருந்த விஸ்கியும் தண்ணீரும் தட்டிக் கொட்டி விட்டன. நான் மௌனமாக ஷெர்லாக் ஹோம்ஸை வெறித்துப் பார்த்தேன். அவரது உதடுகள் இறுக்கமாக மூடியிருந்தன. அவரது இமைகள் கீழ்நோக்கி வளைந்திருந்தன.

'ஸ்டாங்கெர்சனுமா?' என்றார் அவர். 'விஷயம் மேலும் சிக்கலாகிறதே!'

'ஏற்கெனவே கடுமையான சிக்கலில்தான் இருந்தது' என்று லெஸ்டிரேட் முணுமுணுத்தபடி ஓர் இருக்கையில் உட்கார்ந்தார்.' ஏதோ போர் விவாதக் குழுவில் இடையில் நுழைந்தது போல இருந்தது' என்றார்.

'இந்த... இந்தத் தகவல் நிச்சயமானதுதானா?' என்று திக்கித் திக்கிக் கேட்டார் கிரெக்சன்.

'நான் அவருடைய அறையிலிருந்துதான் நேராக வருகிறேன்' என்றார் லெஸ்டிரேட். 'இந்தக் கொலை நடந்ததை முதலில் கண்டுபிடித்தவனே நான்தான்.'

‘இதுவரை கிரெக்சனின் பார்வையில் என்ன நடந்தது என்று கேட்டுக்கொண்டிருந்தோம்’ என்றார் ஹோம்ஸ். ‘நீங்கள் என்ன பார்த்தீர்கள், செய்தீர்கள் என்று சொல்லமுடியுமா?’

‘எனக்கு ஒன்றும் ஆட்சேபணை இல்லை’ என்றார் லெஸ்டிரேட், உட்கார்ந்தபடி. ‘டிரெப்பரின் கொலையில் ஸ்டாங்கெர்சனுக்கு ஏதோ தொடர்பு உள்ளது என்று நான் சந்தேகப்பட்டது உண்மை தான். ஆனால் இப்போது நடந்துள்ளது, எனது கருத்து தவறு என்று நிரூபித்துள்ளது. அந்த ஒரே எண்ணத்தை மனத்தில் கொண்டு செயலரை எப்படியாவது பிடித்துவிடவேண்டும் என்று முயன்றேன். மூன்றாம் தேதி மாலை 8.30 மணிக்கு இருவரும் யூஸ்டன் ரயில் நிலையத்தில் சேர்ந்து காணப் பட்டனர். மறுநாள் காலை 2.00 மணிக்கு டிரெப்பரின் உடல் பிரிக்ஸ்டன் சாலையில் கிடைக்கிறது. 8.30-க்கும் குற்றம் நடந்த நேரத்துக்கும் இடைப்பட்ட காலத்தில் ஸ்டாங்கெர்சன் என்ன செய்துகொண்டிருந்தார், அதற்குப்பின் அவர் என்ன ஆனார் என்ற கேள்விகள்தான் என் முன் இருந்தன. நான் உடனே லிவர்பூலுக்கு, அவரது உருவம் பற்றிய தகவல்களைத் தந்திமூலம் அனுப்பி, அமெரிக்காவுக்குச் செல்ல இருக்கும் கப்பல்களைக் கண்காணிக்கச் சொன்னேன். பிறகு யூஸ்டனுக்கு அருகில் உள்ள தங்கும் விடுதிகள், ஹோட்டல்களை விசாரிக்கப் புறப்பட்டேன். டிரெப்பரது செயலர் அவரைவிட்டுப் பிரிந்திருந் தால், அந்த இரவில் அருகில் எங்கேயாவதுதான் தங்கியிருக்க வேண்டும் என்றும் அடுத்த நாள் காலை ரயில் நிலையத்தில் காணப்பட்டிருக்கவேண்டும் என்றும் நான் யோசித்தேன்.’

‘அவர்கள் இருவரும் எங்கு மீண்டும் சந்திப்பது என்று முன்ன தாகவே முடிவுசெய்திருக்கவேண்டும்’ என்றார் ஹோம்ஸ்.

‘அதுதான் உண்மை. நேற்று முழுவதும் விசாரணை செய்து எந்த வழியும் கிடைக்கவில்லை. இன்று காலை சீக்கிரமே என் வேலையை ஆரம்பித்தேன். எட்டு மணிக்கு லிட்டில் ஜார்ஜ் தெருவில், ஹாலிடே தனியார் விடுதியை அடைந்தேன். அங்கே ஸ்டாங்கெர்சன் என்பவர் தங்கியிருக்கிறாரா என்ற கேள்விக்கு, ஆம் என்ற பதில் கிடைத்தது.

‘அவர் உங்களைத்தான் எதிர்பார்த்திருக்கிறார் போல’ என்றனர். ‘ஒரு மனிதருக்காக அவர் இரண்டு நாள்களாகக் காத்துக் கொண்டிருக்கிறார்.’

‘அவர் இப்போது எங்கே உள்ளார்?’ என்று கேட்டேன்.

‘மாடியில் படுத்துக்கொண்டிருக்கிறார். ஒன்பது மணிக்கு எழுப்பச் சொல்லியிருந்தார்.’

‘நான் உடனே மேலே சென்று அவரைப் பார்க்கிறேன்’ என்றேன்.

‘சட்டென என்னைப் பார்த்த அதிர்ச்சியில் அவர் ஏதாவது உளறிவிடலாம் என்று எதிர்பார்த்தேன். விடுதிப் பணியாளர், அறையை எனக்குக் காண்பிக்க வந்தார். அந்த அறை இரண்டாவது மாடியில் இருந்தது. அறையை நோக்கிச் செல்ல ஒரு சிறு பாதை இருந்தது. பணியாளர் அந்த அறையை எனக்குக் காட்டிவிட்டுத் திரும்பினார். அப்போது நான் தரையில் பார்த்தது, எனது இருபது வருட அனுபவம் காரணமாக, என்னைக் கவலை கொள்ளச் செய்தது. தரையில் அடியிலிருந்து ரத்தம் கோடாக வழிந்து பாதையைத் தாண்டி மறுபக்கம் சிறு குட்டையை உருவாக்கியிருந்தது. எனது கத்தலைக் கேட்டு பணியாளர் மீண்டும் ஓடிவந்தார். ரத்தத்தைப் பார்த்ததும் அவர் கிட்டத்தட்ட மயங்கிவிட்டார். கதவு உள்புறமாகப் பூட்டப்பட்டிருந்தது. நாங்கள் இருவரும் தோள்களால் முட்டி, மோதி கதவைத் திறந்தோம். அறையின் ஜன்னல் திறந்திருந்தது. அதற்கு அருகே இரவு உடை அணிந்திருந்த ஒரு மனிதனின் உடல் குப்பை போலக் குவிந்திருந்தது. அவர் இறந்து நிறைய நேரம் ஆகியிருக்க வேண்டும். உடல் ஜில்லிட்டு அவயங்கள் விறைத்துப்போய் இருந்தன. உடலைத் திருப்பியதும் பணியாளர் உடனடியாக அடையாளம் கண்டுகொண்டார். ஜோசஃப் ஸ்டாங்கெர்சன் என்ற பெயரில் அறையை வாடகைக்கு எடுத்தவர் அவர்தான். சாவின் காரணம் இடது பக்க இதயத்தில் ஏற்பட்டிருந்த ஆழமான குத்துக் காயம். இனி வருவதுதான் மிகவும் விநோதமானது. கொல்லப்பட்ட மனிதனுக்கு மேலாக என்ன காணப்பட்டது தெரியுமா?’

ஷெர்லாக் ஹோம்ஸ் பதில் சொல்வதற்கு முன்னதாகவே, அவர் என்ன சொல்லப்போகிறார் என்பது எனக்குத் தோன்றிவிட்டது.

‘RACHE என்ற வார்த்தை ரத்தத்தால் எழுதப்பட்டிருந்தது, சரியா?’ என்றார் ஹோம்ஸ்.

‘ஆமாம்!’ என்றார் லெஸ்டிரேட், ஆச்சரியம் கலந்த குரலில். தொடர்ந்து நாங்கள் அனைவரும் பல நிமிடங்களுக்கு மௌனமாக இருந்தோம்.

கொலைகாரனின் செயல்கள் ஒருவிதத்தில் முறையானதாகவும் ஆனால் புரிந்துகொள்ள முடியாததாகவும் இருந்தன. அதனால் குற்றங்களுக்கு ஒருவித திகில் தன்மை ஏற்பட்டிருந்தது. படைக் களத்திலேயே பதைக்காமல் நின்றிருந்த எனக்கு, இதை நினைக்கும்போதே உடல் சிலிர்த்தது.

'ஒரு மனிதன் பார்வையில் பட்டுள்ளான்' என்று தொடர்ந்தார் லெஸ்டிரேட். 'தங்கும் விடுதிக்குப் பின்னால் உள்ள தெருவில் பால்காரப் பையன் ஒருவன் தொழுவத்திலிருந்து வீட்டுக்கு நடந்து போயிருக்கிறான். அங்கே சும்மா கிடக்கும் ஏணி ஒன்று இரண்டாவது மாடியில் இருக்கும் திறந்த ஜன்னல்மீது சாத்தி வைக்கப்பட்டிருந்ததாம். அதைத் தாண்டிச் செல்லும்போது, இரண்டாவது மாடியில் இருந்து ஒரு மனிதன் அந்த ஏணியில் இறங்கிவருவதை அந்தப் பையன் பார்த்திருக்கிறான். அந்த மனிதனை ஹோட்டலில் வேலை செய்யும் ஒரு தச்சன் என்று அந்தப் பையன் நினைத்துள்ளான். இவ்வளவு சீக்கிரம் ஒருவன் வேலைக்கு வந்துள்ளானே என்பதைத் தவிர அந்தப் பால்காரப் பையன் வேறெதையும் நினைக்கவில்லை. அந்த மனிதன் உயரமானவனாக, சிவந்த முகம் கொண்டவனாக, நீண்ட பழுப்பு கோட் அணிந்தவனாக இருந்தான் என்று இந்தப் பையன் நினைக் கிறான். கொலை செய்தபிறகு சிறிது நேரம் இந்த மனிதன் அந்த அறையில் இருந்திருக்கவேண்டும். கை கழுவும் இடத்தில், ரத்தக் கறையுடன் தண்ணீர் தென்பட்டது. துணிகளில் வேண்டு மென்றே அவன் கத்தியைத் துடைத்த கறையும் தென்பட்டது.'

கொலைகாரனின் அடையாளங்கள், ஹோம்ஸ் சொன்னதை ஒத்திருந்தது. நான் ஹோம்ஸைத் திரும்பிப் பார்த்தேன். ஆனால் அவர் முகத்தில் மகிழ்ச்சியோ, திருப்தியோ தென்படவில்லை.

'அந்த அறையில் கொலைக்கான எந்தத் துப்புமே கிடைக்க வில்லையா?' என்று அவர் கேட்டார்.

'ஒன்றுமே கிடைக்கவில்லை. ஸ்டாங்கெர்சனின் பையில் டிரெப்பரின் பர்ஸ் கிடைத்தது. ஆனால் அது வழக்கம்தானாம். ஸ்டாங்கெர்சன்தான் எல்லாவற்றுக்கும் பணம் கொடுத்து வந்தார். அதில் கிட்டத்தட்ட 80 பவுண்டு பணம் இருந்தது. அதிலிருந்து எதுவும் எடுக்கப்படவில்லை. கொலைக்கு என்ன காரணங்கள் இருந்தாலும், அதில் களவு இல்லை என்று மட்டும் தெரிகிறது. இறந்த மனிதரின் பையில் எந்த ஆவணமும்

கிடைக்கவில்லை. ஒரே ஒரு தந்தி மட்டும் இருந்தது. அது கிளீவ்லாந்திலிருந்து ஒரு மாதத்துக்கு முன் அனுப்பப்பட்டது. அதில் 'ஜே.ஹெச் ஐரோப்பாவில் இருக்கிறார்' என்ற வாசகம் இருந்தது. அந்தத் தந்தியை அனுப்பியவர் பெயர் ஏதும் இல்லை.'

'வேறு எதுவுமே இல்லையா?' என்று கேட்டார் ஹோம்ஸ்.

'முக்கியமானதாக ஏதுமில்லை. அந்த மனிதர் படித்துக்கொண் டிருந்த நாவல் படுக்கையில் இருந்தது. அவரது புகைத்த குழாய் அருகில் இருக்கையில் இருந்தது. மேஜையில் ஒரு தம்ளர் நீர் இருந்தது. அருகில் ஜன்னல் திட்டில் ஒரு சிறு மருந்துப் பெட்டியில் இரண்டு மாத்திரைகள் இருந்தன.'

ஷெர்லாக் ஹோம்ஸ் தடாரென இருக்கையைத் தட்டிவிட்டபடி எழுந்து, சந்தோஷக் குரலில் கத்தினார்.

'இதுதான் நான் எதிர்பார்த்த கடைசித் துண்டு' என்றார். 'எனது வழக்கு இப்போது முழுமையடைந்துவிட்டது!'

இரண்டு காவலர்களும் அவரை அதிர்ச்சியுடன் பார்த்தனர்.

'இப்போது எனது கையில் இந்தக் குழப்பத்துக்கான முழுமை யான விடை உள்ளது' என்று மிகுந்த நம்பிக்கை தொனிக்கும் குரலில் சொன்னார் எனது தோழர். 'ஆங்காங்கே சில தகவல்கள் தேவைப்படுகின்றன. ஆனால் அடிப்படைத் தகவல்கள் அனைத்தும் தெளிவாக உள்ளன. ஸ்டாங்கெர்சனை விட்டு டிரெப்பர் பிரிந்ததிலிருந்து, உடல் கிடைத்தவரை என்ன நடந்தது என்று என் கண்ணால் பார்த்தமாதிரியே என்னால் இப்போது சொல்லமுடியும். அதற்கான நிரூபணத்தைப் பிறகு தருகிறேன். அந்த மாத்திரைகள் உங்களிடம் உள்ளனவா?'

'என்னிடம் உள்ளன' என்ற லெஸ்டிரேட், சிறிய வெள்ளைப் பெட்டியை வெளியே எடுத்தார். 'பர்ஸ், தந்தி, மாத்திரை ஆகிய வற்றை காவல் நிலையத்தில் பத்திரமாக வைக்க எடுத்துக் கொண்டு வந்தேன். நான் இந்த மாத்திரைகள்மீது எந்த முக்கியத் துவத்தையும் வைக்கவில்லை. எனவே இதை நான் இங்கே எடுத்துவந்தது அதிர்ஷ்டவசம்தான்.'

'அவற்றை இங்கே கொடுங்கள்' என்றார் ஹோம்ஸ். என்னை நோக்கித் திரும்பி, 'டாக்டர், இவை வழக்கமான மாத்திரைகள் தானா?' என்றார்.

அவை வழக்கமான மாத்திரைகள் அல்ல. முத்துப் போன்ற சாம்பல் நிறத்தில், சிறியதாக, வட்டமாக, ஒளி ஊடுருவக் கூடியவையாக அவை இருந்தன. 'இவற்றின் தன்மைகளைக் கொண்டு, இவை நீரில் கரையக்கூடியவை என்று நினைக்கிறேன்' என்றேன் நான்.

'சரியாகச் சொன்னீர்கள்' என்றார் ஹோம்ஸ். 'இப்போது கீழே சென்று அந்தக் கஷ்டப்படும் ஜீவனான நாயை எடுத்துக்கொண்டு வருகிறீர்களா? வீட்டுக்கார அம்மா அந்த நாயின் வலியிலிருந்து விடுதலை வாங்கித்தருமாறு உங்களிடம் நேற்றுக்கூட கேட்டாரே?'

நான் கீழே இறங்கிச் சென்று, நாயை என் கையில் எடுத்துக் கொண்டு வந்தேன். அது மூச்சுவிடப் பட்ட சிரமமும் அதன் வெறித்த கண்களும், அதன் வாழ்நாள் இனியும் அதிகம் இல்லை என்று காட்டின. அதன் வெளுத்த முகம், நாய்களின் சராசரி வாழ் நாளை அது ஏற்கெனவே தாண்டிவிட்டது என்று உணர்த்தியது. அந்த நாயை நான் தரையில் ஒரு தலையணையில் வைத்தேன்.

'இந்த மாத்திரையில் ஒன்றை இரண்டாக வெட்டுகிறேன்' என்றார் ஹோம்ஸ். தன் பையிலிருந்து ஒரு பேனாக்கத்தியை எடுத்து, சொன்னபடி செய்தார். 'ஒரு பாதியைப் பெட்டியில் பத்திரமாக வைப்போம். மறுபாதியை இந்தத் தம்ளரில் ஒரு தேநீர்க் கரண்டி நீருடன் சேர்ப்போம். நம் டாக்டர் சொன்னது சரி என்றால், மாத்திரை நீரில் கரையவேண்டும்.'

'இது மிகவும் சுவாரசியமாகத்தான் உள்ளது' என்றார் லெஸ்டிரேட். தான் கேலி செய்யப்படுவதாக அவருக்குத் தோன்றியிருக்க வேண்டும். அதனால் அவரது குரல் சற்றே வருத்தப்படுவது போல் தோன்றியது. 'ஆனால், இதற்கும், ஸ்டாங்கெர்சனின் கொலைக்கும் என்ன சம்பந்தம்?'

'பொறுமை, நண்பரே, பொறுமை! இரண்டுக்கும் உள்ள நெருங்கிய தொடர்பை விரைவில் அறிந்துகொள்வீர்கள். இப்போது இதை உட்கொள்ளும் வகையில் சிறிது பாலைச் சேர்க்கிறேன். இந்த நாய்க்குக் கொடுத்தால் அது இதனை உடனடியாகச் சாப்பிடும்.'

சொல்லியபடி, அவர் அந்தக் கரைசலை ஒரு தட்டில் சேர்த்து நாய்க்கு முன் வைத்தார். அதுவும் உடனடியாக நக்கித் தீர்த்தது.

ஷெர்லாக் ஹோம்ஸின் உறுதியான செயல்பாடு எங்கள் அனைவரையும் நம்பிக்கை கொள்ளவைத்தது. எனவே அமைதியாக, ஏதாவது அதிர்ச்சியூட்டும் சம்பவம் நிகழும் என்று அந்த விலங்கையே பார்த்துக்கொண்டிருந்தோம். ஆனால் ஒன்றுமே நடக்கவில்லை. நாய் தரையில் படுத்தபடி, கஷ்டப்பட்டு மூச்சு விட்டுக்கொண்டிருந்தது. ஆனால் முன்னைவிட மோசமாகவோ அல்லது எளிதாகவோ அல்ல.

ஹோம்ஸ் தனது கைக்கடிகாரத்தை எடுத்துக் கவனிக்க ஆரம்பித்தார். நிமிடங்கள் தாண்டினவே ஒழிய எதுவும் நடக்கவில்லை. அவரது முகத்தில் ஏமாற்றமும் கலவரமும் தோன்றின. உதட்டைக் கடித்துக்கொண்டார். விரல்களால் மேஜையில் தட்டினார். அமைதியின்மையைப் பல வகைகளிலும் வெளிப்படுத்தினார். அவரது நிலையைக் கண்டு, நான் மிகவும் வருத்தப்பட்டேன். இரண்டு காவலர்களும் ஏளனமாகச் சிரித்தபடி, ஹோம்ஸின் இக்கட்டான நிலையைக் கண்டு மகிழ்ந்தபடி இருந்தனர்.

'இது தற்செயலாக இருக்க முடியாது' என்று அவர் எழுந்தபடி கத்தினார். அறைக்குள் அங்கும் இங்குமாக நடந்தார். 'இது நிச்சயம் தற்செயலாக இருக்கமுடியாது. டிரெப்பர் வழக்கில் நான் எதிர்பார்த்த அந்த மாத்திரைகள், ஸ்டாங்கெர்சனின் கொலைக்குப் பிறகு கண்டுபிடிக்கப்பட்டன. ஆனால் அவை விஷமல்ல. அப்படியென்றால் என்ன அர்த்தம்? நிச்சயம் என்னுடைய பகுத்தாய்ந்த காரணங்கள் தவறாக இருக்க முடியாது. அதற்கு வாய்ப்பே இல்லை! ஆனாலும் இந்த நாய் இன்னும் சாகவில்லை. ஆஹா! கிடைத்துவிட்டது, கிடைத்துவிட்டது!' குதித்தபடி அவர் பெட்டியிலிருந்து இரண்டாவது மாத்திரையை எடுத்து அதை இரண்டாக வெட்டி, நீரில் கரைத்து, பாலைச் சேர்த்து, நாய்க்குக் கொடுத்தார். அதில் நாய் வாயை வைத்தவுடனேயே அதன் உடல் நடுங்க ஆரம்பித்தது. அதன்மீது மின்னல் இறங்கினாற்போல சட்டெனக் கீழே விழுந்து உயிரை விட்டது.

ஷெர்லாக் ஹோம்ஸ் நீண்ட பெருமூச்சு விட்டு, தன் நெற்றியில் படிந்திருந்த வியர்வையைத் துடைத்தார். 'என்மீதே நான் அதிக நம்பிக்கை வைக்கவேண்டும்' என்றார். 'வரிசையான பகுத்தாய்ந்த காரணங்களுக்கு எதிராக ஒரு தகவல் உள்ளது என்றால், அதற்கு வேறொரு பொருள் உள்ளது என்று இதற்குள்

நான் உணர்ந்திருக்கவேண்டும். அந்தப் பெட்டியில் இருந்த இரு மாத்திரைகளில் ஒன்று கடுமையான விஷம். மற்றொன்று தீங்கற்றது. அந்தப் பெட்டியைப் பார்ப்பதற்கு முன்னமேயே இதை நான் ஊகித்திருக்கவேண்டும்.'

அந்தக் கடைசி வாக்கியம், என்னை அதிர்ச்சிக்கு உள்ளாக்கியது. இந்த ஆசாமி நிஜமாகவே சுய நினைவில்தான் உள்ளாரா என்ற சந்தேகம் எனக்குத் தோன்றியது. நாய் செத்தது நிஜம்தான். எனவே அவர் சொன்னது சரியாகத்தான் இருக்கவேண்டும். எனது மனத்தில் இருந்த குழப்பங்கள் கொஞ்சம் கொஞ்சமாக விலகி, ஆனால் முழுமையான தெளிவில்லாத புரிதல் ஏற்பட்டது.

'இதெல்லாம் உங்களுக்கு அந்நியமாகப் படும்' என்றார் ஹோம்ஸ். 'ஏனெனில் நீங்கள், விசாரணையின் ஆரம்பத்தி லேயே கிடைத்த ஒரே உண்மையான துப்பை ஏற்க மறுத்து விட்டீர்கள். ஆனால் நான் அதனை ஆரம்பத்திலேயே உணர்ந்து விட்டேன். அதன்பின் நடந்த அனைத்துமே எனது ஆரம்பக் கருத்துக்கு வலு சேர்ப்பதாகவே இருந்தது. சொல்லப்போனால் அடுத்தடுத்து அப்படித்தான் நடந்திருக்கவேண்டும். எனவே உங்களைக் குழப்பிய அனைத்து நடவடிக்கைகளும் என்னுடைய வாதத்துக்கு வலு சேர்ப்பவையாக அமைந்தன. அந்நியமான விஷயங்களை மர்மமானவை என்று நினைக்கக்கூடாது. சாதாரணக் குற்றங்கள் பலவும் மர்மம் நிறைந்ததாக இருப்ப தற்குக் காரணம், அவற்றில் எந்தவிதப் புதுமையான, சிறப்பான துப்பும் இல்லை என்பதுதான். எனவே, குற்றம் எப்படி நடந்தது என்று கண்டுபிடிக்கச் சிரமமாக இருக்கும். கொலை செய்யப் பட்ட உடல் நடுத்தெருவில் இருந்திருந்தால் இந்தக் குற்றத்தைச் செய்தவரைக் கண்டுபிடிப்பது மிகவும் கடினமாக இருந்திருக் கும். ஆனால் இந்தக் குற்றத்தைச் சுற்றி நடந்த பல விநோதமான சம்பவங்கள், இந்தக் குற்றத்தைக் கடினமாக்குவதற்கு பதில் எளிதாக்கின.'

இந்தப் பிரசங்கத்தை அமைதியின்றிக் கேட்டுக்கொண்டிருந்த கிரெக்சன் அதற்குமேல் பொறுக்கமுடியாமல் இடைப்பட்டார். 'திரு ஷெர்லாக் ஹோம்ஸ் அவர்களே, நீங்கள் மிகவும் புத்திசாலி என்று ஒப்புக்கொள்ள நாங்கள் அனைவரும் தயாராக உள்ளோம். உங்களுக்கென்றே ஒரு பிரத்யேகமான வேலை செய்யும் முறை உள்ளது என்பதையும் ஏற்றுக்கொள்கிறோம். ஆனால் எங்களுக்குத் தேவை, வெறும் கோட்பாடுகளும் பிரசங்கங்களும்

அல்ல. கொலைகாரனைப் பிடிக்கவேண்டும். நான் என்னுடைய வழியைப் பின்பற்றினேன். அது தவறு என்று தெரிந்துவிட்டது. இளம் சார்ப்பெண்டியர் இரண்டாவது கொலையில் சம்பந்தப் பட்டிருக்கமுடியாது. லெஸ்டிரேட், ஸ்டாங்கெர்சனைப் பின்பற்றிச் சென்றார். அவரும் தவறுதான் என்று ஆகிவிட்டது. நீங்கள் அங்கொன்றும் இங்கொன்றுமாகத் தகவல்களைக் கொடுக்கிறீர்கள். எங்களைவிட அதிகம் தெரிந்துவைத்துள்ள தாகத் தெரிகிறது. உங்களுக்கு இந்த வழக்கைப் பற்றி என்னதான் முடிவாகத் தெரியும் என்பதைச் சொல்லவேண்டிய தருணம் வந்துவிட்டது. கொலைகாரன் யார் என்று உங்களால் சொல்ல முடியுமா?'

'கிரெக்சன் சொல்வது சரிதான் என்று எனக்குத் தோன்றுகிறது' என்றார் லெஸ்டிரேட். 'நாங்கள் இருவரும் முயன்றோம், இருவரும் தோற்றுவிட்டோம். உங்களிடம் தேவையான அனைத்து சாட்சியங்களும் உள்ளன என்று நான் இந்த அறைக்கு வந்ததிலிருந்து பல முறை நீங்கள் சொல்லக் கேட்டுவிட்டேன். இனியும் அவற்றைக் கொடுக்காமல் இருப்பது முறையல்ல.'

'கொலைகாரனைக் கைது செய்யத் தாமதம் செய்தால், அவன் மேலும் புதிய குற்றங்களைச் செய்ய நேரம் அளித்ததாக ஆகிவிடும்' என்றேன் நான்.

இவ்வாறு நாங்கள் அனைவரும் அவரை அழுத்த, ஹோம்ஸ், உறுதியற்ற ஒரு நிலைக்குச் சென்றார். தலை கீழே குனிந்தபடி, இமைகள் கீழ்நோக்கி வளைந்தபடி, அறையில் அங்கும் இங்கும் உலாத்தத் தொடங்கினார். அவர் யோசனையில் ஆழும்போது எப்போதும் இப்படித்தான் செய்வார்.

திடீரென நடப்பதை நிறுத்தி, எங்களைப் பார்த்தபடி, 'இனி மேற்கொண்டு எந்தக் கொலைகளும் நடக்காது' என்றார் கடைசியாக. 'அதைப்பற்றி நீங்கள் கவலைப்பட வேண்டாம். கொலைகாரனின் பெயர் எனக்குத் தெரியுமா என்று நீங்கள் கேட்டீர்கள். தெரியும். அவனது பெயரைத் தெரிந்துகொள்வது மிகவும் எளிதான விஷயம். அத்துடன் ஒப்பிடும்போது அவனைப் பிடிப்பது என்பது மிகவும் கடினமானது. அதையும் வெகு சீக்கிரமாகச் செய்யப்போகிறேன். எனது வழியிலேயே அதைச் சமாளிப்பேன் என்ற நம்பிக்கை இருக்கிறது. ஆனால் அதைக் கவனமாகக் கையாள வேண்டும். ஏனெனில் நாம் எதிர்கொள்ள

இருப்பது, சாதுரியமான, மிகவும் வெறிகொண்ட ஒரு மனிதனை. மேலும் அவனுக்கு உதவிசெய்ய அவனளவுக்குத் திறமையுள்ள ஒரு கூட்டாளியும் இருக்கிறான். இதனை நானே நேரில் எதிர்கொண்டுள்ளேன். இவன் யார் என்று பிறருக்குத் தெரியாது என்று இவன் நினைக்கும்வரை, இவனைப் பிடிக்க வாய்ப்புள்ளது. ஆனால் இவனுக்குச் சிறு சந்தேகம் வருமானால் இவன் தன் பெயரை மாற்றி, இந்த நகரத்தில் உள்ள நாற்பது லட்சம் மக்களிடையே மறைந்து காணாமல் போய்விடுவான். உங்கள் இருவரையும் நான் எந்தவிதத்திலும் காயப்படுத்த விரும்பவில்லை. ஆனால் உண்மை என்னவென்றால் இவனும் இவனது கூட்டாளியும் காவல்துறையின் கண்ணில் விரலை விட்டு ஆட்டக்கூடியவர்கள். அதனால்தான் உங்களது உதவியை நான் கேட்கவில்லை. இவனைப் பிடிப்பதில் நான் தோல்வியுற்றால், பழி அத்தனையும் என் மேல்தான் விழும். அதற்கு நான் தயாராகவே உள்ளேன். எனது வாய்ப்புகளுக்கு எந்தக் கெடுதலும் நேராது என்றால் நான் உடனடியாக உங்களைத் தொடர்புகொள்வேன் என்று உறுதி கூறுகிறேன்.'

கிரெக்சனும் லெஸ்டிரேடும் இந்த உறுதிமொழியினால் திருப்தி அடையவில்லை என்று நன்றாகத் தெரிந்தது. காவல்துறையைப் பற்றிய மோசமான கணிப்பும் அவர்களுக்குத் திருப்தி தரவில்லை. கிரெக்சனின் வெள்ளை முடி, சிவக்கும் நிலையை அடைந்துவிட்டது. லெஸ்டிரேடின் கண்கள் கோபத்தாலும் ஆர்வத்தாலும் பளபளத்தன. அவர்கள் இருவரும் பேசுவதற்கு வாய்ப்பு வரும் முன்னாலேயே வாசல் கதவு தட்டும் சத்தம் கேட்டது. தெருச் சிறுவர்களின் தலைவன் விக்கின்ஸ், தனது முக்கியமற்ற, விரும்பத்தகாத உருவத்துடன் உள்ளே நுழைந்தான்.

'மன்னிக்கவும் அய்யா' என்று சொல்லியவாறே தனது முன் உச்சி முடியைத் தொட்டான். 'கீழே உங்களுக்கான வண்டி காத்திருக்கிறது.'

'நல்ல பையன்' என்றார் ஹோம்ஸ் சலனம் ஏதும் இன்றி. 'நீங்கள் ஏன் ஸ்காட்லாந்து யார்டில் இந்த வகைக் கைவிலங்குகளைப் பயன்படுத்தக்கூடாது?' என்று கேட்டபடி இரு ஜதை இரும்பு கைவிலங்குகளை வெளியே எடுத்தார். 'இந்த ஸ்பிரிங் எவ்வளவு அழகாக வேலை செய்கிறது பாருங்கள்? ஒரே நொடியில் பூட்டிக் கொள்கிறது.'

‘பழைய மாதிரி கைவிலங்கு நன்றாகத்தான் வேலை செய்கிறது’ என்றார் லெஸ்டிரேட். ‘அதைப் பூட்டவேண்டிய ஆள் ஒழுங்காகக் கையில் கிடைத்தால் போதும்.’

‘நல்லது, நல்லது, அப்படியே இருக்கட்டும்’ என்றார் ஹோம்ஸ் சிரித்தபடி. ‘வண்டி ஓட்டுநர் எனது பெட்டிகளைக் கீழே எடுத்துச் செல்ல உதவினால் நன்றாக இருக்கும். அவரைக் கொஞ்சம் மேலே வரச்சொல், விக்கின்ஸ்.’

என் தோழர் இப்படி எங்கோ கிளம்பிச் செல்லத் தயாரானது எனக்கு ஆச்சரியத்தை வரவழைத்தது. அதைப்பற்றி அவர் என்னிடம் ஏதும் சொல்லியிருக்கவில்லை. அறையில் ஒரு சிறிய பெட்டி இருந்தது. அதை அவர் இழுத்து அதன் வார்ப் பட்டி களைக் கட்டத் தொடங்கினார். இப்படி அவர் வேலையில் ஆழ்ந்திருக்கும்போது வண்டிக்காரர் உள்ளே நுழைந்தார்.

‘இந்த வாரை இழுத்துக்கட்ட எனக்குக் கொஞ்சம் உதவுங்கள்’ என்றார் அவர், தலையை உயர்த்தாமல், தரையில் முழங்காலிட்டவாறு.

வண்டிக்காரர், ஆர்வம் காட்டாமல், அவசரப்படாமல், முன் நோக்கி வந்து கையைக் கீழே வைத்து உதவப்போனார். அந்த விநாடியே கிளிக் என உலோகம் உரசும் சத்தம் கேட்டது. ஷெர்லாக் ஹோம்ஸ் சட்டென எழுந்து நின்றார்.

‘நண்பர்களே, இதோ திரு ஜெஃபர்சன் ஹோப். ஈனோக் டிரெப்பரையும் ஜோசஃப் ஸ்டாங்கெர்சனையும் கொலை செய்தவர்’ என்றார் மினுக்கும் கண்களுடன்.

அனைத்துமே ஒரு நொடியில் நிகழ்ந்தது. அது நடந்த வேகத்தில் அதை உணர்வதற்குக்கூட எனக்கு நேரமிருக்கவில்லை. அந்த விநாடி அப்படியே என் மனத்தில் பதிந்துவிட்டது. ஹோம்ஸின் வெற்றிக்களிப்பு, அவரது குரலில் இருந்த மிடுக்கு, வண்டிக் காரனின் அதிர்ச்சியடைந்த, கொடூரமான முகம், அவனது கையில் மந்திரம் போல முளைத்திருந்த கைவிலங்குகளை அவன் வெறித்துப் பார்த்தது. ஓரிரு விநாடிகளுக்கு நாங்கள் அனைவருமே சிலைகளாக நின்றோம். பிறகு என்னவென்று விவரிக்கமுடியாத ஒரு கோபக் கூச்சலை வெளிப்படுத்தி, கைதி தன்னை ஹோம்ஸின் பிடியிலிருந்து விடுவித்துக்கொண்டு ஜன்னலை நோக்கிப் பாய்ந்தான். கண்ணாடியும் மரச் சட்டகங்களும்

உடைந்து சிதறின. ஆனால் அவனால் வெளியே குதிக்க முடிய வில்லை.

கிரெக்சன், லெஸ்டிரேட், ஹோம்ஸ் மூவரும் அவன்மீது வேட்டை நாய்களைப் போலப் பாய்ந்தனர். அறைக்குள் அவனைப் பிடித்து இழுத்தனர். தொடர்ந்து பயங்கரப் போராட்டம் நடந்தது. அவனது அசுர பலமும் வெறியும் சேர்ந்து, மீண்டும் மீண்டும் எங்கள் நால்வரையும் தள்ளி வீழ்த்தின. காக்காய் வலிப்பு வந்தவனின் விலுக் விலுக் என உதைக்கும் சக்தியைப் பெற்றவன் போல இருந்தான் அவன். அவனது முகமும் கைகளும் கண்ணாடி மீது பாய்ந்ததால் கடுமையாகக் காயமுற்றிருந்தன. ஆனால் ரத்தப்போக்கு அவனது போராடும் திறனை எந்த விதத்திலும் பாதித்ததுபோலத் தெரியவில்லை. கடைசியாக லெஸ்டிரேட் தனது கையை அவனது உடைக்குள் செலுத்தி அவனது தொண்டையை இறுக்கிப் பிடித்தபிறகுதான், அவனது போராட்டம் உபயோகமற்றது என்று அவனுக்குப் புரிந்தது. அப்போதுகூட, அவனது கைகளையும் கால்களையும் கட்டிய பிறகுதான் நாங்கள் ஓரளவுக்குப் பாதுகாப்பாக உணர்ந்தோம். அதன்பிறகுதான் மூச்சு வாங்கியபடி நாங்கள் அனைவரும் எழுந்து நின்றோம்.

'அவனது வண்டியே கீழே நிற்கிறது' என்றார் ஷெர்லாக் ஹோம்ஸ். 'அதிலேயே அவனை ஸ்காட்லாந்து யார்டுக்குக் கொண்டுசெல்வதே சரியானது. சரி, நண்பர்களே, நமது மர்மப் பயணத்தின் முடிவுக்கு வந்துவிட்டோம். உங்கள் கேள்விக் கணைகளை என்னை நோக்கி வீசுங்கள். அவற்றுக்குப் பதில் சொல்ல நான் மறுத்துவிடுவேன் என்ற ஆபத்து இனி இல்லை' என்றார் சிரித்தபடி.

பாகம் 2
புனிதர்களின் நாடு

1 வெப்ப பூமி

வட அமெரிக்கக் கண்டத்தின் மத்தியில் வறண்ட, வெறுக்கத் தக்க பாலைவனம் ஒன்று உள்ளது. இது வெகு காலமாக, நாகரிக வளர்ச்சிக்குத் தடைகல்லாக இருந்துள்ளது. சியர்ரா நெவாடா விலிருந்து நெப்ராஸ்கா வரை, வடக்கில் யெல்லோஸ்டோன் ஆற்றிலிருந்து தெற்கில் கொலராடோ வரை, அழிவும் அமைதியும் மட்டுமே நிரம்பிய பகுதியாக இருந்தது. இந்த ஈவு இரக்கமற்ற பூமியில், இயற்கை எப்போதும் ஒரே மனநிலையில் இருப்பதில்லை. இங்கே பனி படர்ந்த, நீண்டு வளர்ந்துள்ள மலைகளும் உள்ளன; இருண்ட, சோர்வளிக்கக்கூடிய பள்ளத் தாக்குகளும் உள்ளன. வளைந்து நெளியும் ஆறுகள், மலையில் குடைந்த பாதைகளுக்கு இடையே வேகமாகச் செல்லும். பரந்த சமவெளிகள், குளிர்காலங்களில் பனியால் வெளுத்தும், கோடை காலங்களில் உப்பு, உவர் மண்ணால் சாம்பல் நிறத் திலும் இருக்கும். ஆனால் இவை அனைத்தும் ஒன்றுசேர்ந்து, அந்தப் பகுதியின் பண்பை, அதாவது தரிசாக, வசிக்கத் தகாததாக, அவலம் கொண்டதாக, அப்படியே வைத்திருந்தன.

இந்த அவல பூமியில் யாரும் வாழ்வோர் இல்லை. பாவ்னீ அல்லது பிளாக்ஃபீட் கூட்டம்[1] அவ்வப்போது இந்தப் பகுதியைக்

---

[1] வட அமெரிக்கப் பழங்குடி இந்தியர்கள்

கடந்து, வேறு வேட்டைக் காடுகளை நோக்கிச் செல்லும். ஆனால் அவர்களிலேயே அதிக தைரியசாலிகள்கூட, இந்தச் சமவெளியைக் கடந்து, புல்வெளியை அடைந்தால்தான் மகிழ்ச்சி அடைவார்கள். கயோட்டே நரிகள் புதர்களில் ஒண்டிக் கிடக்கும். பஸ்ஸார்ட் வல்லூறுகள் தங்களது இறக்கைகளைக் கனமாகக் காற்றில் அடித்தபடிப் பறக்கும். பருத்த கிரிஸ்லி கரடிகள் மலைப் பாறைகளுக்கிடையே மெதுவாக நடந்து சென்று, பாறைகளுக்கிடையில் ஏதேனும் கிடைத்தால் உண்டு வாழும். இந்த விலங்குகள் மட்டுமே இந்தப் பிரதேசத்தில் வாழ்பவை.

சியர்ரா பிளாங்கோ மலையின் வட சரிவிலிருந்து பார்க்கும்போது தெரியும் மந்தமான நிலப்பரப்பைப்போல இந்த உலகில் எங்குமே பார்க்கக் கிடைக்காது. கண்ணுக்குத் தெரியும்வரை பரந்த சமவெளியில் உவர் மண் திட்டுத் திட்டாக இருக்கும். ஆங்காங்கே குட்டையான புதர்கள் மண்டிக்கிடக்கும். தொலை தூரத்தில் தொடுவானில் மலைத்தொடரின் பனிபடர்ந்த முகடுகள் சங்கிலிகளாகத் தெரியும். இந்தப் பரந்த நிலப்பரப்பில் உயிரின் அறிகுறியே காணப்படாது. நீலவானில் எந்தப் பறவை யும் கிடையாது. தரையில் எதுவும் நகராது. எல்லாவற்றையும் விட மோசமாக, மயான அமைதி பரவியிருக்கும். எவ்வளவுதான் சிரமப்பட்டுக் கேட்டுப்பார்த்தாலும் சத்தத்தின் நிழல்கூட அந்தக் காட்டில் இருக்காது. அமைதியைத் தவிர எதுவும் இல்லை. இதயத்தை உறையவைக்கும் அமைதி.

இந்தச் சமவெளியில் உயிருக்குத் தொடர்புடைய எதுவுமே இல்லை என்று சொல்கிறார்கள் அல்லவா? அது உண்மையல்ல. சியர்ரா பிளாங்கோவிலிருந்து கீழே பார்த்தால், பாலைவனத் துக்கு நடுவே ஒரு பாதை தெரியும். அது வளைந்து நெளிந்து சென்று தொலைதூரத்தில் மறையும். அதன்வழியே பல சாகசக் காரர்கள் வண்டிகளில் சென்றது, வண்டிச் சக்கரத் தடத்திலிருந்து தெரியும். ஆங்காங்கே வெளுத்த பொருள்கள் சூரிய ஒளியில் மின்னி, சாம்பல் உவர் மண்ணிலிருந்து தனித்துத் தெரியும். நெருங்கிச் சென்று அவை என்ன என்று பாருங்கள்! அவையெல் லாம் எலும்புகள்: சில பெரிதும் முரட்டுத்தனமுமானவை; சில சிறியவை, மெலிதானவை. முதல் வகை காளைகளின் எலும்புகள். இரண்டாவது, மனிதர்களின் எலும்புகள். 1,500 மைல் தூரத்துக்கு இதுபோன்ற எலும்புக் குவியல்கள் உதிர்ந்துகிடப்பதைப் பார்க்கலாம்.

1847-ம் ஆண்டு, மே மாதம், 4-ம் தேதி, இந்தக் காட்சியைப் பார்த்தபடி நின்றார் ஓர் ஒற்றைப் பயணி. அவர் ஒன்று கடவுளாக இருக்கவேண்டும் அல்லது சாத்தானாக. அவரைப் பார்ப்பவர்கள், அவருக்கு வயது நாற்பதா அல்லது அறுபதா என்று கண்டுபிடிக்கத் தடுமாறுவார்கள். அவரது முகம் மெலிந்து, மூப்படைந்து இருந்தது. பழுப்புத் தோல், துருத்திக்கொண்டிருக்கும் எலும்புகளின்மேல் இழுத்துப் போர்த்தப்பட்டிருந்தது. அவரது பழுப்புத் தலைமுடியிலும் தாடியிலும் ஆங்காங்கே வெள்ளைப் புள்ளிகளும் கோடுகளும் தெரிந்தன. கண்கள் குழி விழுந்து, அசாதாரணமாகப் பளபளத்தன. துப்பாக்கியை இறுகப் பிடித்திருந்த கை, எலும்புக்கூட்டைப்போல சதைப்பிடிப்பு கொண்டிருந்தது. அவர் துப்பாக்கியின்மீது சாய்ந்து, அதனைப் பற்றுக்கோலாகக் கொண்டிருந்தார். ஆனாலும் அவரது உயரமான உருவமும் வலுவான எலும்புகளும், அவரது உடல்நிலை வலுவானதாகவும் செயல்திறன் கொண்டதாகவும் இருந்ததைக் காட்டியது. அவரது மெலிந்த முகமும் தொளதொளவென்று இருந்த உடைகளும் அவருக்கு வயதான, மூப்படைந்த தோற்றத்தைக் கொடுத்தன. அந்த மனிதர் பசியாலும் தாகத்தாலும் இறந்துகொண்டிருந்தார்.

அவர் மிகவும் சிரமப்பட்டு பாறைப் பிளவுகளில் நடந்து, தண்ணீர் கிடைக்குமா என்று தேடியபடி இந்த மேட்டுக்கு வந்திருந்தார். ஆனால் அவர் கண்ணுக்கு முன் உவர் பூமியும் தொலைவில் கொடூரமான மலைத்தொடர்களும் மட்டுமே பரந்துகிடந்தன. ஒரு மரமோ செடியோகூடக் கண்ணில் பட வில்லை. அவை இருந்தாலாவது ஈரம் இருப்பதற்கான வாய்ப்புகள் உள்ளன என்று சொல்லலாம். அந்தப் பரந்த நிலத்தில் நம்பிக்கைக்கான சிறு கீற்றுகூடத் தென்படவில்லை. வடக்கே, கிழக்கே, மேற்கே பார்த்தபின், அவரது அலைச்சல் இந்த இடத்தில், இந்த மலட்டுப் பாறையில் முடியப்போகிறது என்று அவருக்குப் புலப்பட்டது. அவர் இறக்கப்போகிறார். 'இருபது ஆண்டுகளுக்குப் பின், சொகுசுப் படுக்கையில் படுத்தபடி இறப்பதற்குபதில் இங்கு ஏன் சாகக் கூடாது' என்று அவரது வாய் முணுமுணுத்தது. ஒரு பெரும் பாறையின் நிழலில் உட்கார்ந்து கொண்டார்.

உட்காருவதற்குமுன், தனது உபயோகமற்ற துப்பாக்கியைத் தரையில் போட்டார். சாம்பல் நிறத் துணியில் கட்டி, தன் வலது

தோளில் சுமந்து வந்திருந்த துணி மூட்டையையும் கீழே போட்டார். அந்தத் துணி மூட்டை விழுந்த வேகத்தில், அது கனமானதாக இருக்கவேண்டும் என்று தோன்றியது. உடனடியாக, அந்த மூட்டையிலிருந்து ஒரு முனகல் சத்தம் கேட்டது. அதிலிருந்து கீறல்கள் விழுந்த ஒரு சிறு முகமும், அதில் மின்னும் இரு பழுப்புக் கண்களும், இரு சிறிய, புள்ளிகளும் குழிகளும் நிரம்பிய மூடிய கைகளும் வெளியே தெரிந்தன.

'வலிக்கிறது' என்றது சிறு குழந்தையின் குரல், சற்றே கோபத்துடன்.

'அச்சச்சோ, அப்படியா' என்றார் அந்த மனிதர் மன்னிப்பு கேட்கும் தொனியில். 'வேண்டுமென்றே அப்படிச் செய்ய நினைக்கவில்லை' என்று சொல்லிக்கொண்டே அந்தத் துணியை அவிழ்த்து ஐந்து வயது நிரம்பிய அழகான ஒரு பெண் குழந்தையை வெளியே எடுத்தார். அவள் அணிந்திருந்த அழகான காலணிகளும் நேர்த்தியான இளஞ்சிவப்பு உடையும், முன்பக்கம் தொங்கிக்கொண்டிருக்கும் லினன் துணியும், ஒரு தாயின் பரிவான கவனத்தைச் சுட்டிக்காட்டின. அந்தக் குழந்தை மெலிந்தும் வெளுத்தும் இருந்தது. ஆனால் அதன் வலுவான கால்களும் கைகளும், அவளுடன் வந்தவரைக் காட்டிலும் அந்தக் குழந்தை குறைவாகவே துன்பப்பட்டிருந்ததைக் காட்டியது.

'இப்ப எப்படி இருக்கு?' என்றார் அவர் குழந்தையிடம். அந்தக் குழந்தை தலைக்குப் பின் தங்க நிற முடி படர்ந்த இடத்தைத் தேய்த்துக்கொண்டிருந்தது.

'அந்த இடத்துல முத்தம் கொடுத்து சரி பண்ணிடுங்க' என்ற குழந்தை, நிதானமாக காயம் பட்ட இடத்தை அவரை நோக்கி நீட்டியது. 'அம்மா அப்படித்தான் செய்வாங்க. ஆமாம், அம்மா எங்கே?'

'அம்மா கிளம்பிப் போய்ட்டாங்க. ஆனால், அவங்களைத் திரும்பிப் பாக்க ரொம்ப நேரம் ஆகாது!'

'கிளம்பிட்டாங்களா' என்றது அந்தச் சிறு குழந்தை. 'என்கிட்ட போய்ட்டு வரேன்னு கூடச் சொல்லாம போயிட்டாங்க? அத்தை வீட்டுக்கு தேநீருக்குப் போறப்ப எப்பவும் என்கிட்ட சொல்லிட்டுதானே போவாங்க? போயி மூணு நாள் ஆவுது.

ஆமாம், ஒரே வறட்சியா கிடக்குது. குடிக்கத் தண்ணியோ சாப்பிட சாப்பாடோ இல்லையா?'

'இல்லம்மா கண்ணு, ஒண்ணுமே இல்லை. இன்னும் கொஞ்சம் பொறுமையா இரும்மா, அப்புறம் எல்லாம் சரியாயிடும். எம்மேல தலைய சாய்ச்சுக்க, கொஞ்சம் தெம்பா இருக்கும். உதடு இப்படி காய்ஞ்சு இருந்தா பேசக் கஷ்டமா இருக்கும். நிலைமை எப்படிப் போகுதுன்னு உனக்கு சொல்றேன். கைல என்ன?'

'அழகான பொருள், அருமையான பொருள்' என்று கத்திய சிறுமி, இரண்டு மின்னும் மைகா துண்டுகளைத் தூக்கிக் காண்பித்தாள். 'வீட்டுக்குப் போனதும் அண்ணன் பாப் கிட்ட தருவேன்.'

'ஓ, இதைவிட அழகான பொருள்களையெல்லாம் சீக்கிரம் பாக்கப் போறே' என்றார் அந்த மனிதர் தன்னம்பிக்கையுடன். 'இன்னும் கொஞ்சம் பொறுமையா இரு. நானே உன்கிட்ட சொல்லனும்னுதான் இருந்தேன். எப்ப நாம ஆத்தங்கரையை விட்டுக் கிளம்பினோம்னு ஞாபகம் இருக்கா?'

'ஓ, நல்லா.'

'சீக்கிரமே இன்னொரு ஆறு வரும்னு நினைச்சோம். ஆனா, ஏதோ தப்பாப் போச்சு. காம்பஸ் சரியில்லையோ, வரைபடம் சரியில்லையோ, வேற என்னமோ. ஆறு வரலை. தண்ணி தீர்ந்துடுச்சு. ஒண்ணு ரெண்டு சொட்டுத் தண்ணி மட்டும்தான், உனக்கும், அவங்களுக்கும்...'

'அப்புறம் நீங்க உங்க மூஞ்சி, உடம்பைக் கழுவிக்க முடியலையா?' என்றாள் அந்தச் சிறுமி, அவரது அழுக்கான உருவத்தைப் பார்த்தபடி.

'ஆமா. குடிக்கவும் முடியலை. முதல்ல போனது திரு பெண்டர். அப்புறம் இந்தியன் பீட். அப்புறம் திருமதி மெக்கிரிகோர், அப்புறம் ஜான்னி ஹோன்ஸ், அப்புறம் கண்ணு, ஒன்னோட அம்மா.'

'அப்ப, அம்மாவும் செத்துட்டாங்களா' என்று கத்திய சிறுமி, தனது உடையில் முகம் புதைத்தபடி விசும்பி விசும்பி அழத் தொடங்கினாள்.

‘ஆமாம்மா. நம்ம ரெண்டு பேரைத் தவிர்த்து எல்லாரும் செத்துட்டாங்க. இந்தப் பக்கம் வந்தா தண்ணி கிடைக்கும்னு நம்பினேன். உன்னை தோள்மேல தூக்கிகிட்டு இங்க வந்து சேர்ந்தேன். இங்க வந்தா அதனால எந்தப் பயனும் இல்லை. இனி நமக்கு மிகக் குறைஞ்ச வாய்ப்புதான் இருக்கு.’

‘அப்ப நாமும் செத்துடுவோம்னு சொல்றீங்களா?’ தனது விசும்பல்களை நிறுத்தி, கண்ணீர்க் கறை படிந்த முகத்தை மேலே தூக்கிக் கேட்டாள் சிறுமி.

‘அப்பிடித்தான் ஆகும்னு நினைக்கறேன்.’

‘ஏன் என்கிட்ட முன்னாடியே சொல்லலை?’ என்றாள் சிறுமி சத்தமாகச் சிரித்தபடி. ‘என்னை ரொம்ப பயமுறுத்திட்டீங்க. நாம செத்துட்டம்னா, திரும்பி அம்மாவோட ஒண்ணா சேர்ந்துடலாமில்லை.’

‘நிச்சயமா, கண்ணு.’

‘நீங்களுந்தான். நீங்க எப்படி என்கிட்ட ரொம்ப நல்லபடியா நடந்துகிட்டீங்கன்னு அம்மாகிட்ட சொல்லுவேன். நாம சொர்க்கத்துக்குப் போறப்ப அம்மா அங்க வாசல்ல நின்னுகிட்டிருப்பாங்க. கைல பெரிய தண்ணிப் பாத்திரத்த வெச்சுகிட்டு. கூட நிறைய கேக்கும். எனக்கும் பாபுக்கும் புடிக்கற மாதிரி. இன்னும் எவ்வளவு நேரம் எடுக்கும்?’

‘தெரியலைம்மா. ரொம்ப நேரம் ஆகாது.’ அந்த மனிதரின் கண்கள் வடக்குத் தொடுவானைப் பார்த்துக்கொண்டிருந்தன. அங்கே தொலைதூரத்தில் நீல வானில் தோன்றிய மூன்று புள்ளிகள், கொஞ்சம் கொஞ்சமாகப் பெரிதாகி, வேகமாக நெருங்கி வந்தன. விரைவில் அவை மூன்றும் பெரிய பழுப்பு நிறப் பறவைகளாகி, இரு பயணிகளையும் வட்டமிடத் தொடங்கின. பிறகு அருகில் இருந்த பாறைகளின்மீது உட்கார்ந்துகொண்டு, இவர்களையே பார்த்துக்கொண்டிருந்தன. அவை, இந்தப் பகுதியின் பஸ்ஸார்ட் வல்லூறுகள். சாவு வரப்போகிறது என்று கட்டியம் கூறுபவை.

‘சேவலும் கோழியும்’ என்று அந்தக் குழந்தை சந்தோஷமாக அவற்றைச் சுட்டிக்காட்டி, கைகளைக் கொட்டி அவற்றை எழுந்திருக்கவைக்க முயன்றாள். ‘இந்த இடத்தை கடவுளா செஞ்சாரு?’

'ஆமா, கடவுள்தான்' என்றார் அவர், இந்தக் கேள்வியைச் சற்றும் எதிர்பார்க்காமல்.

'அவர்தான் இல்லினாய்ஸை செஞ்சாரு, அவர்தான் மிசௌரியை செஞ்சாரு' என்று தொடர்ந்தாள் சிறுமி. 'ஆனா இங்க இந்த இடத்தை வேற யாரோ செஞ்சிருக்காங்க. அவ்வளவு நல்லா செய்யலை. மரங்களையும் தண்ணீரையும் விட்டுட்டாங்க.'

'இப்ப கடவுளுக்கு வணக்கம் சொல்லலாமா' என்றார் அந்த மனிதர் சற்றே தயக்கத்துடன்.

'இன்னும் ராத்திரி ஆகலையே' என்று பதில் அளித்தாள் சிறுமி.

'பரவாயில்லைம்மா, இது வழக்கமாப் பண்ணறதில்லை. ஆனால் அவர் கோவிச்சுக்க மாட்டார். நாம சமவெளில இருந்தப்ப ஒவ்வொரு ராத்திரியும் சொன்ன அதே வணக்கத்தை இப்ப சொல்லிடு.'

'ஏன் நீங்களும் சொல்லுங்களேன்' என்றாள் சிறுமி ஆச்சரியக் கண்களுடன்.

'எனக்கு மறந்திடுச்சு' என்றார் அவர். 'இந்தத் துப்பாக்கில பாதி உயரம் இருந்தப்பலேர்ந்து நான் கடவுள் வணக்கம் சொல்றதில்லை. இப்பக்கூட ரொம்ப தாமதமில்லைதான். நீ சொல்லும்மா, நானும் கூட சேர்ந்துக்கறேன்.'

'அப்ப நீங்க முட்டி போடுங்க, நானும்தான்' என்ற சிறுமி, துணியை அதற்கு ஏற்றபடி விரித்தாள். 'உங்க கையை இப்படி தூக்கி வெச்சுக்குங்க, அப்பதான் நல்லா இருக்கும்.'

அங்கு பஸ்ஸார்ட் வல்லூறுகளைத் தவிர வேறு யார் இருந் திருந்தாலும் அவருக்கு இந்தக் காட்சி விநோதமானதாக இருந் திருக்கும். அந்தச் சிறு துணியில் அருகருகே இரு பயணிகள் முழந்தாளிட்டிருந்தனர். ஒருத்தி சிறுமி. மற்றொருவர் பயமற்ற, இறுகிப்போயிருந்த ஓர் ஊர் சுற்றி. சிறுமியின் மொழு மொழு முகம், பெரியவரது மெலிந்த முகம் இரண்டும் மேகங்களற்ற வானத்தை நோக்கி, கடவுளை நேருக்கு நேர் பார்த்தபடி இருக்க, ஒரு தெளிந்த மெல்லிய குரல், ஓர் ஆழமான, முரட்டுக் குரல் இரண்டும் ஒன்றிணைந்து குற்றங்களை மன்னித்துவிடுமாறும் பாவங்களை மறந்துவிடுமாறும் மன்றாடின. இறைவணக்கம்

முடிந்ததும் அவர்கள் பழையபடி பாறை நிழலில் உட்கார்ந்தனர். சிறுமி தந்தையின் மார்பில் சாய்ந்தபடி தூங்க ஆரம்பித்தாள். அவர் சிறுமியின் தூக்கத்தைப் பார்த்தபடி விழித்திருந்தார். ஆனால் மூன்று நாள்கள், மூன்று இரவுகள் ஓய்வும் உறக்கமும் இன்றி நடந்த காரணத்தால், கண் இமைகள் அயர, தலை சாய்ந்து மார்பை நோக்கி விழ, அந்த மனிதரின் தாடி, மகளின் தங்க முடிக்கற்றைகளில் விழ, இருவரும் ஆழமான, கனவுகள் இல்லாத தூக்கத்தில் ஆழ்ந்தனர்.

அந்தப் பயணி இன்னும் அரை மணி நேரம் விழித்திருந்தால் அற்புதமான ஒரு காட்சியைக் கண்டிருப்பார். தொலைதூரத்தில், அந்த உவர் பூமி முடியும் இடத்தில் லேசாகக் கிளம்பிய புழுதி, கொஞ்சம் கொஞ்சமாக அதிகமாகி, விரைவில் தூரத்தில் உள்ள பனிப் படலத்தை ஒத்ததுபோல அகண்டும் உயர்ந்தும் கிளம்பி நன்கு உருவான மேகம் போல ஆனது. அந்த மேகம் மேலும் மேலும் விரிவடைந்தது. எண்ணற்றோர் நகர்ந்துபோகும்போது தான் இப்படி ஆகும். வளமான நிலங்களில், சமவெளிகளில் உள்ள புல்லைச் சாப்பிடவரும் பெரும் காட்டெருமைக் கூட்டம் தான் இப்படிப் புழுதியைக் கிளப்புகிறது என்று ஒருவர் எண்ணக் கூடும். ஆனால் இந்த வறண்ட காட்டில் அதற்கான வாய்ப்பே இல்லை.

பயணிகள் இருவரும் படுத்துக்கொண்டிருக்கும் ஒற்றைப் பாறைக்கு அருகே புழுதிப் புயல் நெருங்கியபோது, துணிகள் மறைத்த பல்லக்கு வண்டிகளும் ஆயுதம் தரித்த குதிரைவீரர் களும் புழுதியினூடாகத் தெரிய ஆரம்பித்தனர். ஒரு பெரும் கூட்டமாக மேற்கு நோக்கி அவர்கள் சென்றுகொண்டிருந்தனர்.

என்ன பெருங்கூட்டம்! அந்தக் கூட்டத்தின் தலை மலைத் தொடரை நெருங்கியபோது, தொடுவானத்தருகே அதன் வால் இன்னமும் தென்படவில்லை. அந்த மாபெரும் சமவெளியில் மூடிய வண்டிகள், திறந்த வண்டிகள், குதிரைகளின்மீது உட்கார்ந் திருக்கும் ஆண்கள், தரையில் நடக்கும் ஆண்கள், சுமைகளைச் சுமந்தபடி எண்ணற்ற பெண்கள், வண்டிகளுக்குப் பின்னும் வண்டிகளின் உள்ளிருந்தும் சிறு குழந்தைகள். இவர்கள் சாதாரணமாகக் குடிபெயரும் மக்கள் அல்லர் என்பது தெரிந்தது. ஓரிடத்தில் தங்காமல் சுற்றிவரும் மக்கள், சூழ்நிலைக் காரணங் களால், தங்களுக்கென புது நகரை நிர்மாணிக்கச் செல்கிறார்கள் என்று புரிந்தது. பெரும் மக்கள் திரள் நகர்ந்து செல்வதால்

ஒன்றோடு ஒன்று மோதுவதும், மக்கள் பேசுவதும், வண்டிச் சக்கரங்கள் எழுப்பும் ஓசையும், குதிரைகள் கனைக்கும் ஒலியும் ஒன்றாகச் சேர்ந்து குழப்பமான சத்தத்தை எழுப்பின. ஒலி பலமாக இருந்தும், ஆய்ந்து ஓய்ந்து தூங்கும் இருவரையும் எழுப்பும் அளவுக்கு வலுவானதாக இல்லை.

வரிசையின் முகப்பில் சுமார் இருபது அல்லது அதற்கும் சற்று அதிகமான இரும்பு முகம் படைத்த ஆண்கள், வீட்டில் தயாரிக்கப்பட்ட ஆடைகளை அணிந்து, கையில் துப்பாக்கிகளை ஏந்தியபடி சென்றுகொண்டிருந்தனர். பாறைச் சரிவை அடைந்ததும் நின்று, தங்களுக்குள் எதையோ விவாதித்தனர்.

‘சகோதரர்களே, கிணறுகள் வலது பக்கம் இருக்கின்றன’ என்றார் ஒரு கடின உதடு கொண்ட, முழுமையாகச் சவரம் செய்திருந்த, பழுப்பு முடி கொண்ட ஒருவர்.

‘சியர்ரா பிளாங்கோவுக்கு வலது பக்கம். அப்படியே போனால் நாம் ரியோ கிராண்டேவுக்கு வந்துவிடுவோம்’ என்றார் மற்றொருவர்.

‘தண்ணீரைப் பற்றி யாரும் பயப்படவேண்டாம்’ என்றார் மூன்றாமவர். ‘பாறையிலிருந்தே தண்ணீரைத் தோற்றுவிக்கிற வர், தன்னால் தேர்ந்தெடுக்கப்பட்டவர்களை எப்போதும் கைவிட மாட்டார்.’

‘ஆமென்! ஆமென்’ என்றனர் அனைவரும்.

அவர்கள் அங்கிருந்து கிளம்ப எத்தனிக்கும்போது அவர்களில் மிகவும் இளையவனும் கூர்மையான பார்வை உடையவனுமான ஒருவன் அவர்களுக்கு மேலே இருந்த கரடுமுரடான பாறையைச் சுட்டிக்காட்டினான். அதன் உச்சியிலிருந்து சிறு இளஞ்சிவப்புத் துணி படபடத்து, சாம்பல் நிறப் பாறைகளுக்கு இடையே பளிச் சென்று பளபளத்தது. உடனே குதிரைகளும் துப்பாக்கிகளும் தயாராயின. மேலும் பல குதிரை வீரர்கள் முன்னணிக்கு வலு சேர்க்க விரைந்தனர். அனைவரது உதடுகளிலும் ‘சிவப்பிந்தியர் கள்’ என்ற வார்த்தைதான் இருந்தது.

‘இங்கே இந்தியர்கள் நிறையப் பேர் இருக்கமுடியாது’ என்றார் தலைவர் போலிருந்த வயதானவர். ‘நாம் பாவ்னீஸ் இந்தியர் களைத் தாண்டி வந்துவிட்டோம். இந்த மாபெரும் மலைத்

தொடரைத் தாண்டினால்தான் அடுத்து பிற பழங்குடி இந்தியர் களைப் பார்ப்போம்.'

'நான் போய்ப் பார்க்கட்டுமா சகோதரர் ஸ்டாங்கெர்சன் அவர் களே?' என்றான் அந்த இளைஞன்.

'நானும், நானும்' என்று ஒரு டஜன் குரல்கள் கத்தின.

'உங்களுடைய குதிரைகளை இங்கேயே விட்டுவிட்டுச் செல்லுங்கள். நாங்கள் இங்கேயே காத்திருக்கிறோம்' என்றார் தலைவர். ஒரே நொடியில் இளைஞர்கள் பலரும் குதிரை யிலிருந்து குதித்து இறங்கி, அவற்றைக் கட்டிப்போட்டுவிட்டு, உயர்ந்த பாறைமீது ஏறி, தங்கள் கவனத்தை ஈர்த்த அந்தப் பொருளை நோக்கிச் செல்லத் தொடங்கினர். சத்தமின்றி, வேகமாக, நம்பிக்கையும் திறமையும் கொண்ட முன்னணி வீரர்களைப் போல அவர்கள் முன்னேறினர். கீழே சமவெளியில் இருந்த மற்றவர்கள், இவர்கள் அவ்வப்போது ஒரு பாறை யிலிருந்து இன்னொரு பாறைக்குத் தாவி, உச்சிக்குச் செல்வது வரை பார்த்தபடி இருந்தனர். முதலில் குரல் கொடுத்த இளைஞன்தான் அனைவருக்கும் முன்னதாகச் சென்றான். அவனைப் பின்தொடர்ந்தவர்கள், அவன் ஏதோ ஆச்சரியத்தைப் பார்த்தவன்போல, திடீரென கைகளை மேலே உயர்த்துவதைக் கண்டார்கள். அவனைச் சென்றடைந்ததும் அவர்களும் அவனைப் போன்றே அதிசயப்பட்டனர்.

அந்த மலட்டு மலையின் மேலிருந்த சிறு மேட்டில் ஒரு பெரும் ஒற்றைப் பாறை இருந்தது. அந்தப் பாறையில் சாய்ந்தபடி உயரமான, நீண்ட தாடி வைத்திருந்த, வலுவான ஆனால் மெலிந்த தேகம் கொண்ட ஒருவர் படுத்திருந்தார். அசைவே இல்லாத முகமும் சீரான மூச்சுவிடுதலும் அவர் ஆழ்ந்து தூங்கிக்கொண்டிருக்கிறார் என்று காட்டியது. அவரை ஒட்டி ஒரு சிறு குழந்தை, தனது வெள்ளைக் கைகளால் அவரது பழுத்த கழுத்தைக் கட்டியபடி, தனது தங்க முடித் தலையை அவரது மார்பில், வெல்வெட் ஆடைமீது வைத்தபடி படுத்திருந்தது.

அந்தச் சிறுமியின் சிவந்த உதடுகள் பிளந்து, உள்ளே இருந்த சீரான பனி வெள்ளைப் பற்களைக் காட்டின. குழந்தை முகத்தில் விளையாட்டுச் சிரிப்பு தெரிந்தது. சிறுமியின் தடித்த வெள்ளைக் கால்கள், வெள்ளைக் காலுறையிலும் நேர்த்தியான காலணி யிலும் முடிந்தன. அத்துடன் ஒப்பிடும்போது, கூட இருந்தவரின்

சுருங்கி மெலிந்த கால்கள் முற்றிலும் மாறுபட்டதாக இருந்தன. இருவருக்காகவும் சாய்ந்திருந்த பாறையின் மேல் விளிம்பில் பொறுமையுடன் காத்திருந்த மூன்று பஸ்ஸார்ட் வல்லூறுகளும் புதியவர்களின் வருகையைக் கண்டு ஏமாந்துபோய், கூச்சலிட்ட வாறே அங்கிருந்து சோகத்துடன் பறந்து சென்றன.

அந்த மோசமான பறவைகளின் கூச்சலைக் கேட்டு விழித்த அந்த இருவரும் சுற்றும் முற்றும் பார்த்து ஆச்சரியத்தில் ஆழ்ந்தனர். அந்த மனிதர் தட்டுத் தடுமாறி எழுந்து கீழே சமவெளியை எட்டிப் பார்த்தார். அவர் தூங்கப்போகும்போது வெறுமை மட்டுமே இருந்த இடத்தில் இப்போது ஏகப்பட்ட மனிதர்களும் விலங்குகளும் இருந்தனர். அவரது கண்களை அவராலேயே நம்பமுடியவில்லை. எலும்புக் கையால் கண்களை ஓரிரு முறை மூடித் திறந்தார். 'இதைத்தான் சித்தப் பிரமை என்கிறார்களோ!' என்று முணுமுணுத்தார். அந்தச் சிறுமி, ஒன்றுமே பேசாமல் அவரது உடையின் நுனியைப் பற்றிக்கொண்டு, ஒரு குழந்தை யின் கேள்வி தொக்கும் பார்வையோடு அனைத்தையும் பார்த்துக் கொண்டிருந்தாள்.

அவர்களைக் காப்பாற்ற வந்த குழுவினர், அவர்கள் பார்ப்பது தோற்ற மயக்கம் அல்ல, உண்மைதான் என்பதை விரைவில் அவர்கள் இருவருக்கும் உணர்த்தினர். ஒருவன் அந்தச் சிறுமியைத் தூக்கி தன் தோளில் வைத்துக்கொண்டான். வேறு இருவர் அந்த மனிதருக்குத் தோள் கொடுத்து அவரை வண்டிகள் இருக்கும் இடம் நோக்கி அழைத்துச் சென்றனர்.

'என் பெயர் ஜான் ஃபெர்ரியர்' என்று அந்த மனிதர் சொன்னார். 'மொத்தம் 21 பேரில், நானும் இந்தச் சிறுமியும் மட்டும்தான் தப்பியுள்ளோம். மீதி அனைவரும் தெற்கில், பசியாலும் தாகத்தாலும் செத்துவிட்டனர்.'

'இவள் உங்கள் குழந்தையா?' என்று யாரோ ஒருவன் கேட்டான்.

'இப்போது இவள் என் குழந்தைதான்' என்றார் அவர் அழுத்த மாக. 'நான்தான் இவளைக் காப்பாற்றினேன், அதனால் இவள் என்னுடைய குழந்தை. யாரும் இவளை என்னிடமிருந்து பிரிக்க முடியாது. இன்றிலிருந்து இவள் லூசி ஃபெர்ரியர். நீங்கள் யார்? பெரிய கூட்டமாகத் தெரிகிறீர்கள்?' என்றார் அவர் தன்னைக் காப்பாற்றியவர்களை ஆர்வத்துடன் பார்த்தபடி.

'கிட்டத்தட்ட பத்தாயிரம் பேர்' என்றான் ஓர் இளைஞன். 'நாங்கள் கடவுளின் குழந்தைகள்; துன்புறுத்தப்பட்டு துரத்தப் பட்ட நிலையில் உள்ளோம். தேவன் மெரோனாவால் தேர்ந் தெடுக்கப்பட்டவர்கள்.'

'நான் அப்படி யாரையும் கேள்விப்பட்டதே இல்லை' என்றார் அவர். 'பெரும் கூட்டம் ஒன்றைத்தான் அவர் தேர்ந்தெடுத்துள் ளார்!'

'புனிதமானவற்றைப் பற்றி கேலி செய்யாதே' என்றான் முதலாமவன் அழுத்தமாக. ' பால்மிராவில் புனித ஜோசஃப் ஸ்மித்துக்குக் கொடுக்கப்பட்ட, தங்கத் தகட்டில் எகிப்திய எழுத்துகளில் எழுதப்பட்ட புனித எழுத்துகளை நம்புபவர்கள் நாங்கள். இல்லினாய்ஸ் மாகாணத்தின் நாவூ என்ற இடத்தில் கோயில் ஒன்றை உருவாக்கினோம். அங்கிருந்து இங்கே வந்துள்ளோம். கடவுளை நம்பாத, வன்முறை மனிதர்களிட மிருந்து தப்பி, பாலைவனமே ஆனாலும் பரவாயில்லை என்று இங்கே தஞ்சம் புகுந்துள்ளோம்.'

நாவூ என்ற பெயர், ஜான் ஃபெர்ரியருக்கு ஞாபகத்தைக் கொண்டு வந்தது. 'ஆஹா, நீங்கள் மார்மோன்கள்'[2] என்றார்.

'ஆம், நாங்கள் மார்மோன்கள்தான்' என்றனர் அவர்கள் அனைவரும் ஒன்றுசேர்ந்து.

'நீங்கள் எங்கே போகிறீர்கள்?'

'தெரியாது. கடவுளின் கரங்கள், எங்கள் தீர்க்கதரிசியின் வழியாக எங்களை வழிநடத்திச் செல்கிறது. நீங்கள் அவர்முன் வர வேண்டும். உங்களை என்ன செய்வது என்று அவர் சொல்வார்.'

இதற்குள் அவர்கள் மலையின் அடிவாரத்துக்கு வந்துவிட்டனர். வெளுத்த முகமும் சாதுவான குணமும் கொண்ட பெண்கள், சிரிக்கும் குழந்தைகள், கவலைகொண்ட, அக்கறையுள்ள கண்களையுடைய ஆண்கள் என அனைவரும் அவர்களைச்

---

[2] Mormon என்ற தீர்க்கதரிசியின் போதனைகளை ஜோசஃப் ஸ்மித் என்ற தீர்க்கதரிசி தொகுத்தார். அந்த வழியைப் பின்பற்றுபவர்கள் மார்மோன்கள் என்று அழைக்கப்பட்டனர். இவர்களது அமைப்புக்கு The Church of Jesus Christ of Latter-day Saints என்று பெயர்.

சூழ்ந்துகொண்டனர். அந்த அந்நியர்களில் ஒருவருடைய இளமையையும், மற்றவருடைய இயலாமையையும் உணர்ந்த போது ஆச்சரியமும் வருத்தமும் கலந்த சத்தம் அவர்களிடமிருந்து வெளிப்பட்டது.

அவர்களை அழைத்துவந்தவர்கள், அந்த மார்மோன் கூட்டத்தில் நிறுத்தாமல் முன்நோக்கிச் சென்று, பார்க்க நேர்த்தியாகவும் பல வண்ணங்கள் கொண்டதாகவும், பெரிதாகவும் இருந்த ஒரு வண்டியின் முன் நின்றனர். மற்ற வண்டிகளில் இரண்டு அல்லது நான்கு குதிரைகள் பூட்டியிருக்கையில் அந்த வண்டியில் மட்டும் ஆறு குதிரைகள் பூட்டப்பட்டிருந்தன. அந்த வண்டியின் ஓட்டுனருக்கு அருகில் சுமார் முப்பது வயது மதிக்கத்தக்க ஒரு மனிதர் இருந்தார். ஆனால் அவரது பெரிய தலையும் தீர்க்கமான பார்வையும் அவரைத் தலைவர் என்று தனித்துக் காட்டியது. அவர் பழுப்பு நிறப் புத்தகம் ஒன்றைப் படித்துக்கொண்டிருந்தார். கூட்டம் அவரை வந்தடைந்ததும், அந்தப் புத்தகத்தை வைத்துவிட்டு, நிகழ்வுகளைக் கவனமாகக் கேட்டார். பிறகு அந்த இரு அந்நியர்களையும் பார்த்துத் திரும்பினார்.

'நீங்கள் எங்களைப் போல நம்பிக்கையாளர்களாக இருந்தால் மட்டுமே, உங்களை நாங்கள் எடுத்துக்கொள்ளமுடியும்' என்றார் தெளிவான வார்த்தைகளில். 'எங்கள் கூட்டத்தில் ஓநாய்களுக்கு இடமில்லை. முழுப் பழத்தையும் நாசமாக்கும் சிறு அழுகல் போல இல்லாமல், இந்த இடத்திலேயே உங்கள் எலும்புகள் வெயிலில் காயட்டும். இந்த அடிப்படையில் நீங்கள் எங்களுடன் வருவீர்களா?'

'எந்தக் கட்டுப்பாடு என்றாலும் நான் அதனை ஏற்று உங்களுடன் வருவேன்' என்றார் ஃபெர்ரியர். அந்த வார்த்தைகளின் பின் உள்ள உறுதிப்பாடு சுற்றி இருந்த பெரியோர்களுக்குப் புன்னகையை வரவழைத்தது. தலைவர் மட்டும் தன்னுடைய கண்டிப்பும் உறுதியும் நிறைந்த பார்வையை மாற்றாமல் இருந்தார்.

'சகோதரர் ஸ்டாங்கெர்சன் அவர்களே, இவரை அழைத்துச் சென்று உணவும் நீரும் கொடுங்கள். அந்தச் சிறுமிக்கும். நம்முடைய மார்க்கத்தின் கருத்துகளை இவருக்கு உபதேசம் செய்யுங்கள். நாம் மிகவும் தாமதித்துவிட்டோம். உடனே செல்வோம் ஜியோனுக்கு!'

'உடனே செல்வோம் ஜியோனுக்கு' என்று கத்தினர் அந்த மார்மோன்கள். அந்த வார்த்தைகள் அந்தப் பெரிய குழுவில் வாய் வழியாகப் பரவி, தொலைவில் முணுமுணுப்பாகி, மடிந்தது. சாட்டைகள் சொடுக்கப்பட, சக்கரங்கள் முனகியபடி திரும்ப, அந்தக் கூட்டம் மீண்டும் ஒருமுறை முன்னோக்கிச் செல்ல ஆரம்பித்தது. அந்த இரு அநாதைகளும் யாரிடம் ஒப்படைக்கப்பட்டனரோ, அந்தப் பெரியவர், அவர்களைத் தனது வண்டியை நோக்கி அழைத்துச் சென்றார். அங்கே அவர்களுக்கு உணவு காத்திருந்தது.

'நீங்கள் இங்கேயே இருங்கள். இன்னும் சில நாள்களில் உங்களது சோர்வு நீங்கிவிடும்' என்றார் அந்தப் பெரியவர். 'அதற்குள் ஒன்றை மட்டும் ஞாபகம் வைத்துக்கொள்ளுங்கள். இனி நீங்கள் எங்கள் மதத்தைச் சேர்ந்தவர்கள். பிரிகாம் யங் சொல்லிவிட்டார். அது ஜோசஃப் ஸ்மித்தின் குரல்; அது கடவுளின் குரல்.'

2 யூடாவின் அழகு மலர்

துரத்தப்பட்ட மார்மோன்கள் பட்ட துன்பங்களையும் துயரங்களையும் பட்டியலிட்டு, கடைசியாக அவர்கள் எப்படி தங்கள் இறுதி இடத்தை அடைந்தார்கள் என்பதை விளக்கிச் சொல்ல இது சரியான இடமல்ல. மிஸ்ஸிஸிப்பி ஆற்றின் கரையிலிருந்து ராக்கி மலைத்தொடரின் மேற்குச் சரிவு வரை, வரலாறு காணாத அளவுக்கு அவர்கள் தொடர்ச்சியாகப் போராடவேண்டி வந்தது. காட்டுமிராண்டி மனிதன், காட்டு விலங்குகள், பசி, தாகம், அயர்ச்சி, நோய் என்று இயற்கை அவர்கள்முன் வைத்த அனைத்தையும் ஆங்கிலோ சாக்சன் மக்களுக்கே இயல்பான விடாமுயற்சியுடன் அவர்கள் எதிர்கொண்டனர். ஆனாலும் நீண்ட பயணமும் அதன்போது அவர்கள் எதிர்கொண்ட திகிலூட்டும் நிகழ்வுகளும், அவர்களிலேயே மிகுந்த தைரியசாலியையும்கூட நடுங்க வைத்திருந்தது. எனவே விரிந்த யூடா[1] பள்ளத்தாக்கு கதிரவன் ஒளியில் மூழ்கியிருப்பதைப் பார்த்தவுடன், அவர்களது தலைவர் வாயிலிருந்து இதுதான் கடவுள் சுட்டியிருந்த பூமி என்பதையும் இனி இங்குதான் அவர்கள் எப்போதும் வசிக்கப்போகிறார்கள் என்பதையும்

---

[1] Utah என்பது மேற்கு அமெரிக்காவில் உள்ள ஒரு மாநிலம். 1847ல் மார்மோன்கள் இங்கே குடியேறினார்கள்

கேட்டவுடன் அவர்கள் ஒவ்வொருவரும் முழந்தாளிட்டு கடவுளுக்கு ஆத்மார்த்தமான நன்றி சொல்லாமல் இல்லை.

யங், விரைவிலேயே தான் ஒரு வலுவான தலைவர் மட்டுமல்ல, சிறந்த நிர்வாகியும்கூட என்று நிரூபித்தார். வரைபடங்கள் வரையப்பட்டு, இதுதான் எதிர்கால நகரம் என்று நிர்மாணிக்கப் பட்டது. சுற்றி உள்ள பண்ணை நிலங்கள் பிரிக்கப்பட்டு, ஒவ்வொரு தனி மனிதரின் தகுதிக்கேற்பக் கொடுக்கப்பட்டது. வியாபாரிகள் வியாபாரம் செய்யவும், கைவினைஞர்கள் பொருள்களை உருவாக்கவும் பணிக்கப்பட்டனர். நகரில் தெருக்களும் பகுதிகளும் மந்திரம் போட்டதுபோல் உருவாயின. கிராமப்புறத்தில், சதுப்பு நிலங்கள் வடிக்கப்பட்டு, வரப்புகள் உயர்த்தப்பட்டு, தரைகள் சமப்படுத்தப்பட்டு, பயிர்கள் நடப் பட்டன. அடுத்த கோடைக்காலத்தில் கிராமங்கள் முழுவதும் தங்கநிற கோதுமையால் நிறைந்திருந்தது. அந்தப் புதுமையான குடியிருப்பில் அனைத்தும் வளம் நிரம்பியதாக இருந்தது. அனைத்துக்கும் மேலாக, அந்த மாபெரும் நகரின் மத்தியில் அவர்கள் எழுப்பிவந்த கோயில் தினமும் பெரிதாகவும் உயர மாகவும் ஆகிக்கொண்டே வந்தது. தங்களைப் பலவிதமான ஆபத்துகளிலிருந்தும் காத்த கடவுளுக்கு அந்தக் குடியேறிகள் கட்டிவந்த கோயில் அது. விடியற்காலையில் தொடங்கி மாலை வெளிச்சம் மங்கும்வரையில் சுத்தியல்கள் அடிப்பதை அவர்கள் நிறுத்தவில்லை; ரம்பங்கள் மரங்களை வெட்டுவதை நிறுத்த வில்லை.

காப்பாற்றப்பட்ட இரண்டு பயணிகளில், ஜான் ஃபெர்ரியர் அந்தச் சிறுமியைத் தன் மகளாகத் தத்தெடுத்துக்கொண்டார். அவர்கள் இருவரும் மார்மோன்களுடன் கடைசிவரை வந்தனர். சிறுமி லூசி ஃபெர்ரியர் பெரியவர் ஸ்டாங்கெர்சனின் வண்டியில் அவரது மூன்று மனைவிகளுடனும் அவரது 12 வயது நிரம்பிய முரட்டு மகனுடனும் சந்தோஷமாகப் பொழுதைக் கழித்தாள். தன் தாயின் மரணத்தை இளமைக்கே உரிய வலிமையோடு தாங்கிக்கொண்ட அந்தச் சிறுமி, அங்குள்ள பெண்களின் பாசத்துக்குரியவளானாள். துணி மூடிய வண்டியே வீடாக இருந்த தன் வாழ்க்கையை ஏற்றுக்கொண்டாள்.

இதற்கிடையே, ஃபெர்ரியர், தன்னுடைய துயரங்களிலிருந்து விடுபட்டு, ஓர் உபயோகமுள்ள வழிகாட்டியாகவும் சோர்வே அடையாத வேட்டைக்காரனாகவும் நடந்துகொண்டார். அவரது

புதிய தோழர்களிடம் விரைவாக, மதிப்புமிக்க ஓர் இடத்தை அவர் பெற்றார். இதன் விளைவாக, அவர்கள் தங்கள் பயணத்தை முடித்தபோது, யங் மற்றும் நான்கு முக்கியப் பெரியவர்களான ஸ்டாங்கெர்சன், கெம்பால், ஜான்ஸ்டன், டிரெப்பர் ஆகியோர் தவிர்த்து, மற்ற அனைவரையும்விட அதிகமானதும் வளமானது மான நிலத்தை ஃபெர்ரியருக்குத் தர அனைவரும் ஏகமனதாக ஒப்புக்கொண்டனர்.

தனக்குக் கிடைத்த பண்ணை நிலத்தில் ஜான் ஃபெர்ரியர் பெரியதொரு மர வீட்டைக் கட்டினார். அடுத்த சில ஆண்டுகளில் அந்த வீடு மேலும் பெரிதுபடுத்தப்பட்டு விஸ்தாரமான பங்களா வானது. அவர் செயல்திறன் கொண்டவராகவும், செய்யும் செயலில் தீவிரமானவராகவும், தனது கைவேலைப்பாடுகளில் திறன்மிக்கவராகவும் இருந்தார். காலையும் மாலையும் தனது நிலங்களை உழுவதிலும் முன்னேற்றங்களைச் செய்வதிலும் இடைவிடாது உழைக்க, அவருடைய வலிமையான உடல் உதவியது. இதனால் அவரது பண்ணையும் அவரது பிற உடைமைகளும் வளம் கொழிக்கத் தொடங்கின. மூன்றே ஆண்டுகளில் அவர் தன் அக்கம்பக்கத்தாரைவிட வளமானவராக ஆனார். ஆறு ஆண்டுகளில் கையில் பணம் விளையாட ஆரம்பித்தது. ஒன்பது ஆண்டுகளில் பெரும் செல்வந்தரானார். பனிரெண்டே ஆண்டுகளில் சால்ட் லேக் நகரில் அவருடன் ஒப்பிடவோ அல்லது அவரைவிடப் பணக்காரராகவோ ஆறேழு பேர் இருந்தால் அதுவே பெரிது. மாபெரும் கடற்கரையிலிருந்து தொலைவில் இருக்கும் வாசாட்ச் மலைத்தொடர்வரையில் ஜான் ஃபெர்ரியரின் அளவுக்கு வெளியே தெரிந்த பெயர் வேறு ஏதும் இல்லை என்றானது.

ஒரே ஒரு விஷயத்தில்தான் அவருடைய மதத்தைச் சேர்ந்தவர் களுக்கு அவர்மீது ஆதங்கம் இருந்தது. அவர் திருமணம் செய்து கொள்ள மறுத்தார். தொடர் விவாதங்களும் வற்புறுத்தல்களும் வெற்றிபெறவில்லை. அவர் அதற்குக் காரணம் ஏதும் சொல்ல வில்லை. ஆனால், தனது உறுதியில் நிலையாக இருந்தார். ஒரு சிலர், புதிதாக ஏற்றுக்கொண்ட மதத்தின்மீது அவர் அக்கறை யில்லாதவராக உள்ளார் என்று குற்றம் சாட்டினர். வேறு சிலர், அவரை ஒரு பேராசைக்காரர் என்றும், பணம் செலவழிக்காமல் இருக்கவே இப்படி இருக்கிறார் என்றும் குற்றம் சாட்டினர். வேறு சிலர், அவருக்குச் சின்ன வயதில் காதல் இருந்தது என்றும்

அட்லாண்டிக் பெருங்கடலின் கரையில் அவரது காதலி மனம் நொந்து செத்துவிட்டாள் என்றும் சொன்னார்கள். எது எப்படியோ, ஃபெர்ரியர் மணம் செய்துகொள்ளாமலேயே இருந்தார். ஆனால் மற்ற எல்லா விஷயங்களிலும் அந்த இளம் குடியிருப்பின் நெறிமுறைகளுக்குக் கட்டுப்பட்டு, ஆசாரமானவர் என்றும் நியாயமானவர் என்றும் பெயர் எடுத்தார்.

லூசி ஃபெர்ரியர் அந்த மரவீட்டில் வளர்ந்து, தன் சுவீகாரத் தந்தைக்கு எல்லா வேலைகளிலும் உதவியாக இருந்தாள். மலையிலிருந்து வீசும் காற்றும், பைன் மரங்களிலிருந்து வீசும் வாசனையும் தாயாகவும் ஆயாவாகவும் இருந்து அவளை வளர்த்தெடுத்தன. ஆண்டுகள் செல்லச் செல்ல, அவள் வலுவாகவும் உயரமாகவும் வளர்ந்தாள். அவளது கன்னங்கள் சிவந்து, நடையில் துள்ளல் வந்தது. மேற்கு அமெரிக்காவுக்கே உரித்தான வகையில், எளிதாகவும் நளினமாகவும் கோதுமை வயல்களுக்கு இடையே அவள் நடந்து செல்வதையும் தந்தையின் குதிரையில் ஏறிச் செல்வதையும் அக்கம்பக்கத்தில் இருப்பவர்கள் மெய்மறந்து கடந்த கால நினைவுகளில் மூழ்கிவிடுவார்கள். அவள் தந்தை அந்தப் பகுதியிலேயே பணக்காரரான அதே ஆண்டில், அவளும் பசிஃபிக் பகுதியிலேயே பேரழகியாக ஆனாள்.

தன் மகள், சிறுமி என்ற நிலையிலிருந்து பேரழகுப் பெண்ணாகி விட்டாள் என்பதை அவளது தந்தை உணரவே இல்லை. தந்தைகள் எப்போதுமே இவற்றை உணருவதில்லை. அந்த மாய மாற்றம், மிக மிக நுணுக்கமானது; மிக மிக மெதுவாக நடப்பது. நாள்களைக் கணக்கிட்டு இதை உணரமுடியாது. திடீரென ஒரு நாள் அவளது குரலில் ஏற்படும் மாற்றம், பிறர் அவளது கையைத் தொடும்போது அவளது இதயத்தில் ஏற்படும் படபடப்பு ஆகிய வற்றைக் கொண்டே, கொஞ்சம் பெருமையுடனும் கொஞ்சம் பயத்துடனும், தனக்குள்ளாக ஒரு பேரியற்கை விழித்துக் கொண்டுள்ளது என்பதை அவள் உணருவாள். அதுவரையில் அவளால்கூட எந்த மாற்றத்தையும் உணரமுடியாது. புது வாழ்வைத் தரும் அந்த நாளை, அந்தக் கணத்தை, அந்த உணர்வை விழிக்கவைத்த அந்த ஒரு நிகழ்வை தன் வாழ்நாள் முழுவதும் அவர்கள் யாராலும் மறக்கவே முடியாது. லூசி ஃபெர்ரியரின் வாழ்க்கையில் அந்த நிகழ்வு, மிகவும் தீவிரமாக இருந்தது. அது அவளது விதியையும், கூடவே வேறு பலரின் விதிகளையும் தீர்மானித்தது.

அது ஒரு இளம் சூடான ஜூன் காலை. மார்மோன்கள் தங்கள் சின்னமாக ஆக்கிக்கொண்ட தேன்கூட்டைப் போல, மிகவும் சுறுசுறுப்பாகத் தங்கள் வேலைகளைப் பார்த்துக்கொண்டிருந்த னர். வயல்களிலும் தெருக்களிலும் மனித உழைப்பு ரீங்கார மிட்டது. நெடுஞ்சாலைகளில் பொதிகளைச் சுமந்துள்ள கோவேறு கழுதைகள், மேற்கு நோக்கிச் சென்றன. கலிஃபோர்னியாவில் தங்கம் கிடைக்கிறது என்ற செய்தி ஜுரம் போலப் பரவிய நேரம் அது. அங்கு செல்லும் வழி, தேர்ந்தெடுக்கப்பட்டவர்களின் நகரமாக இருந்தது. மேய்ச்சல் நிலத்திலிருந்து வரும் ஆடுகளும் மாடுகளும், ரயிலில் வரும் சோர்வடைந்த குடியேறிகளும், முடிவே இல்லாத பயணத்தால் களைப்படைந்த மனிதர்களும் குதிரைகளும் அந்த நகரத்துக்கு வந்தபடி இருந்தனர்.

இந்தக் கூட்டத்துக்கு மத்தியில் லூசி ஃபெர்ரியர் தனது சிவந்த முடி காற்றில் பறக்க, வேலையின் காரணமாக முகம் சிவக்க, குதிரையில் குதித்தபடி சென்றுகொண்டிருந்தாள். அவள் தந்தை நகரில் ஒரு சிறு வேலையாக அவளை அனுப்பியிருந்தார். அவள் எப்போதும் செய்வதைப் போல, அந்த வேலையை மட்டுமே நினைத்தபடி, அதை எப்படிச் செய்துமுடிப்பது என்று யோசித்த படி, படுவேகமாக, படு தைரியமாகச் சென்றுகொண்டிருந்தாள். களைப்படைந்த பயணிகள் அவளை ஆச்சரியத்துடன் பார்த்தனர். பொதுவாகவே உணர்ச்சிகளை வெளிக்காட்டாத சிவப்பிந்தியப் பழங்குடியினர்கூட வெளுத்த முகக் கன்னியின் அழகைக் கண்டு அதிசயித்தனர்.

நகரின் வெளிப்பகுதியை அடைந்ததும் தெருவை அடைத்தபடி பெரும் மாட்டுக்கூட்டமும் அவற்றை ஓட்டியபடி அரை டஜன் ஆள்களும் வந்துகொண்டிருந்தனர். அவளது பொறுமையின்மை காரணமாக இடையே உள்ள சிறு இடைவெளியைப் பயன் படுத்திக்கொண்டு அதன் வழியாகச் சென்றுவிடலாம் என்று தன் குதிரையை அதில் செலுத்தினாள். அவள் உள்ளே நுழைந்ததுமே முரட்டுக் கண்களும் பெரும் கொம்புகளும் கொண்ட மாடுகள் அவளை முற்றிலுமாகச் சூழ்ந்துகொண்டன. மாடுகளுடன் பழகிய காரணத்தால் அவள் பயப்படவில்லை.

வாய்ப்பு கிடைக்கும்போதெல்லாம் குதிரையை இடைவெளி களை நோக்கிச் செலுத்தினாள். துரதிர்ஷ்டவசமாக ஒரு மாட்டின் கொம்பு அவளது குதிரையின் விலாவில் ஆழமாகக் குத்தி விட்டது. இதனால் குதிரை திகிலடைந்தது. மிகத் தேர்ச்சி பெற்ற

குதிரை ஓட்டுபவரைக்கூட கீழே தள்ளிவிடும் தோரணையில் தன் முன்னங்கால்களை உயர்த்தி, கடும் கோபத்துடன் எகிறி எகிறிக் குதிக்க ஆரம்பித்தது. அது மிகவும் ஆபத்தான தருணம். குதிரை ஒவ்வொருமுறை குதிக்கும்போதும் மாட்டுக் கொம்புகளால் மேலும் குத்தப்பட்டது. இதனால் மேலும் மேலும் மிரட்சி அடைந்து புதிதாகக் குதித்தது. கடிவாளத்தை விடாமல் பிடித்தபடி அவள் உட்கார்ந்திருந்தாள். அதை மட்டும்தான் செய்யமுடிந்தது. கடிவாளத்தை விட்டால், கீழே விழுந்து, பயந்திருந்த அந்த மிருகங்களின் குளம்புகளில் மாட்டி கோரமாக இறப்பதைத் தவிர வேறு வழியில்லை. இதுபோன்ற திடீர் ஆபத்துகளை எதிர் பார்க்காத அவளுக்குத் தலைசுற்ற, கடிவாளப் பிடி நழுவ ஆரம் பித்தது. திண்டாடும் மாடுகளின் குளம்படியால் உருவான புழுதி அவளது சுவாசத்தைப் பாதித்தது. நம்பிக்கை இழந்து அவள் தன் முயற்சியைக் கைவிட்டிருப்பாள். ஆனால், அவளது முழங் கைக்கு அருகில் ஒரு கனிவான குரல் உதவுவதாகச் சொன்னது. அதே நேரம், வலுவான பழுப்புக் கைகள் பயந்திருந்த குதிரை யின் கழுத்துப் பட்டியைப் பிடித்து, மாட்டுக் கூட்டத்திடையே செலுத்தி, வெளியே கொண்டுவந்தது.

'உங்களுக்குக் காயம் ஒன்றும் ஏற்படவில்லையே?' என்று கேட்டது அவளைக் காப்பாற்றிய குரல்.

அவள் அவனது சிவந்த, தீவிரமான முகத்தைப் பார்த்துச் சிரித் தாள். 'எனக்கு ஒரே பயமாக உள்ளது' என்றாள் வெகுளியாக. 'மாடுகளுக்கு இடையே இருந்துவிட்டு மாடுகளைக் கண்டே நடுங்குவேன் என்று யார்தான் நினைத்திருக்கமுடியும்?'

'நல்ல வேளை, குதிரையிலிருந்து கீழே விழாமல் இருந்தீர்கள்' அவன் அக்கறையுடன் சொன்னான். அந்த வலுவான இளைஞன் நல்ல உயரமாக இருந்தான். சக்திமிக்க குதிரையில் உட்கார்ந் திருந்தான். வேட்டைக்காரனின் முரட்டு உடை. தோளில் ஒரு நீண்ட துப்பாக்கி. 'நீங்கள் ஜான் ஃபெர்ரியரின் மகள் என்று நினைக்கிறேன்' என்றான். 'அவரது வீட்டிலிருந்து வெளியே வருவதைப் பார்த்தேன். அவரை மீண்டும் பார்க்கும்போது, செயிண்ட் லூயிஸின் ஜெஃபர்சன் ஹோப்பை அவருக்கு ஞாபகம் இருக்கிறதா என்று கேளுங்கள். அவர் அதே ஃபெர்ரியர் என்றால், அவரும் என் தந்தையும் மிகவும் நெருங்கிய நண்பர் களாக இருந்தார்கள்.'

'நீங்களே ஏன் வீட்டுக்கு வந்து அவரிடம் கேட்கக்கூடாது?' என்றாள் அவள் வெட்கத்துடன்.

இளைஞன் இந்த யோசனையைக் கேட்டு மிகவும் மகிழ்ச்சி யடைந்தான். அவனது கறுத்த கண்கள் சந்தோஷத்தால் மின்னின. 'நிச்சயமாக' என்றான். 'ஆனால் நாங்கள் கடந்த இரண்டு மாதங் களாக மலைகளில் இருக்கிறோம்; இன்னும் வேட்டையை முடிக்கவில்லை. எனவே பிறரது வீடுகளுக்கு வரும் கண்ணிய மான உடையில் இல்லை. நாங்கள் எப்படி இருக்கிறோமோ அப்படியே அவர் எங்களை வரவேற்கவேண்டும்.'

'உங்களுக்கு பெருமளவு நன்றிசொல்ல அவர் கடமைப்பட்டு உள்ளார்; நானும்தான்' என்றாள் அவள். 'அவர் என்மீது மிகுந்த பிரியம் வைத்துள்ளார். அந்த மாடுகள் என்னை மிதித்துக் கொன்றிருந்தால் அவரால் அதைத் தாங்கியிருக்க முடியாது.'

'என்னாலும் கூடத்தான்' என்றான் அவன்.

'உங்களாலுமா? ஏன், நீங்கள் எங்களுக்குத் தெரிந்தவர்கள்கூடக் கிடையாதே?'

இதைக் கேட்டதும் அந்த வேடனின் முகம் தொங்கிப்போனது. லூசி குபுக்கென்று சிரித்துவிட்டாள்.

'சே, நான் அந்த அர்த்தத்தில் சொல்லவில்லை' என்றாள். 'இப்போதுதான் நீங்கள் நண்பராகிவிட்டீர்களே? நீங்கள் எங்கள் வீட்டுக்கு வந்து எங்களைப் பார்க்கவேண்டும். இப்போது நான் போகவேண்டும்; இல்லாவிட்டால் நாளை அப்பா எனக்கு எந்த வேலையையுமே தரமாட்டார். சென்றுவருகிறேன்.'

தனது தலைமீதிருந்த பெரிய ஓலைத் தொப்பியை உயர்த்தி, அவளது கரத்தைப் பற்றிக் குனிந்தவாறு சொன்னான். 'சென்று வாருங்கள்.' அவள் தனது குதிரையைத் திருப்பி, தனது சாட்டையால் ஓர் அடி அடித்து, விரிந்த சாலைகளின் நடுவே புழுதியின் ஊடாக அம்புபோல் சென்று மறைந்தாள்.

வாய் மூடிய, சோர்ந்துபோன தோழர்களுடன் ஜெஃபர்சன் ஹோப் குதிரையைச் செலுத்த ஆரம்பித்தான். அவனும் அவனது தோழர்களும் நெவாடா மலைத்தொடரில் வெள்ளி கிடைக்குமா என்று தேடிக்கொண்டிருந்தனர். சால்ட் லேக் நகருக்கு வந்து அங்கு கொஞ்சம் பணம் கிடைத்தால் அதைக்கொண்டு அவர்கள்

சேகரித்திருந்த தாதுவிலிருந்து வெள்ளி கிடைக்கிறதா என்று பார்க்க முனைந்தனர். அவனும் இதிலேயே மனத்தை உழப்பிக் கொண்டிருந்தான். ஆனால் திடீரென அந்த நிகழ்வு அவனை வேறு பாதைக்கு அழைத்துச் சென்றது. சியர்ராவின் காற்றைப் போல வெளிப்படையாகவும் முழுமையாகவும் இருந்த அந்தப் பெண்ணின் உருவம், அவனது எரிமலை போன்ற அடக்க மாட்டாத இதயத்தின் அடிவாரத்தைக் கிளறிவிட்டது.

அவள் அவனது பார்வையிலிருந்து மறைந்தபிறகு, அவனது வாழ்க்கையில் பெரும் நெருக்கடி ஏற்பட்டிருப்பதை உணர்ந் தான். இனி வெள்ளியைத் தேடுவதோ அல்லது வேறு எந்தக் கேள்வியோ அவனுக்கு இந்த அளவுக்கு முக்கியத்துவம் வாய்ந்தது கிடையாது. அவன் மனத்தில் உதித்த காதல், ஓர் இளைஞனின் மனத்தில் திடீரெனத் தோன்றி, மாறக்கூடிய ஆர்வம் அல்ல. இறுகிய உறுதியையும் கடுமையான கோபத்தை யும் கொண்ட ஒரு மனிதனின் வலுவான, காட்டுத்தனமான காதல். எடுத்த எதிலும் வெற்றி காண்பது அவனுக்குப் பழகிப் போயிருந்தது. உழைப்பு, விடாமுயற்சி ஆகியவற்றால் பெறக் கூடிய எதிலும் தோல்வி அடையக்கூடாது என்று தன் மனத்துக் குள்ளாக அவன் உறுதிபூண்டான்.

அன்று இரவு அவன் ஜான் ஃபெர்ரியரின் வீட்டுக்கு வந்தான். பிறகு மேலும் பல நாள்களும் தொடர்ந்து வந்தான். அவனது முகம் அந்தப் பண்ணை வீட்டில் அனைவருக்கும் தெரிந்து போனது. கடந்த பனிரெண்டு வருடங்களாக அந்தப் பள்ளத் தாக்கில் அடைபட்டு, தன் வேலையிலேயே மூழ்கியிருந்த ஜான் ஃபெர்ரியருக்கு வெளி உலகில் என்ன நடக்கிறது என்பதே தெரிந்திருக்கவில்லை. அவை அனைத்தையும் ஜெஃபர்சன் ஹோப் மிகவும் சுவாரசியமாகச் சொல்ல, அது லூசிக்கும் அவளது தந்தைக்கும் மிகவும் பிடித்துப்போனது.

அவன் கலிஃபோர்னியாவில் தங்கம் தேடப் போனவர்களுள் முன்னோடி. எனவே அங்கு, அந்த அற்புதமான காலகட்டத்தில், செல்வம் சேர்க்கப்பட்டதையும் இழக்கப்பட்டதையும் பற்றிய பல விநோதமான கதைகளை அவன் தெரிந்து வைத்திருந்தான். மேலும் அவன் வழிகாட்டியாக, விலங்குகளை வேட்டையாடு பவனாக, வெள்ளியைத் தேடுபவனாக, குதிரைகளை வளர்ப்ப வனாக இருந்திருந்தான். எங்கெல்லாம் பதறவைக்கும் சாகசங்

களைச் செய்யமுடியுமோ, அவற்றையெல்லாம் தேடி ஜெஃபர்சன் ஹோப் அங்கே சென்றிருந்தான்.

விரைவிலேயே அந்த விவசாயிக்கு ஜெஃபர்சன் ஹோப்பை மிகவும் பிடித்துப்போனது. அவனது பெருமைகளை வெளிப் படையாக விவரிப்பார். அப்போதெல்லாம் லூசி அமைதியாக இருப்பாள். ஆனால் அவளது சிவக்கும் கன்னங்களும் மகிழ்ச்சி யான பிரகாசிக்கும் கண்களும், அவளது இதயம் அவளிடத்தில் இல்லை என்பதைத் தெளிவாகக் காட்டிக்கொடுத்துவிடும். அவளது நேர்மையான தந்தைக்கு இதையெல்லாம் புரிந்து கொள்ள முடியாமல் இருந்திருக்கலாம். ஆனால் அவளது ஆசைக்குப் பாத்திரமானவனிடத்தில் இவை எதுவுமே வீண் போகவில்லை.

ஒரு கோடைகால மாலையில் அவன் குதிரையில் வேகமாக வந்து, கதவருகே இறங்கினான். கதவருகில் இருந்த அவள் அவனை வரவேற்க வெளியே வந்தாள். அவன் கடிவாளத்தை வேலியின்மீது தூக்கி எறிந்து, குதிரையோடு அவளருகே வந்தான்.

அவளது இரு கைகளையும் தன் கைகளால் பிடித்துக்கொண்டு அவளது முகத்தைப் பார்த்தபடி, 'நான் கிளம்பிவிட்டேன், லூசி' என்றான். 'இப்போது என்னுடன் வருவாயா என்று உன்னைக் கேட்கமாட்டேன். ஆனால் நான் திரும்பிவந்து கேட்கும்போது நீ தயாராக இருப்பாயா?'

'அது எப்போது?' என்று கேட்டாள் அவள், வெட்கத்தால் சிவந்தபடி, சிரித்தபடி.

'அதிகபட்சம் இரண்டு மாதங்கள். அப்போது நான் வந்து உன்னை எனதாக்கிக் கொள்வேன், அன்பே. நம் இருவருக்கும் இடையில் யாரும் குறுக்கே நிற்க முடியாது.'

'அப்படியானால் அப்பாவிடம் கேட்கவேண்டாமா?' என்றாள் அவள்.

'அவர் ஏற்கெனவே சம்மதித்துவிட்டார். பதிலுக்கு, நாங்கள் வெள்ளிச் சுரங்கத்தை சீராக்கித் தரவேண்டும். ஆனால், அதைப்பற்றி எனக்கு எந்தப் பயமும் இல்லை.'

‘நீயும் அப்பாவும் இதைப்பற்றி முடிவெடுத்துவிட்டால், வேறு ஒன்றும் வேண்டியதில்லை’ என்று கிசுகிசுத்தாள் அவள், அவனது மார்பில் தன் கன்னத்தை வைத்தபடி.

‘கடவுளுக்கு வந்தனம்’ என்று கூறியபடி குனிந்து அவளை முத்தமிட்டான். ‘எல்லாம் பேசி முடித்தாகிவிட்டது. இங்கு அதிக நேரம் இருந்தால், இங்கிருந்து என்னைப் பிய்த்துக் கொண்டு செல்வது எனக்குக் கடினமாக இருக்கும். எனக்காக அவர்கள் மலைப் பாறைகளுக்கிடையே காத்துக்கொண்டிருக் கிறார்கள். சென்று வருகிறேன் அன்பே, சென்று வருகிறேன். இன்னும் இரண்டு மாதத்தில் நீ என்னைப் பார்ப்பாய்!’

அவளிடமிருந்து தன்னைப் பிய்த்துக்கொண்டு, தன் குதிரையில் தாவி ஏறி, அங்கிருந்து பயங்கர வேகத்தில், திரும்பிக்கூடப் பார்க்காமல் அவன் சென்றான். அவளை ஒருமுறை திரும்பிப் பார்த்தால் அங்கிருந்து கிளம்புவது என்பதே முடியாமல் போயிருக்கும் என்று அவன் நினைத்தான் போலும். அவள் வேலியருகே நின்றபடி அவன் செல்வதையே வைத்த கண் வாங்காமல், அவன் அங்கிருந்து மறையும்வரை பார்த்துக்கொண் டிருந்தாள். பிறகு, யூடாவிலேயே மகிழ்ச்சியான பெண்ணாக, வீட்டுக்குள் திரும்பிச் சென்றாள்.

3 மார்மோன் மிரட்டல்

ஜெஃபர்சன் ஹோப்பும் அவனது தோழர்களும் சால்ட் லேக் நகரத்திலிருந்து கிளம்பிப்போய் மூன்று வாரங்கள் ஆகிவிட்டன. அந்த இளைஞன் திரும்பி வரும்போது தனது சுவீகாரப் புதல்வியை விட்டுப் பிரியவேண்டுமே என்று நினைக்கும் போதே ஜான் ஃபெர்ரியரின் மனம் கனத்தது. அதே நேரம், அவளது பிரகாசமான, மகிழ்ச்சியான முகத்தைப் பார்க்கும்போது இந்த முடிவுதான் சரியானது என்று தோன்றியது.

என்ன நடந்தாலும் சரி; தனது மகளை ஒரு மார்மோனுக்கு மணம் செய்து கொடுப்பதில்லை என்றுஅவர் தன்னுடைய ஆழ்மனத் துக்குள் ஏற்கெனவே முடிவுசெய்திருந்தார். அப்படிப்பட்ட ஒரு திருமணம், திருமணமே அல்ல; வெட்கம் கெட்ட செயல், அவமரியாதை என்று அவர் நினைத்தார். மார்மோன் கோட்பாடு கள் பலவற்றைப் பற்றி அவர் என்னதான் நினைத்திருந்தாலும், இந்த ஒரு விஷயத்தில் அவர் தன் கருத்தை மாற்றிக்கொள்வதாக இல்லை. ஆனால் அவர் இது தொடர்பாக தன் வாயைத் திறந்ததே இல்லை. ஏனெனில், புனிதர்கள் நகரத்தில் அவர்களது கோட்பாடுகளுக்கு எதிரான ஒரு கருத்தை வெளிப்படுத்துவது, அந்தக் காலத்தில் ஆபத்தானதாக இருந்தது.

ஆம்! ஆபத்தானதுதான். பெரியவர்கள் என்று கருதக்கூடியவர்கள் கூட மத சம்பந்தமான விஷயங்களில் தங்களது கருத்துகளை

மிகவும் ரகசியமாகவே பேசினார்கள். வெளிப்படையாக எதை யாவது சொல்லி, அது தவறாகப் புரிந்துகொள்ளப்பட்டு, அதனால் அவர்களுக்குக் கடுமையான தண்டனை ஏதும் கிடைத்துவிடக் கூடாது என்ற முன்னெச்சரிக்கைதான். பிறரால் ஒதுக்கப்பட்டு, துன்புறுத்தப்பட்டு, பாதிக்கப்பட்டவர்களே, இன்று பிறரைத் துன்புறுத்துவதில் இறங்கியிருந்தனர். துன்புறுத்துவதிலும் மிக மோசமானவர்களாக மாறியிருந்தனர். செவில் மத விசாரணை கள், ஜெர்மனியின் வெஹ்ம்கெரிக்ட், இத்தாலியின் ரகசிய மாஃபியாக்கள் போன்ற எவையுமே, யூடா மாகாணத்தில் இருந்த ரகசியக் கண்காணிப்புக் குழுவின் அருகில்கூட வரமுடியாது.

கண்ணுக்குப் புலப்படாத அதன் தன்மை, அதற்கு ஒரு மர்மமான அந்தஸ்தை வழங்கியது. அதனால் அந்த அமைப்பு இரண்டு மடங்கு மோசமாக இருந்தது. அந்த அமைப்பு எங்கும் இருந்தது; எதை வேண்டுமானாலும் செய்தது; ஆனாலும் அதை யாரும் பார்க்கவில்லை, கேட்கவில்லை. மார்மோன் சர்ச்சுக்கு எதிராக இருப்பவர்கள் திடீரெனக் காணாமல் போனார்கள். அவர்களுக்கு என்ன ஆனது, எங்கு போனார்கள் என்று யாருக்கும் தெரியாது. வீட்டில் மனைவியும் பிள்ளைகளும் காத்துக்கொண்டிருப் பார்கள். ஆனால் ரகசிய நீதிபதிகள் தனக்கு என்ன தண்டனை கொடுத்தார்கள் என்பதைச் சொல்ல தந்தை திரும்பி வரவே மாட்டார். ஓர் அவசர வார்த்தை, ஓர் ஆத்திரச் செயல் - அடுத்து அழித்தொழிப்பு மட்டுமே. இருந்தும் யாருக்கும் தங்கள் மேல் பரவியிருக்கும் இந்த ரகசிய சக்தி பற்றி எதுவுமே தெரிய வில்லை. இதன் காரணமாக மனிதர்கள் பயந்து நடுங்கியபடி, நடுக் காட்டில் தனியாக இருக்கும்போதுகூட தங்களை அழுத்திக் கொண்டிருக்கும் சந்தேகங்களை வெளியே சொல்லாமல் பார்த்துக்கொண்டார்கள்.

ஆரம்பத்தில், இந்த ரகசிய சக்தி, மார்மோன் மார்க்கத்தை ஏற்றுக் கொண்டபின், அதிலிருந்து வெளியேற நினைப்பவர்கள் அல்லது அதன்படி நடக்க விரும்பாதவர்கள் மீது மட்டுமே பாய்ந்தது. ஆனால் விரைவில் அதன் வீச்சு பரவ ஆரம்பித்தது. அந்தச் சமூகத்தில் வயதுக்கு வந்த பெண்கள் குறைவாக இருந்த னர். பலதார மணம் என்ற கொள்கை தொடரவேண்டும் என்றால் அதற்கு பெண்கள் தொகை அதிகமாக இருக்கவேண்டும்.

நிறைய வதந்திகள் உலாவின. அந்தப் பகுதியில் குடியேற வந்த அந்நிய ஆண்கள் கொலை செய்யப்பட்டனர். இத்தனைக்கும்

அப்பகுதிக்கு செவ்விந்தியப் பழங்குடியினர் யாரும் வந்ததாகக் கூடத் தெரியவில்லை. பெரியவர்களின் அந்தப்புரத்தில் புதிது புதிதாகப் பெண்கள் இருந்தனர். அந்தப் பெண்கள் அழுதபடியும் வருந்தியபடியும் இருந்தனர். அவர்கள் முகத்திலேயே அவர்கள் எதிர்கொண்ட, நீக்கவேமுடியாத திகில் தெளிவாகத் தெரிந்தது.

இரவு நேரங்களில் மலைப் பகுதிகளில் உலாத்தியவர்கள், முக மூடி அணிந்த, ஆயுதங்கள் தரித்த கூட்டம் ரகசியமாக, சத்தமே எழுப்பாமல், இருட்டில் போவதைப் பார்த்ததாகச் சொன்னார்கள். இந்தக் கதைகளும் வதந்திகளும் ஒன்று சேர்ந்து உருவம் பெற்று, இவை உண்மைதான் என்று பலராலும் சொல்லப்பட்ட பின் இந்த அமைப்புக்கு ஒரு பெயர் கொடுக்கப்பட்டது. இன்று வரையில், மேற்கு அமெரிக்காவின் தனிமையான பண்ணை களில் 'பழிவாங்கும் குழு' என்ற பெயர் நடுக்கத்தை வரவழைக்கக்கூடியது.

இந்த அமைப்பைப் பற்றி மேலும் தெரிந்துகொள்ள விரும்புவது, ஒருவரது திகிலைக் குறைப்பதற்கு பதில் அதிகப்படுத்தியது. இந்த அமைப்பில் யார் உறுப்பினர்கள் என்று யாருக்கும் தெரிய வில்லை. மதத்தின் பெயரால் கொலைகளிலும் வன்முறையிலும் ஈடுபடுபவர்களின் பெயர்கள் மிகவும் ரகசியமாக வைக்கப் பட்டிருந்தன. தீர்க்கதரிசியைப் பற்றியோ, அவரது நோக்கங் களைப் பற்றியோ உங்களது நண்பர் என்று நினைப்பவரிடம் நீங்கள் சந்தேகப்பட்டுப் பேசலாம். ஆனால் அவரே அன்று இரவு நெருப்புடனும் வாளுடனும் வந்து உங்களைப் பழி தீர்க்கலாம். எனவே ஒவ்வொரு மனிதனும் தனது அக்கம்பக்கத்தவனைக் கண்டே பயந்தான். எதையும் வெளியே சொல்லாமல் தனக்குள் ளேயே மூடி மறைத்தான்.

ஒரு நாள் காலை, ஜான் ஃபெர்ரியர் தனது கோதுமை வயல் களுக்குச் செல்லக் கிளம்பியபோது வாசல் கதவு திறக்கும் சத்தம் கேட்டது. ஜன்னல் வழியாகப் பார்த்தபோது பருத்த, மணல் நிற முடியுடைய, நடுத்தர வயது மனிதர் ஒருவர் பாதையில் வருவதைக் கண்டார். அவரது இதயம் திடுக்கிட்டது. அங்கு வந்துகொண்டிருந்தது பிரிகாம் யங்! அந்த மாமனிதர், மார்மோன்களின் தலைவர் அங்கே வருவது நல்ல செய்தியல்ல என்று மட்டும் ஃபெர்ரியருக்குத் தெரியும். அவசரமாக கதவருகே சென்று அவரை வரவேற்றார். ஆனால் யங், வரவேற்புகளை

அலட்சியமாக ஒதுக்கிவிட்டு, தீவிரமான முகத்துடன் வரவேற்பு அறைக்குள் நுழைந்தார்.

இருக்கையில் அமர்ந்ததும், விவசாயியைக் கூர்மையான கண்களுடன் பார்த்தபடி யங் வினவினார்: 'சகோதரர் ஃபெர்ரியர்! உண்மையான நம்பிக்கையாளர்கள் உங்களுக்கு நல்ல நண்பர்களாக இருந்துள்ளனர். பாலைவனத்தில் நீங்கள் பசியாகக் கிடந்த போது எங்களுடைய உணவை உங்களுடன் பங்கிட்டுக்கொண்டோம். தேர்ந்தெடுக்கப்பட்ட பள்ளத்தாக்குக்கு உங்களைப் பத்திரமாக அழைத்துவந்தோம். நிலத்தில் நல்ல பங்கைக் கொடுத்தோம். எங்களது பாதுகாவலின்கீழ் உங்களைச் செல்வந்தராக அனுமதித்தோம். இவையெல்லாம் உண்மைதானே?'

'ஆமாம்' என்று பதிலளித்தார் ஜான் ஃபெர்ரியர்.

'இவை அனைத்துக்கும் பதிலாக உங்களிடமிருந்து ஒரே ஒரு விஷயத்தைத்தான் எதிர்பார்த்தோம். நீங்கள் உண்மையான மார்க்கத்தை ஏற்றுக்கொள்ளவேண்டும், அதன் ஒவ்வொரு சட்டதிட்டத்துக்கும் கட்டுப்படவேண்டும். நீங்கள் உறுதி அளித்தீர்கள். ஆனால் எனக்குக் கிடைக்கும் தகவலின்படி, நீங்கள் அதைப் பின்பற்றவில்லை.'

'எப்படி நான் பின்பற்றவில்லை என்கிறீர்கள்?' என்றார் ஃபெர்ரியர் தன் கைகளை விரித்தபடி. 'பொது நிதிக்குப் பணம் தரவில்லையா? கோயிலுக்கு வராமல் இல்லையா? ...'

'உங்களது மனைவிகள் எங்கே?' என்றார் யங் சுற்றிப் பார்த்தபடி. 'அவர்களை அழையுங்கள். நான் அவர்களுக்கு வணக்கம் சொல்லவேண்டும்.'

'நான் மணம் செய்துகொள்ளவில்லை என்பது உண்மைதான்' என்றார் ஃபெர்ரியர். 'ஆனால் பெண்கள் குறைவாக இருந்தனர். என்னைவிட வேறு பலரும் அந்தப் பெண்களுக்குப் போட்டி போட்டனர். மேலும் நான் தனியனாக இல்லை. என் மகள் என் தேவைகளைக் கவனித்துக்கொண்டாள்...'

'அந்த மகளைப் பற்றித்தான் உங்களிடம் பேச வந்தேன்' என்றார் மார்மோன்களின் தலைவர். 'அவள் யூடாவிலேயே பேரழகியாக வளர்ந்துவிட்டாள். இந்த மண்ணில் பல உயர்குடியினர் அவள் மீது ஆசை வைத்துள்ளனர்.

ஜான் ஃபெர்ரியர் உள்ளூறக் கவலைப்பட ஆரம்பித்தார்.

'அவளைப் பற்றி பல கதைகள் பரவியுள்ளன. ஆனால் நான் அவற்றை நம்பவில்லை. அவளை யாரோ ஓர் அந்நியனுக்குக் கொடுக்கப் போவதாக மக்கள் பேசிக்கொள்கிறார்கள். அவை யெல்லாம் வம்பு நாக்குகள் பேசும் வெற்று வதந்திகள். புனிதர் ஜோசஃப் ஸ்மித்தின் 13-வது சட்டம் என்ன? 'ஒவ்வொரு கன்னிப் பெண்ணும் மதத்துக்குள்ளான ஒருவரையே மணக்க வேண்டும். அந்நியரை மணந்தால், அவள் கடுமையான பாவம் செய்தவளாவாள்.' அப்படி இருக்கும்போது, மதத்தைச் சரியாகப் பின்பற்றும் நீங்கள் உங்கள் பெண்ணை அந்தக் கட்டுப்பாட்டை மீறுமாறு செய்யமாட்டீர்கள் என்று எனக்குத் தெரியும்.'

ஜான் ஃபெர்ரியர் எந்தப் பதிலையும் சொல்லவில்லை. தன்னுடைய குதிரைச் சாட்டையை சுரண்டியபடி இருந்தார்.

'இந்த ஒரு விஷயத்தில் உங்களுடைய நம்பிக்கையைச் சோதனை செய்யப்போகிறோம். நால்வர் அடங்கிய உயர்மட்டக் குழுவில் இதை முடிவு செய்துள்ளோம். பெண்ணோ இளமையானவள். எனவே அவள் கிழவர்கள் யாரையும் மணக்கவேண்டியதில்லை. மேலும் அவளிடமிருந்து முடிவெடுக்கும் அதிகாரத்தைப் பிடுங்குவது நியாயமல்ல. பெரியோர்களுக்கோ பல மனைவிகள் உள்ளனர். ஆனால் எங்களது பிள்ளைகளுக்கும் மனைவிகள் தேவை. ஸ்டாங்கெர்சனுக்கு ஒரு மகன் இருக்கிறான். டிரெப்ப ருக்கும் ஒரு மகன் இருக்கிறான். அவர்கள் இருவருமே உங்கள் மகளைத் தங்கள் வீட்டுக்கு மகிழ்ச்சியுடன் வரவேற்கத் தயாராக உள்ளனர். அவளே இருவரில் ஒருவரைத் தேர்ந்தெடுக்கட்டும். இருவருமே செல்வந்தர்கள், இளைஞர்கள், மதத்தில் பற்றுள்ளவர்கள். என்ன சொல்கிறீர்கள்?'

ஃபெர்ரியர் சற்று நேரம் மௌனமாக யோசனையில் இருந்தார்.

'எங்களுக்குக் கொஞ்சம் அவகாசம் கொடுங்கள்' என்றார் கடைசியில். 'என் மகள் மிகவும் இளையவள், மணம் முடிக்கும் வயதில் இல்லை.'

'அவளுக்கு ஒரு மாதம் அவகாசம் கொடுக்கிறேன்' என்றார் யங், இருக்கையிலிருந்து எழுந்தபடி. 'அதன் இறுதியில் அவள் தன் பதிலைச் சொல்லவேண்டும்.'

கதவைத் தாண்டிச் செல்லும்போது யங், சிவந்த முகத்துடனும் ஜொலிக்கும் கண்களுடனும் திரும்பினார். 'ஜான் ஃபெர்ரியர்! புனித நால்வர் குழுவின் ஆணைக்கு எதிராக யோசிப்பதற்கு பதில், நீங்களும் அவளும் எலும்புக்கூடுகளாக சியர்ரா பிளாங்கோவில் இருந்திருப்பதே மேல் என்பதை நினைவில் கொள்ளுங்கள்!'

மிரட்டல் கையசைவுக்குப் பின், அவர் வெளியேறினார். அவரது கனமான காலடியால்,

பாதையில் உள்ள சரளைக்கற்கள் சரக், சரக் என்று சத்தம் எழுப்பியது ஃபெர்ரியருக்குக் கேட்டது.

இந்த விஷயத்தை எப்படித் தன் மகளிடம் சொல்வது என்று யோசித்தபடி, முழங்கைகள் முழங்காலில் குத்தியபடி அவர் உட்கார்ந்திருந்தார். அப்போது ஒரு மிருதுவான கை அவர்மீது பட்டது. அவள் அவரருகே நின்றிருந்தாள். அவளது வெளுத்த, பயந்த முகத்தைப் பார்த்ததுமே, அவளும் அங்கு நடந்த அனைத்தையுமே கேட்டிருந்தாள் என்று புரிந்தது.

'என் காதுகளில் அவை விழுவதை என்னால் தடுக்கமுடிய வில்லை' என்றாள் அவள். 'அவரது குரல் வீடு முழுவதும் எதிரொலித்தது. அப்பா, அப்பா, நாம் என்ன செய்யப் போகிறோம்?'

'பயப்படாதே' என்றார் அவர், தன் மகளின் சிவந்த கேசங்களைத் தடவியபடி. 'ஏதாவது ஒரு வழியில் இதனை நான் சரிக்கட்டு கிறேன். அது சரி, உன்னுடைய காதல் இதனால் ஏதேனும் குறைந்துள்ளதா?'

அவள் விசும்பினாள். அவரது கையை இறுகப் பிடித்து அழுத்தினாள்.

'இல்லை. நீ அப்படிச் சொல்வாய் என்று நான் எதிர்பார்க்கவும் இல்லை. அவன் நல்ல பையன். மேலும் அவன் ஒரு கிறித்துவன். இங்கு உள்ளவர்கள் சதா கும்பிடுவதையும் மதப் பிரசாரத்தில் ஈடுபடுவதையும் ஒப்பிட்டாலும் அவன் எவ்வளவோ மேலானவன். நாளை ஒரு சிலர் நெவாடாவுக்குப் போகிறார்கள். அவர்கள்மூலம் நான் அவனுக்குச் செய்தி அனுப்பி, நாம் எவ்வளவு பெரிய தொல்லையில் மாட்டியுள்ளோம் என்று

அவனுக்குத் தெரிவிக்கிறேன். அவனைப் பற்றி நான் நினைப்பது உண்மை என்றால், மின் தந்திச் செய்தி வருவதைவிட வேகமாக அவன் இங்கே வந்துவிடுவான்.'

தந்தையின் விளக்கத்தைக் கேட்டதும், லூசி, கண்ணீருக்கு இடையே குபுக்கென்று சிரித்தாள்.

'அவர் இங்கு வந்தால், நமக்குச் சரியான ஆலோசனை தருவார், அப்பா. ஆனால் நான் உங்களை எண்ணித்தான் பயப்படுகிறேன். தீர்க்கதரிசியை எதிர்ப்பவர்கள் பற்றி நான் பல கதைகளைக் கேட்டிருக்கிறேன். அவர்களுக்கு ஏதாவது மோசமாக நடந்து விடுகிறது.'

'ஆனால், நாம்தான் அவரை இன்னும் எதிர்க்கவில்லையே' என்றார் அவள் தந்தை. 'எதிர்க்கும்போது நம் புலம்பல்களை வைத்துக்கொள்வோம். நமக்கு ஒரு மாதம் அவகாசம் உள்ளது. அதற்குள்ளாக நாம் யூடாவை விட்டுக் கிளம்பிவிடுவோம்.'

'என்னது? யூடாவை விட்டா?'

'அப்படித்தான் தோன்றுகிறது?'

'அப்படியானால் இந்தப் பண்ணை?'

'நம்மால் எவ்வளவு முடியுமோ அவ்வளவை விற்றுப் பண மாக்குவோம். மீதியை விட்டுவிட வேண்டியதுதான். உண்மை என்னவென்றால், இப்படி நான் யோசிப்பது இது முதல் முறையல்ல. இங்குள்ளவர்கள் இந்த தீர்க்கதரிசியின் கால்களில் விழுவதைப் போல, எந்த மனிதனுக்கும் தலைவணங்க நான் விரும்புவதில்லை. நான் அமெரிக்காவில் பிறந்த சுதந்தரமான வன். இதெல்லாம் எனக்குப் புதிது. எனக்கு வயதாகிவிட்டதால் இதையெல்லாம் இனி நான் கற்றுக்கொள்ளப்போவதில்லை. அந்த ஆள் இனி இங்கு வந்தால், நான் என் துப்பாக்கியால் அவரைச் சுட்டுத் தள்ளிவிடுவேன்.'

'ஆனால், அவர்கள் நம்மை இங்கிருந்து போகவிட மாட்டார் களே' என்றாள் மகள்.

'அவன் வரும்வரை பொறுத்திரு. நாம் நிச்சயம் தப்பிவிடுவோம். அதற்கு இடையே, நீ கவலைப்படுவதை நிறுத்து, குழந்தை. அழாதே. நீ அழுவதைப் பார்த்தால் அவன் என்னுடன்

சண்டைக்கு வந்துவிடுவான். பயப்படுவதற்கு ஒன்றும் இல்லை; எந்த அபாயமும் இல்லை.'

ஜான் ஃபெர்ரியர் இந்த வார்த்தைகளை மிகவும் நம்பிக்கையான தொனியில் சொன்னாலும், அன்று இரவு அவர் கதவை பத்திரமாகத் தாளிட்டதையும், படுக்கை அறையில் தொங்கிக் கொண்டிருந்த பழைய துப்பாக்கியைச் சுத்தம் செய்து அதில் குண்டுகளைப் போட்டதையும் அவள் பார்க்காமல் இல்லை.

4 உயிருக்குப் பயந்து ஓட்டம்

மார்மோன் தீர்க்கதரிசியுடனான சந்திப்புக்கு மறு நாள் காலை, ஜான் ஃபெர்ரியர் சால்ட் லேக் நகருக்குப் போய், நெவாடாவுக்குச் செல்ல இருந்த தன் நண்பரைச் சந்தித்து, அவரிடம், ஜெஃபர்சன் ஹோப்புக்குக் கொடுக்கச் சொல்லி ஒரு கடிதத்தைத் தந்தார். அந்தக் கடிதத்தில், தங்களைச் சூழ்ந்துள்ள ஆபத்தைப் பற்றியும், அந்த இளைஞன் உடனே திரும்பி வருவது எவ்வளவு அவசியம் என்பதையும் சொல்லியிருந்தார். இதன்பிறகு மனது சற்றே லேசானதும், தன் வீட்டுக்குத் திரும்பினார்.

பண்ணையை நெருங்கும்போது, அவர் எதிர்பாராத விதமாக, வாசல் கதவின் இரு பக்கங்களிலும் இரண்டு குதிரைகள் கட்டப்பட்டிருந்தன. வீட்டுக்குள் நுழைந்ததும், மேலும் ஆச்சரியப்படுத்தும் வகையில் அவரது வரவேற்பறையில் இரு இளைஞர்கள் இருப்பதைக் கண்டார். நீண்ட, வெளுத்த முகத்தைக் கொண்ட ஒருவன், ஆடும் நாற்காலியில் அமர்ந்து, கால்களை கணப்பின்மீது வைத்தபடி இருந்தான். தடித்த கழுத்துடைய, பருத்த, முரடான மற்றொருவன், கைகளை கால்சட்டைப் பைகளுக்குள் வைத்தபடி, வாயில் ஒரு பிரபலமான பாடலை முணுமுணுத்தபடி, ஜன்னலுக்கு எதிராக நின்றுகொண்டிருந்தான். ஃபெர்ரியர் உள்ளே நுழைந்ததும் இருவரும் அவரைப் பார்த்துத் தலையாட்டினர். ஆடும் நாற்காலியில் இருந்தவன் பேச்சை ஆரம்பித்தான்.

'உங்களுக்கு எங்களைத் தெரியாமல் இருக்கலாம்' என்றான் அவன். 'அதோ, அங்கே இருப்பது பெரியவர் டிரெப்பரின் மகன். நான்தான் ஜோசஃப் ஸ்டாங்கெர்சன். பாலைவனத்தில், கடவுள் தன் கைகளை நீட்டி உங்களை உண்மையான மார்க்கத்துக்கு இழுத்துக்கொண்டபோது உங்களோடு பயணம் செய்தவர்கள் நாங்கள்.'

'அவர் விரைவில் உலகின் பிற நாடுகளையும் தன்னை நோக்கி இழுத்துக்கொள்வார்' என்றான் அடுத்தவன் கீச்சு கீச்சுக் குரலில். 'அவர் மிக மெதுவாகவும் மிகக் குறைவாகவுமே மாவை அரைக்கிறார்.'

ஜான் ஃபெர்ரியர் அவர்களை நோக்கி வணக்கம் செய்வது போலத் தலையைக் குனிந்தார். அவர்கள் யாராக இருக்கும் என்று அவர் யூகித்திருந்தார்.

'தொடர்ந்தான் ஸ்டாங்கெர்சன். 'எங்களது தந்தைமார்களின் ஆலோசனையை ஏற்று உங்கள் மகளை மணமுடிப்பது விஷய மாகப் பேச இருவரும் வந்துள்ளோம். உங்களுக்கும் உங்கள் மகளுக்கும் எங்களில் யாரைப் பிடிக்கிறதோ, ஏற்றுக்கொள் ளுங்கள். எனக்கு நான்கு மனைவிகள்தான் உள்ளனர். சகோதரர் டிரெப்பருக்கு ஏழு மனைவிகள் உள்ளனர். எனவே எனக்குத்தான் அதிக உரிமை உள்ளது என்று சொல்வேன்.'

'இல்லை, இல்லை, சகோதரர் ஸ்டாங்கெர்சன்' என்றான் அடுத்தவன். 'நமக்கு எவ்வளவு மனைவிகள் இப்போது இருக் கிறார்கள் என்பது முக்கியமில்லை, ஆனால் எவ்வளவு மனைவி களை வைத்துக்கொள்ளும் திறன் உள்ளது என்பதுதான் முக்கியம். என் தந்தை தன் அரைவை ஆலைகளை எனக்குக் கொடுத்து விட்டார். எனவே நான்தான் அதிகம் பணம் படைத்தவன்.'

'ஆனால் எனக்குத்தான் வாய்ப்புகள் அதிகம் உள்ளன' என்றான் முதலாமவன் அழுத்தமாக. 'கடவுள் என் தந்தையை அழைத்துக் கொள்ளும்போது, அவருடைய தோல் பதனிடும் தொழிற் சாலை எனக்குத்தான் கிடைக்கும். நான்தான் உன்னைவிட வயதானவன், எனவே சர்ச்சில் எனக்குத்தான் உன்னைவிட உயர்ந்த இடம்.'

'எல்லாமே அந்தப் பெண்ணின் இஷ்டம்தான்' என்றான் டிரெப்பர், தன் உருவத்தைக் கண்ணாடியில் பார்த்து ரசித்தபடி. 'முடிவை அவளிடமே விட்டுவிடுவோம்.'

இந்த விவாதம் நடக்கும்போது, ஜான் ஃபெர்ரியர் வாசலில் நின்றபடி உள்ளூரக் கொதித்துக்கொண்டிருந்தார். தன் கையில் இருந்த குதிரைச் சாட்டையால் அவர்களை வெளுத்துக் கட்ட வந்த ஆத்திரத்தைக் கஷ்டப்பட்டு அடக்கிக்கொண்டார்.

கடைசியாக அவர்கள் அருகில் வந்து, 'இங்கே பாருங்கள்! என் மகள் கூப்பிடும்போது நீங்கள் வந்தால் போதும். அதுவரையில் உங்கள் முகங்களைப் பார்க்க நான் விரும்பவில்லை' என்றார்.

அந்த இரு மார்மோன் இளைஞர்களும் இதைக் கேட்டு அதிர்ச்சி யுற்றனர். அவர்களைப் பொருத்தமட்டில், தாங்கள் இருவரும் பெண் கேட்டு விவாதிப்பதை தந்தையும் மகளும் பெருமைக் குரிய செயலாகக் கருதவேண்டும் என்று நினைத்தனர்.

'இந்த அறையிலிருந்து வெளியேற இரண்டு வழிகள் உள்ளன' என்றார் ஃபெர்ரியர். 'ஒன்று கதவு. மற்றொன்று ஜன்னல். உங்களுக்கு எது சௌகரியம்?'

அவரது கோபமான முகத்தையும் துடிக்கும் கைகளையும் கண்டு பயந்த இருவரும் சட்டென எழுந்து வேகமாக வெளியேறினர். அந்த விவசாயி வாசல்வரை அவர்களைப் பின்தொடர்ந்தார்.

'எந்த வழி என்று முடிவு செய்ததும் எனக்குத் தெரிவியுங்கள்' என்றார் அவர் கேலியாக.

'இதற்காக நீங்கள் வருந்துவீர்கள்' என்றான் ஸ்டாங்கெர்சன். கோபத்தால் அவன் முகம் வெளுத்திருந்தது. 'நீங்கள் தீர்க்கதரிசி யையும் புனித நால்வர் குழுவையும் அவமதித்துவிட்டீர்கள். உங்கள் வாழ்நாள் உள்ளவரை இதற்கான பலனை அனுபவிப்பீர்கள்.'

'கடவுளின் கரங்கள் உங்களைக் கடுமையாகத் தாக்கும்' என்றான் டிரெப்பர். 'அவர் எழுவார். உங்கள்மீதான அடி பலமாக இருக்கும்.'

'அப்படியானால் நானே அடியைத் தொடங்குகிறேன்' என்ற ஃபெர்ரியர் வெறியுடன் தனது துப்பாக்கியை எடுக்கச் சென்றார். லூசி அவசரமாக வந்து அவரது கையைப் பிடித்துத் தடுத்தி நிறுத்தினாள். அவளிடமிருந்து அவர் தன்னை விடுவித்துக்கொள் வதற்குள், குதிரைகளின் குளம்படிச் சத்தம், அவர்கள் வெகு தூரம் சென்றுவிட்டார்கள் என்பதை உணர்த்தியது.

‘பொறுக்கி நாய்கள்’ என்றார் அவர், நெற்றியில் படர்ந்திருந்த வியர்வையைத் துடைத்தபடி. ‘அவர்களின் மனைவி ஆவதற்கு பதில், நீ செத்தாலும் தேவலாம்!’

‘அதுதான் என் எண்ணமும், அப்பா’ என்றாள் அவள், வலுவாக. ‘ஆனால் ஜெஃபர்சன் விரைவிலேயே இங்கு வந்துவிடுவார்.’

‘ஆமாம். அவன் விரைவில் வந்துவிடுவான். சீக்கிரம் வருவது தான் நல்லது. அடுத்து நாம் என்ன செய்யவேண்டும் என்று எனக்குப் புரியவில்லை.’

உண்மைதான். அந்த விவசாயிக்கும் அவரது சுவீகார மகளுக்கும் ஆலோசனையும் உதவியும் அவசரமாகத் தேவைப்பட்டன. அந்தக் குடியிருப்பின் வரலாற்றிலேயே, பெரியவர்களின் அதிகாரத்தை இப்படி வெளிப்படையாக யாருமே அவமதித்தது கிடையாது. சின்னஞ்சிறு தவறுகளுக்கே தண்டனை கடுமையாக இருந்தது என்றால் பெரும் கலவரம் செய்தவருக்கு என்ன ஆகும்? தன்னுடைய பணமும் சமூக இடமும் எந்த விதத்திலும் தனக்கு உதவப்போவதில்லை என்று ஃபெர்ரியருக்குத் தெரிந்தது.

அவரைவிடப் பணம் படைத்தவர்களும் உயர்ந்த இடத்தில் இருந்தவர்களும் காணாமல் போய், அவர்களுடைய சொத்துகள் சர்ச்சுக்குத் தரப்பட்டிருந்தன. அவர் தைரியமானவர்தான். ஆனால் ரகசியமான, வெளியே தெரியாத பயங்கரவாதிகளைப் பற்றி அவர் கவலைப்படத்தொடங்கினார். தெரிந்த அபாயத்தை அவர் தைரியமாக எதிர்கொண்டுவிடுவார். ஆனால் தெரியாத மர்மங்கள் அவரைக் கலவரப்படுத்தின. அவர் தன் பயத்தைத் தன் மகளிடமிருந்து மறைக்கப் பார்த்தார். இந்த விஷயம் ஒன்றும் பெரிதில்லை என்று பேசினார். ஆனால் அவளோ, தன் அன்பான பார்வை மூலமே, தன் தந்தை மிகவும் அவஸ்தையில் உள்ளார் என்பதைத் தெளிவாகத் தெரிந்துகொண்டுவிட்டாள்.

தனது நடத்தை காரணமாக, யங்கிடமிருந்து ஏதாவது தகவல் அல்லது எதிர்ப்பு வரும் என்று அவர் எதிர்பார்த்தார். அதை அவர் எதிர்பார்த்திருந்தாலும், அது இப்படி எதிர்பாராத வகையில் இருக்கும் என்று அவர் நினைத்திருக்கவில்லை. அடுத்த நாள் காலை அவர் எழுந்ததும் தனது படுக்கைக்கு மேல் ஒரு காகிதம் செருகப்பட்டிருந்ததைப் பார்த்தார். அதில் பெரிய எழுத்தில் இப்படி எழுதப்பட்டிருந்தது:

'உன் தவறுகளைத் திருத்திக்கொள்ள மேலும் 29 நாள்கள் உள்ளன. அதற்குப் பின்...'

அந்த வாக்கியத்தின் கடைசியில் உள்ள புள்ளிகள், எந்த வெளிப்படையான மிரட்டலையும் விட அதிகப் பயம் தருவதாக இருந்தது. அந்த எச்சரிக்கை எப்படி அந்த அறைக்குள் வந்தது என்பது ஜான் ஃபெர்ரியருக்குக் குழப்பத்தைத் தந்தது. அவரது வேலைக்காரர்கள் வெளிவீட்டில் வசித்தனர். கதவுகளும் ஜன்னல்களும் நன்கு பூட்டப்பட்டிருந்தன. அந்தக் காகிதத்தைக் கசக்கி எறிந்தார். அதைப்பற்றி அவர் தன் மகளிடம் எதுவும் சொல்லவில்லை. ஆனால், அந்த நிகழ்வு அவரைப் பெரிதும் கலவரப்படுத்தியிருந்தது. அந்த 29 நாள்கள் என்பது யங் அவருக்குக் கொடுத்திருந்த கெடுவில் மீதம் உள்ளவை. பூட்டிய அறைக்குள் காரியங்களை நிகழ்த்தக்கூடிய மந்திர சக்தி கொண்ட எதிரிக்கு முன் தைரியமும் வலுவும் இருந்தாலும் என்ன செய்துவிட முடியும்? அந்தக் காகிதத்தை குண்டூசியால் குத்திவைத்த கை, அவரது இதயத்தில் கத்தியைச் செருகியிருக்க முடியுமே? தன்னைக் கொன்றது யார் என்றுகூட அவருக்குத் தெரிந்திருக்காது!

அடுத்த நாள் காலை அவரை மேலும் ஆட்டிவைத்தது. அவர்கள் காலை உணவுக்காக உட்கார்ந்தபோது லூசி கூரையைக் காண்பித்துக் கத்தினாள். அங்கே கரித்துண்டால் 28 என்ற எண் கிறுக்கப்பட்டிருந்தது. மகளுக்கு அது வெறும் கிறுக்கலாகத் தான் தோன்றியது. அவரும், அவளுக்கு விளக்கம் தரவில்லை. அன்று இரவு அவர் துப்பாக்கியும் கையுமாக விழித்திருந்தார். அவர் சந்தேகத்துக்கு இடமாக எதையும் பார்க்கவில்லை; கேட்க வில்லை. ஆனாலும் காலையில் அவரது கதவின் வெளிப்புறத் தில் 27 என்ற எண் மிகப் பெரிதாக எழுதப்பட்டிருந்தது.

இவ்வாறு நாள்கள் செல்லச் செல்ல, காலையில், அவரது முகம் தெரியாத எதிரிகள் தாங்கள் கணக்கு வைத்திருப்பதைச் சுட்டிக் காட்டத் தவறவில்லை. ஏதாவது ஒரு வகையில் அவருக்குப் புலப்படுமாறு இன்னும் எத்தனை நாள்கள் மீதமிருந்தன என்பதைச் சுட்டிக்காட்டியபடியே இருந்தனர். அந்த எண்கள், சில சமயம் சுவரில் எழுதப்பட்டிருக்கும், சில சமயம் தரையில். சில சமயம் வேலியில், அல்லது தோட்டத்தில் காகிதத்தில் எழுதிச் செருகியிருப்பார்கள். எவ்வளவுதான் கவனமாகக் கண்காணித்தாலும் எந்த நேரத்தில் இந்தத் தினசரி எச்சரிக்கைகள்

தோன்றுகின்றன என்பதை ஜான் ஃபெர்ரியரால் கண்டுபிடிக்க முடியவே இல்லை. அவற்றைப் பார்க்கும்போது அவரை ஒரு பயங்கர திகில் ஊடுருவும். நாளாக, நாளாக அவர் சோர்வுற்று, அமைதி இழக்கலானார். அவரது கண்களில், வேட்டையாடப் படும் விலங்கின் பயந்த, நடுக்கமுற்ற பார்வை தெரிய ஆரம்பித்தது. அவரது வாழ்க்கையில் ஒரே ஒரு நம்பிக்கைதான் இனி இருந்தது. நெவாடாவிலிருந்து வரப்போகும் அந்த வேட்டைக்கார இளைஞன்.

இருபது பதினைந்தானது. பதினைந்து பத்தானது. ஆனால் அவனிடமிருந்து எந்தச் செய்தியும் வரவில்லை. கொஞ்சம் கொஞ்சமாக எண்கள் குறைய, அப்போதும் அவனிடமிருந்து எந்தச் செய்தியும் இல்லை. வாசலில் குதிரைச் சத்தம் கேட்டால், அல்லது ஏதேனும் குரல் கேட்டால்கூட அந்த வயதான விவசாயி, உதவி வந்துவிட்டது என்று நினைத்து கதவை நோக்கி ஓடுவார். கடைசியில் ஐந்து நான்கானதும், பிறகு மூன்றானதும் அவர் நம்பிக்கை இழந்தார். தப்புவது சாத்தியமே அல்ல என்று தோன்றியது. ஒற்றை ஆளாக, அந்தப் பகுதியைச் சுற்றியிருந்த மலைத்தொடர் பற்றி அதிகம் தெரியாதவராக இருந்த அவருக்குத் தனது இயலாமை புரிந்தது. அனைவரும் செல்லக்கூடிய பாதைகள் பாதுகாக்கப்பட்டு, கண்காணிக்கப்பட்டன. குழுவின் ஆணை இல்லாமல் யாரும் அந்த வழியே போகமுடியாது. எந்தப் பக்கம் திரும்பினாலும் அவரைச் சூழ்ந்துள்ள தாக்குதல் குறையப் போவதாகத் தெரியவில்லை. ஆனாலும், அந்த வயதானவர், தனது முடிவில் உறுதியாக இருந்தார். உயிரே போனாலும் சரி, தனது மகளுக்கு வாழ்க்கையில் அவமரியாதை ஏற்படுவதற்கு அவர் சம்மதிக்கப் போவதில்லை.

ஒரு நாள் இரவு, அவர் தனியாக உட்கார்ந்து, தனது துன்பங்களை நினைத்துப் பார்த்து, அவற்றிலிருந்து தப்பிக்க ஏதேனும் வழி இருக்கிறதா என்று யோசித்துக்கொண்டிருந்தார். அன்று காலை தான் அவரது வீட்டின் சுவரில் 2 என்ற எண் எழுதப்பட்டிருந்தது. அடுத்த நாள்தான் அவருக்கு ஒதுக்கப்பட்டிருந்த கடைசி நாள். அதன்பின் என்ன ஆகும்? அவரது கற்பனையில் என்னென்ன வெல்லாமோ தோன்றி மறைந்தன. அவர் போனபின் அவரது மகளுக்கு என்ன ஆகும்? கண்ணுக்குத் தெரியாத இந்த அமைப்பி லிருந்து தப்பிக்க வழியே இல்லையா? தனது இயலாமையை எண்ணி அவர் மேஜையில் முகம் புதைத்து அழத் தொடங்கினார்.

அது என்ன? அந்த இரவின் அமைதியில், மெதுவாக யாரோ சுரண்டும் சத்தம் கேட்டது. கதவுப் பக்கம் இருந்துதான் வந்தது. ஃபெர்ரியர் நடைக்கு வந்து, கூர்ந்து கேட்டார். சிறிது இடை வெளி விட்டு, அந்தச் சத்தம் தொடர்ந்தது. யாரோ மிக மெது வாகக் கதவைச் சுரண்டுகிறார்கள். அந்த நள்ளிரவில், ரகசிய அமைப்பின் ஆணையை ஏற்று அவர்களை முடிக்க வந்த கொலைகாரனா? அல்லது கடைசி நாள் என்று எழுதுவதற்காக வந்த ஆசாமியா? இதயத்தைச் சில்லிட வைக்கும், உடலை நடுங்கவைக்கும் மர்ம பயத்தைவிட உடனடிச் சாவே மேலானது என்று முடிவு செய்தார் ஜான் ஃபெர்ரியர். சட்டென எழுந்து தாழ்ப்பாளை விலக்கி, கதவைத் திறந்தார்.

வெளியே அமைதியாக இருந்தது. இரவு வானில் நட்சத்திரங்கள் பிரகாசமாக மினுமினுத்தன. எதிரே தோட்டமும் வேலியும் தெரிந்தன. ஆனால் தெருவிலோ, அங்கோ யாரும் காணப்பட வில்லை. நிம்மதிப் பெருமூச்சு விட்டபடி, ஃபெர்ரியர் வலதும் இடதும் பார்த்தபின், கீழ் நோக்கிக் குனிந்தார். அங்கே கையை யும் காலையும் விரித்தபடி தரையோடு தரையாகப் படுத்திருந்த ஒரு மனிதனைக் கண்டு அதிர்ச்சி அடைந்தார்.

அந்தக் காட்சியைக் கண்டு நடுங்கிப்போன அவர் சுவரோடு சாய்ந்து, குரலெழுப்ப முனைந்த தன் வாயை இறுக்கிப் பொத்தி அடைத்தார். யாரோ காயம் பட்ட, இறக்கும் தறுவாயில் இருக்கும் ஒருவன் என்றே அவருக்கு முதலில் தோன்றியது. ஆனால் அந்த உருவம் பாம்புபோல வேகமாகவும் சத்தம் போடாமலும் நெளிந்து நெளிந்து வீட்டுக்குள் நுழைந்தது. அதன் பிறகு சட்டென எழுந்து கதவை மூடி, தன் உருவத்தை ஆச்சரிய மடைந்த விவசாயிக்குக் காட்டியது. தீவிரமான முகத்தில், உறுதியான கண்களுடன் ஜெஃப்பர்சன் ஹோப்!

'கடவுளே! என்னை நடுங்க வைத்துவிட்டாய்! ஏன் இப்படி வந்தாய்?' என்று கேட்டார் ஜான் ஃபெர்ரியர்.

'சாப்பாடு கொடுங்கள்!' என்றான் அவன் அடித்தொண்டையில். கடந்த 48 மணி நேரமாக சாப்பிடக்கூட நேரமில்லாமல் வந்திருக் கிறேன். சாப்பாட்டு மேஜையில் அன்று இரவு சாப்பிட்டதும் மிச்சம் இருந்த சில்லிட்டுப் போன இறைச்சியையும் பிரெட்டை யும் பாய்ந்து கடித்துச் சாப்பிடத் தொடங்கினான். 'லூசி இதை எப்படித் தாங்கிக்கொண்டிருக்கிறாள்?' என்று சாப்பிட்டு முடித்ததும் கேட்டான்.

‘அவளுக்கு இந்த ஆபத்து பற்றித் தெரியாது’ என்றார் அவளது தந்தை.

‘நல்லது. வீட்டை நான்கு பக்கத்திலிருந்தும் கண்காணித்துக் கொண்டிருக்கிறார்கள். அதனால்தான் நான் ஊர்ந்து வந்தேன். அவர்கள் திறமையானவர்கள்தான். ஆனால் வாஷோ வேட்டைக்காரனைப் பிடிக்கும் அளவுக்கு அல்ல.’

தனக்கு உதவ ஒருவன் வந்துவிட்டான் என்றவுடனேயே ஜான் ஃபெர்ரியர் புதிய மனிதனாக உணர்ந்தார். அவனது கையைப் பிடித்து இறுக்கி அழுத்தினார். ‘உன்னை நினைத்துப் பெருமையாக இருக்கிறது!’ என்றார். ‘மிகச் சிலரே எங்களது அபாயங்களையும் தொல்லைகளையும் பகிர்ந்துகொள்ள வருவார்கள்.’

‘சரியாகச் சொன்னீர்கள்!’ என்றான் அவன். ‘உங்கள்மீது எனக்கு மரியாதை உள்ளது. ஆனால் நீங்கள் மட்டும்தான் இந்த அபாயத்தில் மாட்டியுள்ளீர்கள் என்றால் நான் இதில் தலையிடுவதற்கு முன் நிறையவே யோசித்திருப்பேன். ஆனால் என்னை இங்கே வரவழைத்தது லூசியின் நினைவுதான். அவள்மீது யாரும் கை வைப்பதற்குமுன், யூடாவில் இருக்கும் ஹோப் குடும்ப நபர்களது எண்ணிக்கையில் ஒன்று குறைந்திருக்கும்.’

‘நாம் என்னதான் செய்வது?’

‘நாளைதான் உங்களது கடைசி நாள். நீங்கள் இன்று இரவே ஏதேனும் செய்யாவிட்டால், தொலைந்தீர்கள். எனது இரண்டு குதிரைகளும் ஒரு கழுதையும், ஈகிள் பாறைப் பிளவில் காத்துக் கொண்டிருக்கின்றன. உங்களிடம் எவ்வளவு பணம் உள்ளது?’

‘இரண்டாயிரம் டாலர் தங்கமாகவும் ஐந்து டாலர் பணமாகவும்.’

‘அது போதும். என்னிடம் அதே அளவு உள்ளது. மலைகள் வழியாக கார்சன் நகருக்குப் போகவேண்டும். லூசியை எழுப்புங்கள். நல்ல வேளை, வேலைக்காரர்கள் யாரும் வீட்டில் தூங்குவதில்லை.’

ஃபெர்ரியர், தன் மகளைப் பயணத்துக்காகத் தயார்படுத்தச் சென்றதும், ஜெஃபர்சன் ஹோப், கிடைத்த உணவையெல்லாம் கட்டி ஒரு பொட்டலமாக்கினான். ஒரு பாத்திரத்தில் தண்ணீரைப் பிடித்துக்கொண்டான். மலையில் தண்ணீருக்குத் திண்டாட்டம் என்று அவனுக்கு நன்றாகத் தெரியும். அவன் இதைச் செய்து

முடிப்பதற்குமுன், விவசாயி தன் மகளை அழைத்துக்கொண்டு, கிளம்பத் தயாராக வந்துவிட்டார். காதலர்கள் அதிக நேரம் எடுத்துக்கொள்ளவில்லை. நேரம் விலைமதிப்பற்றது என்று அவர்களுக்குத் தெரியும். நிறையச் செய்யவேண்டியிருந்தது.

'உடனே கிளம்பவேண்டும்' என்றான் ஜெஃபர்சன் ஹோப், அடிக்குரலில். அவனது குரல், அவன் அபாயத்தினை நன்கு உணர்ந்திருந்ததையும், ஆனால் அதை எதிர்கொள்ளத் தேவையான உறுதி அவனிடம் இருந்ததையும் காட்டியது. 'முன் வாசலையும் பின் வாசலையும் கண்காணிக்கிறார்கள். எனவே, கவனமாக, பக்கவாட்டு ஜன்னல் வழியே குதித்து, வயல்கள் வழியாக வெளியேறிவிடலாம். சாலைக்கு வந்ததும் குதிரைகள் இருக்கும் பாறைப் பிளவுக்கு இரண்டு மைல் தூரம்தான். காலை விடியும்போது மலையில் பாதி தூரம் சென்றிருப்போம்.'

'நம்மை வழியில் நிறுத்தினால்?' என்று கேட்டார் ஃபெர்ரியர்.

ஹோப் தனது துப்பாக்கியை எடுத்துக் காட்டினான். 'நம்மைவிட அதிகமானவர்கள் இருந்தால், நாம் சாகும்போது அவர்களில் இரண்டு மூன்று பேரையாவது அழைத்துக்கொண்டு செல்வோம்' என்று சிரித்தான்.

வீட்டில் இருந்த அனைத்து விளக்குகளையும் அணைத்தனர். இருண்ட ஜன்னல் வழியாக ஃபெர்ரியர் தனது வயல்களைப் பார்த்தார். அவற்றை விட்டுவிட்டு அவர் போகப்போகிறார். அந்தத் தியாகத்துக்காக அவர் தன்னைத் தயார்ப்படுத்தியிருந்தார். தனது மகளின் கௌரவத்துக்காகவும் மகிழ்ச்சிக்காகவும் அவர் தனது செல்வத்தை இழக்கத் தயாராக இருந்தார். வயல்கள் அமைதியாகவும் மகிழ்ச்சியாகவும் இருப்பதாகத் தோன்றியது. சரசரக்கும் மரங்கள், பரந்து விரிந்திருந்த தானிய வயல்கள். அவற்றைப் பார்க்கும்போது அவற்றில் ஒளிந்திருந்த அபாயத்தை யாருமே கவனித்திருக்கமுடியாது. ஆனாலும் அந்த இளம் வேடனின் வெளுத்த முகமும் அதில் தெரிந்த உணர்ச்சியும், அவன் வீட்டை நோக்கி வரும்போது அந்த அபாயத்துக்கான சாட்சியங்களை நிறையவே பார்த்திருந்தான் என்று உணர்த்தியது.

ஃபெர்ரியர் தங்கத்தையும் பணத்தையும் வைத்திருந்தார். ஜெஃபர்சன் ஹோப் உணவையும் நீரையும். லூசியிடம் அவளது சில மதிப்புமிக்க பொருள்கள். ஜன்னலை மெதுவாகவும்

கவனமாகவும் திறந்து, கறுத்த மேகம் ஒன்று வரும்வரை காத்திருந்து ஒருவர்பின் ஒருவராகத் தோட்டத்துக்குள் நுழைந்த னர். மூச்சைப் பிடித்துக்கொண்டு, ஊர்ந்து ஊர்ந்து வேலிக்குப் பின்னால் ஒளிந்துகொண்டனர். அதை ஒட்டி நடந்து, அங்கிருந்த இடைவெளி வழியே சோள வயலுக்குள் நுழைந்தனர். அந்தக் கட்டத்தில், இளைஞன் அவர்கள் இருவரையும் பிடித்து இழுத்துத் தரையோடு படுக்கவைத்தான். அங்கே அவர்கள் நடுங்கியபடி அமைதியாக இருந்தனர்.

சமவெளிகளில் பெற்ற பயிற்சி, ஜெஃபர்சன் ஹோப்புக்கு காட்டுப் பூனையின் காதுகளைக் கொடுத்திருந்தது. அவர்கள் தரையோடு தரையாகப் படுத்தவுடனேயே மலை ஆந்தையின் குரல் போல ஒன்று கேட்டது. அதற்குச் சற்று நேரத்தில் அதேபோன்ற பதில் குரல் இன்னும் சற்றுத் தள்ளி வந்தது. அதே நேரம், அவர்கள் செல்ல இருந்த பாதையில் ஒரு நிழல் உருவம் தோன்றியது. அது ஒரு குரலைக் கொடுக்க, இருட்டிலிருந்து மற்றொரு உருவம் வெளியே வந்தது.

'நாளை நள்ளிரவு' என்றது அதிகார தோரணையில் இருந்த முதல் உருவம். 'மூன்று முறை சமிக்ஞைக் குரல் வரும்போது.'

'சரி' என்றது இரண்டாம் உருவம். 'சகோதரர் டிரெப்பரிடம் சொல்லிவிடட்டுமா?'

'சொல்லிவிடு. அவரிடமிருந்து பிறருக்குத் தகவல் போகட்டும். ஒன்பதுக்கு ஏழு!'

'ஏழுக்கு ஐந்து!' என்றது மற்ற உருவம். இருவரும் கலைந்து வெவ்வேறு திசைகளில் சென்றனர். கடைசியாக அவர்கள் சொன்ன எண்கள் ஏதோ ரகசிய சமிக்ஞைகள் போல இருந்தன. அவர்களது காலடி ஓசை மறைந்ததும் ஜெஃபர்சன் ஹோப் எழுந்திருந்தான். மற்ற இருவரையும் தூக்கிவிட்டான். இடை வெளி வழியாக அவர்கள் வயல்களுக்குள் நுழைந்து படு வேக மாகக் கிளம்பினர். அந்தப் பெண்ணுக்குச் சக்தி குறையும் போதெல்லாம், அவன் அவளுக்குத் தோள் கொடுத்தான்.

அவ்வப்போது, 'வேகம், வேகம்' என்று அவர்களைத் துரிதப் படுத்தினான். 'நாம் கண்காணிப்புகளைத் தாண்டிவிட்டோம். அனைத்துமே நாம் வேகமாகச் செல்வதில்தான் உள்ளது. ம், இன்னமும் வேகம்!'

நெடுஞ்சாலை வந்ததும் அவர்களது முன்னேற்றம் அதிகரித்தது. ஒரே ஒருமுறைதான் அவர்கள் வழியில் மனிதர்களைப் பார்க்க வேண்டியிருந்தது. அப்போதும், அவசரமாக வயல்களுக்குள் சென்று ஒளிந்து மறைந்துகொண்டனர். நகருக்குள் நுழைவதற்கு முன்னதாக, ஒற்றையடிப் பாதை ஒன்றில் திரும்பி மலையை நோக்கிச் செல்ல ஆரம்பித்தனர். தொலைவில் இரண்டு மலை முகடுகள் இருட்டின் வழியாக நிழலாகத் தெரிந்தன. அவற்றுக்கு இடையே ஈகிள் பாறைப் பிளவு இருந்தது. அங்குதான் குதிரைகள் காத்திருந்தன. சிறிதும் தவறாத உள்ளுணர்வுடன் ஜெஃபர்சன் ஹோப் பாறைகளுக்கும் வறண்ட நீர்வழிகளுக்கும் இடையே பாதையைத் தேர்ந்தெடுத்து, குதிரைகள் இருக்கும் மறைவான முனைக்கு வந்துசேர்ந்தான். பெண்ணைக் கோவேறு கழுதைமீது உட்கார்த்தியபின், ஃபெர்ரியர் பணத்துடன் ஒரு குதிரைமீதும், ஜெஃபர்சன் ஹோப் ஒரு குதிரைமீதும் ஏறிக் கொண்டனர். ஹோப் ஆபத்தான பாதையில் அவர்களைக் கவன மாக வழிநடத்தினான்.

இயற்கையின் கட்டுப்பாடற்ற பல மனநிலைகளும் பழக்க மில்லாத ஒருவருக்கு அந்தப் பாதை குழப்பத்தை ஏற்படுத்தக் கூடியதே. ஒரு பக்கம், மாபெரும் கரும் பாறை, சுமார் ஆயிரம் அடி உயரத்தில் பார்க்க பயங்கரமாகக் காட்சியளிக்கும். அதில் காணப்படும் பசால்ட் பாறைக்கோடுகள், ஏதோ ஒரு ராட்சச மிருகத்தின் விலா எலும்புகள் போலத் தோன்றும். மறுபக்கம், உடைந்த கல் துண்டுகளும் பாறைகளும் அவற்றின் வழியாக நடக்கமுடியாமல் செய்யும். இவை இரண்டுக்கும் இடையில் கரடு முரடான பாதை. பல இடங்களில் அதில் ஒருவர் பின் ஒருவராக மட்டுமே போகக்கூடிய அளவுக்குக் குறுகியதாக இருக்கும். பழக்கமுள்ள மனிதர்கள் மட்டுமே அதன் வழியாகப் போகமுடியும். ஆனாலும், அத்தனை அபாயங்களும் சிரமங் களும் இருந்தாலும் அந்தப் பாதையில் செல்லும் அந்த மூவரின் மனமும் லேசாக இருந்தது. ஒவ்வொரு அடியும் அவர்களுக்கும் அவர்கள் தப்பிச் செல்லும் சர்வாதிகாரத்துக்கும் இடையில் உள்ள தூரத்தை அதிகமாக்கிக்கொண்டே இருந்தது.

ஆனால், அவர்கள் இன்னமும் புனிதர்களின் கட்டுப்பாட்டு எல்லைக்குள்தான் இருந்தனர் என்பதற்கான நிரூபணம் விரைவிலேயே கிடைத்தது. யாருமே இல்லாத கணவாயின் ஒரு பகுதியை அவர்கள் அடைந்ததும், அந்தப் பெண் திடீரென

அதிர்ச்சிக் குரல் எழுப்பி மேலே சுட்டிக் காட்டினாள். பாதையின் மேலே உள்ள பாறையில் ஒற்றைக் காவலனின் உருவம் நிழலாக நின்றது. அவனை அவர்கள் பார்த்தபோதே, அவனும் அவர்களைப் பார்த்துவிட்டான். ராணுவ தோரணையில், 'யார் அங்கே?' என்று அவன் எழுப்பிய குரல் அமைதியான அந்தப் பகுதி முழுவதும் எதிரொலித்தது.

'நெவாடாவுக்குச் செல்லும் பயணிகள்' என்றான் ஜெஃபர்சன் ஹோப். அவனது விரல்கள் துப்பாக்கியைப் பற்றின.

அந்த ஒற்றை உருவம், தனது துப்பாக்கியைச் சுரண்டியபடி, அவர்களது பதிலில் திருப்தி அடையாமல் அவர்களைக் கவனித்தது நன்கு புலப்பட்டது.

'யாருடைய அனுமதியுடன்?' என்றான் அவன்.

'புனித நால்வர் குழுவின் அனுமதியுடன்' என்றார் ஃபெர்ரியர். அவரது மார்மோன் அனுபவம், அந்தப் பகுதியின் மிகப் பெரிய அதிகாரம் யாரிடம் இருந்தது என்பதை உணர்த்தியிருந்தது.

'ஒன்பதுக்கு ஏழு' என்றான் அந்தக் காவலன்.

'ஏழுக்கு ஐந்து' என்றான் ஜெஃபர்சன் ஹோப் உடனடியாக. தோட்டத்தில் கேட்டது அவனுக்கு நன்கு நினைவிருந்தது.

'செல்லுங்கள். கடவுள் உங்களுடன் வருவார்' என்றது மேலிருந்த குரல். அந்த இடத்தைத் தாண்டியதும் பாதை அகலமானது. குதிரைகளால் வேகமாகச் செல்லமுடிந்தது. திரும்பிப் பார்த்தபோது, தூரத்தில் ஒற்றைக் காவலனின் உருவம் துப்பாக்கியின்மீது சாய்ந்திருந்தது தெரிந்தது. தேர்ந்தெடுக்கப்பட்ட மக்களின் கடைசிக் காவல் கோட்டையைத் தாண்டிவிட்டோம் என்றும் அவர்கள்முன் சுதந்தரம் விரிந்துகிடந்தது என்றும் தோன்றியது.

5 பழிக்குப் பழி

இரவு முழுவதும் அவர்கள் குறுகிய கணவாய்கள் வழியாகவும் கரடுமுரடான கற்கள் அடங்கிய பாதையிலும் செல்லவேண்டி இருந்தது. பல முறை அவர்கள் வழியைத் தொலைத்தனர். ஆனால் ஹோப்புக்கு அந்த மலைகள் மிகவும் நெருக்கமாகத் தெரிந்திருந்ததால், மீண்டும் சரியான பாதையைக் கண்டுபிடிக்க முடிந்தது. காலை ஆனதும் மிக அற்புதமான, ஆனால் பயமுறுத்தக்கூடிய ஓர் அழகு அவர்களுக்குத் தென்பட்டது.

பார்க்கும் திசைகளில் எல்லாம், ஒன்றின் முதுகுக்குப்பின் மற்றொன்றாக, பனி படர்ந்த மலை முகடுகள், அவர்களை நசுக்குவது போலத் தெரிந்தது. அவர்கள் இருந்த பாறைப் பிளவுப் பாதை அவ்வளவு ஆழமாக இருந்ததால், மேலே இருந்த லார்ச் மரங்களும் பைன் மரங்களும் அவர்களது தலைக்குமேல் தொங்கிக்கொண்டிருப்பது போலவும், ஒரு காற்று அடித்தால் அப்படியே அவர்கள் தலையில் விழுந்துவிடுவதுபோலவும் பயம் காட்டின. அது வெறும் பயம் அல்ல. சுற்றும் முற்றும் அப்படி ஏற்கெனவே விழுந்திருந்த மரங்களும் பாறைகளும், இது எப்போது வேண்டுமானாலும் நடக்கலாம் என்ற உணர்வைத் தோற்றுவித்தன. அவர்கள் நடக்கும்போதே ஒரு பெரும் பாறை பயங்கர சத்தத்துடன் கீழே விழுந்தது. அதன் எதிரொலி அந்த

அமைதியான மலைப்பகுதியில் கேட்க, சோர்ந்திருந்த குதிரைகள் திடுக்கிட்டு வேகமாக ஓட ஆரம்பித்தன.

கிழக்கு வானில் சூரியன் உதிக்க ஆரம்பித்ததும், மலை முகடுகள் ஒவ்வொன்றாக, திருவிழாவில் சர விளக்குகள் ஒன்றன்பின் ஒன்று எரிய ஆரம்பிப்பது போன்ற தோற்றத்தை அளித்தன. விரைவில் அவை ஒவ்வொன்றும் சிவந்து பிரகாசிக்கத் தொடங்கின. இந்தச் சிந்தையைக் கவரும் அழகு, தப்பி ஓடும் அந்த மூவருக்கும் மகிழ்ச்சியையும் புத்துணர்ச்சியையும் கொடுத்தது. ஒரு பிளவில் இருந்து சுழித்து ஓடும் நீர்நிலைக்கு அருகே அவர்கள் ஓய்வெடுத்து, குதிரைகளுக்குக் குடிக்க நீர் கொடுத்தனர். அவசரமாகக் காலை உணவைச் சாப்பிட்டனர். லூசியும் அவளது தந்தையும் மேலும் சில நிமிடங்கள் ஓய்வெடுக்க விரும்பினாலும் ஜெஃபர்சன் ஹோப் அதற்கு அனுமதிக்கவில்லை. ‘அவர்கள் இத்தனை நேரத்தில் நம்மைப் பின்தொடர ஆரம்பித்திருப்பார்கள்’ என்றான். ‘அனைத்துமே நமது வேகத்தில்தான் அடங்கியுள்ளது. கார்சன் நகரை பத்திரமாக அடைந்ததும், நம் வாழ்நாள் முழுவதற்குமாகச் சேர்த்து ஓய்வு எடுத்துக்கொள்ளலாம்.’

அன்று பகல் முழுவதும் சிரமப்பட்டு, பாதையில் தொடர்ந்தனர்.மாலை ஆனதும் தங்கள் எதிரிகளிடமிருந்து குறைந்தது முப்பது மைல் தாண்டி வந்துவிட்டதாகக் கணக்கிட்டனர். இரவில், நடுக்கும் குளிர் காற்றை மறிக்கும் உயரமான பாறை ஒன்றின் மறைவில், சூட்டுக்காக மூவரும் நெருங்கி அணைத்துக் கொண்டு சில மணி நேரம் தூங்கினர். ஆனால், காலை விடிவதற்கு முன்னரே எழுந்திருந்து மீண்டும் பயணத்தைத் தொடர்ந்தனர். அவர்களைப் பின்தொடரும் யாரையும் அவர்கள் பார்க்கவில்லை. யாருடைய பகையைச் சம்பாதித்துக்கொண்டு தப்பித்து ஓடுகிறோமோ, அந்தக் கொடூரமான இயக்கத்தின் பிடியிலிருந்து கிட்டத்தட்ட வெளியேறி விட்டோம் என்று ஜெஃபர்சன் ஹோப் எண்ண ஆரம்பித்தான். ஆனால் அந்த இரும்புப் பிடி எவ்வளவு தூரம் நீளக்கூடியது, எவ்வளவு அருகில் இருக்கிறது, எப்படி அவர்களை நசுக்கப்போகிறது என்பது பற்றி அவனுக்குத் தெரிந்திருக்கவில்லை.

இரண்டாம் நாளின் நடுப்பகுதியில், அவர்களது உணவு முற்றிலுமாகத் தீர்ந்துவிட்டது. இதனால் அந்த வேடனுக்குச் சற்றே கவலை ஏற்பட்டது. ஆனால் மலையில்தான் வேட்டைக்கு

நிறைய வாய்ப்புகள் உண்டே? பல சமயங்களில் அவன் தன் துப்பாக்கியை நம்பியே அங்கு வாழ்க்கை நடத்தியிருக்கிறான். ஒரு பாதுகாப்பான மூலையைத் தேர்ந்தெடுத்து சில காய்ந்த குச்சிகளைச் சேர்த்து, அங்கே நெருப்பை உண்டாக்கினான். அவர்கள் இருவரையும் அதில் குளிர்காயச் சொன்னான். இப்போது அவர்கள் கடலுக்கு ஐந்தாயிரம் அடி உயரத்தில் இருந்தனர். அதனால் கடுமையான குளிர் காற்று தோலைப் பிய்த்தது. குதிரைகளைக் கட்டிவைத்துவிட்டு, லூசியிடம் விடை பெற்று, துப்பாக்கியை எடுத்துக்கொண்டு, வேட்டைக்கு ஏதேனும் கிடைக்குமா என்று பார்க்க அவன் கிளம்பினான். திரும்பிப் பார்த்தபோது கிழவனும் மகளும் எரியும் நெருப்புக்கு அருகில் குனிந்தபடி இருந்தனர். பின்னணியில் மூன்று மிருகங்களும் ஆடாமல் அசையாமல் நின்றன. இன்னும் சற்றுத் தள்ளி நகர்ந்ததும், பாறைகள் அவர்களை முற்றிலுமாக மறைத்தன.

பாறை மாற்றிப் பாறையாக ஓரிரு மைல்கள் சென்றும் அவனுக்கு ஒன்றுமே கிடைக்கவில்லை. ஆனால் மரங்களில் காணப்பட்ட தடங்கள் அந்தப் பகுதியில் நிறையக் கரடிகள் இருக்கவேண்டும் என்று உணர்த்தியது. இரண்டு, மூன்று மணி நேரங்கள் பயனின்றித் தேடியபிறகு, வெறுப்பில் திரும்பிப் போய்விடலாம் என்று அவன் எண்ணத்தொடங்கினான். அப்போது மேலே அவன் பார்த்த காட்சி, சந்தோஷத்தைக் கொடுத்தது. சுமார் 300-400 அடி உயரத்தில், நீட்டிக்கொண்டிருக்கும் ஒரு பாறைக்கு மேலே, பார்க்க ஆடு போன்ற தோற்றம் கொண்ட ஒரு மிருகம் நின்று கொண்டிருந்தது. அதற்கு மிக நீண்ட, பெரிய கொம்புகள் இருந்தன. பிக் ஹார்ன் என்று பெயர்கொண்ட அந்த விலங்கு, வேடன் பார்வையில் படாத தன் குட்டிகளைக் காப்பாற்ற அங்கே நின்றிருக்கவேண்டும். ஆனால் அவனுக்கு வேறு திசையில் அது சென்றுகொண்டிருந்ததால், அவனைக் கவனிக்கவில்லை. தரையோடு படுத்துக்கொண்டு, துப்பாக்கியை ஒரு பாறைமீது வைத்து, கவனமாகக் குறி பார்த்து, விசையை அழுத்தினான். அந்த விலங்கு காற்றில் தவ்வி, ஒரு விநாடி பாறையின் விளிம்பில் தொங்கி, தொப்பென்று கீழே பள்ளத்தாக்கில் விழுந்தது.

அந்த மிருகத்தைத் தூக்குவது மிகவும் கடினமாக இருந்தது. எனவே அதன் ஒரு பகுதியை மட்டும் வெட்டி எடுத்துக்கொண் டான். அதைத் தன் தோளில் தூக்கிப் போட்டுக்கொண்டு,

வேகமாகத் தான் வந்த வழியில் திரும்பினான். அதற்குள் மாலை ஆரம்பித்துவிட்டது. அப்போதுதான் அவனுக்குத் தன் சிரமம் புரிந்தது. வேட்டையாடும் ஆர்வத்தில், அவன் வெகு தூரம் வந்திருந்தான். இப்போது அவன் இருக்கும் இடம் அவனுக்கு அவ்வளவு பரிச்சயமானதல்ல. அவன் வந்த பாதையைத் தேடுவது அவ்வளவு எளிதாக இருக்கவில்லை. அவன் இருந்த இடத்தில் ஏகப்பட்ட பாறைப் பிளவுகள் குறுக்கும் நெடுக்கு மாகச் சென்றன. ஒன்றிலிருந்து மற்றொன்றை வித்தியாசம் காண்பது எளிதாக இல்லை.

ஒரு பாதையைத் தேர்ந்தெடுத்து சுமார் ஒரு மைல் தூரம் வந்தபின், முற்றிலும் பரிச்சயமில்லாத ஒரு மலைச் சுனைக்கு அருகே வந்திருந்தான். அது தவறான பாதை என்று தோன்றி யதும், மீண்டும் பின்வாங்கி மற்றொரு பாதையைத் தேர்ந்தெடுத் தான். அதிலும் இதே நிலைதான் ஏற்பட்டது. இதற்குள் இரவு ஆரம்பித்துவிட்டது. நல்லவேளையாக முழுவதும் இருட்டு வதற்குமுன், சரியான பாதையைக் கண்டுபிடித்துவிட்டான். அப்படி இருந்தும் நிலவு இன்னும் வராததால், பாதையில் நடப்பதில் கஷ்டங்கள் இருந்தன. ஆழமான மலைச்சரிவின் காரணமாக, பாதை மேலும் புரியாததாக இருந்தது. முதுகில் இருந்த சுமை, அலைச்சலினால் ஏற்பட்ட அயர்வு ஆகியவற்றால் மிகவும் மெதுவாகவே நடக்கமுடிந்தது. ஆனால் ஒவ்வோர் அடியும் அவனை லூசிக்கு அருகில் கொண்டுசெல்கிறது என்பதைச் சொல்லி உற்சாகமூட்டிக்கொண்டே நடந்தான். மேலும், இனிச் செல்லும் வழிக்கும் தேவையான உணவு கையில் இருக்கிறது என்பதும் நிம்மதியை அதிகரித்தது.

கடைசியாக அவர்களை விட்டுவிட்டு வந்த இடத்துக்கு அருகில் வந்துவிட்டான். அந்த இருட்டிலும் அவனுக்கு அந்த இடத்தில் அடையாளங்கள் தெளிவாகத் தெரிந்தன. அவர்கள் அவனுக்காக ஆவலுடன் காத்திருப்பார்கள் என்று நினைத்தான். அவன் அங்கிருந்து போய் ஐந்து மணி நேரம் ஆகியிருந்தது. சந்தோஷத் தில், வாயைக் குவித்து 'ஹல்லோ' என்று கத்தினான். பதிலுக் காகக் காத்திருந்தான். அவனது குரல் பல முகடுகளிலும் மோதி மீண்டும் மீண்டும் எதிரொலித்ததே தவிர, அவர்களிடமிருந்து எந்தப் பதிலும் வரவில்லை. மீண்டும் கத்தினான். முன்னைவிடப் பலமாகக் கத்தினான். பதிலுக்கு அவன் சில மணிநேரத்துக்கு முன் விட்டுச்சென்ற நண்பர்களிடமிருந்து ஒரு முனகல் கூட வரவில்லை. ஓர் இனம் தெரியாத பயம் அவனுக்குள் முளைத்தது.

கையில் கொண்டுவந்த இறைச்சியை அப்படியே கீழே போட்டு விட்டு பதறியடித்துக்கொண்டு ஓடினான்.

முனை திரும்பியதும் அவன் நெருப்புப் பற்றவைத்த இடம் முழுதாகத் தெரிந்தது. அங்கே ஒரு மரச் சாம்பல் குவியல் இருந்தது. அதில் இன்னமும் நெருப்பு கனன்றுகொண்டிருந்தது. ஆனால் அவன் சென்றபிறகு அந்த நெருப்பை யாரும் கவனித்து அதில் மேலும் குச்சிகளைப் போடவில்லை என்று தெரிந்தது. அங்கும் மயான அமைதிதான். அவன் பயந்தது நடந்தேவிட்டது என்று தெளிவாகப் புரிந்தது. தொடர்ந்து நடந்தான். நெருப்புக்கு அருகில் எந்த உயிரும் இல்லை. கிழவர், மகள், குதிரைகள் என எதையும் காணவில்லை. அவன் இல்லாத சமயத்தில் மிக மோசமான நிகழ்வு நடந்துள்ளது; ஆனால் எந்த ஒரு சாட்சியமும் இல்லை.

குழப்பத்தினாலும் கடும் சோகத்தினாலும் அவனது தலை சுற்ற ஆரம்பித்தது. ஜெஃபர்சன் ஹோப், துப்பாக்கியின் துணையால் தன்னை ஊன்றிக்கொண்டு கீழே விழாமல் தப்பித்தான். ஆனால் அவன் ஒரு செயல்வீரன். விரைவில் தன் இயலாமையிலிருந்து வெளியே வந்தான். பாதி அணைந்த நெருப்புக் கட்டை ஒன்றை எடுத்து ஊதி தழல் வருமாறு செய்தான். அதைத் தீவர்த்தியாகக் கொண்டு சுற்றும் முற்றும் பார்க்கத் தொடங்கினான். தரையில் பல குதிரைகள் வந்ததற்கான தடயங்கள் கிடைத்தன. தப்பி ஓடுபவர்களைப் பிடிக்க ஒரு பெரும் குழு வந்திருக்கிறது. காலடித் தடங்களைப் பரிசோதித்ததில், குதிரைகள் மீண்டும் திரும்பி சால்ட் லேக் நகரை நோக்கிச் சென்றுள்ளன என்று தெரிந்தது. அவர்கள் இருவரையும் கைதிகளாகப் பிடித்துச் சென்றுள்ளனரா? அப்படித்தான் ஆகியிருக்கவேண்டும் என்று அவன் முடிவு செய்தான். ஆனால் தரையில் அவன் பார்த்த காட்சி, அவன் உடலை நடுக்கியது. சற்றுத் தள்ளி, ஒரு சிகப்பு மண் குவியல் இருந்தது. அது முன்னர் அங்கு காணப்பட வில்லை. அது நிச்சயம் புதிதாகத் தோண்டிய ஒரு புதைகுழி. அதை அவன் நெருங்கியதும் அதில் ஒரு குச்சி நடப்பட்டிருந் ததைப் பார்த்தான். அதன் கவையில் ஒரு காகிதம் செருகி யிருந்தது. அதில் சுருக்கமாக, தெளிவாக எழுதப்பட்டிருந்தது:

ஜான் ஃபெர்ரியர்
சால்ட் லேக் நகரில் வசித்தவர்
இறப்பு: 4 ஆகஸ்ட் 1860

அவன் விட்டுச் சென்ற கிழவர், போய்விட்டார். இதுதான் அவரது புதைகுழியில் எழுதப்பட்ட வாசகம். இன்னொரு புதை குழி இருக்கிறதா என்று அவன் சுற்றும் முற்றும் தேடிப்பார்த் தான். ஆனால் இல்லை. லூசியை பெரியவர்கள் மகன் ஒருவனின் அந்தப்புரத்துக்காகக் கடத்திச் சென்றிருக்கிறார்கள். அவளது விதியை நினைத்தும், அதைத் தடுக்கமுடியாத தன் இயலா மையை நினைத்தும் அவளது தந்தையின் சவக்குழிமீது அவன் சோகத்துடன் படுத்துக்கிடந்தான்.

பெருஞ்சோகத்தின் காரணமாக ஏற்பட்ட சோர்வை, அவனது இயல்பான செயல்வேகம் உதறித் தள்ளியது. அவன் வாழ்க்கை யில் வேறு எதுவுமே இல்லை என்றால், குறைந்தது பழி வாங்குவதற்காவது அவன் தன் எஞ்சிய நாள்களைச் செலவிட லாம். பொறுமை, விடாமுயற்சி ஆகியவற்றுடன் ஜெஃபர்சன் ஹோப்பிடம் பழிக்குப் பழிவாங்கும் தன்மையும் நிறையவே இருந்தது. சிவப்பிந்தியப் பழங்குடியினரிடையே வசித்த காலத் தில் அவன் அதைக் கற்றுக்கொண்டிருந்திருக்கலாம். நெருப்பின் பக்கத்தில் நின்றபோது தன் சோகத்தை மறப்பதற்கு ஒரே வழி, தன் கையாலேயே தன் எதிரிகளைப் பழிவாங்குவது மட்டுமே என்று அவனுக்குத் தோன்றியது.அவனது மன உறுதியும் சோர்வில்லா சக்தியும், இந்த ஒரு காரணத்துக்காவே செலவிடப் படவேண்டும் என்று அவன் முடிவு செய்தான்.

வெளுத்துப்போன, சோகமான முகத்துடன் அவன் தன் பாதையைப் பின்தொடர்ந்து, இறைச்சியைக் கீழே போட்ட இடத்துக்கு வந்தான். அதை எடுத்துச் சென்று, நெருப்பில் வாட்டி, அடுத்த சில நாள்களுக்குத் தேவையான உணவைச் சமைத்துக்கொண்டான். அதை ஒரு மூட்டையாகக் கட்டி எடுத்துக் கொண்டு, சோர்ந்திருந்தாலும் அதைப்பற்றிக் கவலைப்படாமல் மலைத்தொடரில், பழிவாங்கும் குழு சென்ற பாதையை, நடந்தே பின்தொடர்ந்தான்.

அவன் குதிரையில் வந்த பாதையிலேயே, ஐந்து நாள்கள் கால்கள் புண்ணாக நடந்தான். இரவில் பாறையோடு பாறையாகப் படுத்து சில மணி நேரம் உறங்குவான். காலை விடிவதற்கு முன்னமே எழுந்து கிளம்பிவிடுவான். ஆறாம் நாள், அவர்கள் பயணத்தைத் தொடங்கிய ஈகிள் பாறைப் பிளவை அடைந்தான். அங்கிருந்து புனிதர்களின் வீடு தென்பட்டது. சோர்ந்துபோயிருந்த அவன், தன் துப்பாக்கியை ஊன்றிச் சாய்ந்துகொண்டு, கீழே உள்ள நகரை

நோக்கித் தன் கைகளை ஆக்ரோஷமாக ஆட்டினான். அங்கிருந்து பார்த்தபோது முக்கியமான தெருக்களில் கொடிகள் பறந்தன. மேலும் பல திருவிழாக் காட்சிகள் தென்பட்டன. என்ன நடந்திருக்கும் என்று அவன் யூகிப்பதற்குள், குதிரைக் குளம்படிச் சத்தம் கேட்டது. குதிரையில் உட்கார்ந்தபடி ஒரு மனிதன் அவனை நோக்கி வந்துகொண்டிருந்தான். அது, அவனிடமிருந்து ஒரு காலத்தில் நிறையச் சேவைகளைப் பெற்றிருந்த கௌபர் என்ற மார்மோன். உடனே அவரை நிறுத்தி, லூசிக்கு என்ன ஆனது என்று தெரிந்துகொள்ள விரும்பினான்.

'நான்தான் ஜெஃபர்சன் ஹோப். என்னை ஞாபகம் இருக்கிறதா?'

அந்த மார்மோன் அவனை ஆச்சரியத்துடன் பார்த்தான். முன்னாள்களில் இருந்த வேடனை, அந்த நிலையில், கிழிந்த உடையில், வெளுத்த முகமும் வெறிகொண்ட கண்களுமாக இருந்தவனை அடையாளம் காண்பது சிரமம்தான். ஆனால் அவனைச் சரியாக அடையாளம் கண்டபிறகு, ஆச்சரியம் கவலையாக மாறியது.

'நீ என்ன பைத்தியமா இங்கே வருவதற்கு?' என்றான். 'உன்னிடம் பேசுகிறேன் என்று தெரிந்தாலே என் உயிர் போய்விடும். ஃபெர்ரியர்கள் தப்பிச் செல்ல உதவி புரிந்தாய் என்ற காரணத்துக்காக உன்னைக் கைது செய்ய புனித நால்வர் குழு, வாரண்ட் பிறப்பித்துள்ளது.'

'எனக்கு அவர்கள்மீதும் பயமில்லை, அவர்கள் வாரண்ட் மீதும்' என்றான் ஹோப் உறுதியாக. 'உனக்கு இதுபற்றிய விவரம் தெரிந்திருக்கும். நாம் நண்பர்களாக இருந்திருக்கிறோம். எனவே என் கேள்விகளுக்குப் பதில் சொல். மறுத்துவிடாதே.'

'என்ன என்று சீக்கிரம் கேள். ஆனால் விரைவாக. இங்கே பாறைகளுக்குக் காதுகள் உள்ளன. மரங்களுக்குக் கண்கள்.'

'லூசி ஃபெர்ரியருக்கு என்ன ஆனது?'

'நேற்று அவளை இளைய டிரெப்பருக்கு மணம் முடித்து விட்டார்கள். உறுதியாக இரு அப்பா, கீழே விழுந்துவிடாதே. உன் உயிரே இப்படி வடிந்துவிட்டதே?'

'என்னைப் பற்றிக் கவலைப்படாதே' என்றான் ஹோப் மெதுவாக. அவனது உதடுகள்வரை வெளுத்துவிட்டன. அவன்

சாய்ந்தபடி நின்றிருந்த கல்லின்மீது உட்கார்ந்துவிட்டான். 'திருமணம் நடந்துவிட்டது என்றா சொன்னாய்?'

'ஆம், நேற்றுத்தான் நடந்தது. அதோ, அந்தக் கொடிகள் எல்லாம் அதற்காகத்தான். இளம் டிரெப்பருக்கும் இளம் ஸ்டாங்கெர்சனுக்கும் இடையே பெரும் போட்டி என்று சொன்னார்கள். ஃபெர்ரியர்களைப் பின்தொடர்ந்த குழுவில் இருவரும் இருந்தனர். ஸ்டாங்கெர்சன்தான் லூசியின் தந்தையைச் சுட்டுக் கொன்றான். எனவே அவனுக்குத்தான் அவளை மணம் செய்து கொள்ள உரிமை அதிகம் என்று குழுவின்முன் வாதாடினான். ஆனால் பின்தொடர்ந்த டிரெப்பரின் குழுவில்தான் அதிகம் பேர் இருந்தனர் என்பதால் தீர்க்கதரிசி அவளை அவனுக்கே கொடுத்துவிட்டார். ஆனால் அவள் வெகு காலம் உயிரோடு இருக்கப்போவதில்லை என்றே எனக்குத் தோன்றுகிறது. நேற்று அவள் முகத்தில் சாவைப் பார்த்தேன். அவள் இப்போது பெண் இல்லை, பேய். என்ன, கிளம்பிவிட்டாயா?'

'ஆம். கிளம்பிவிட்டேன்' என்றான் ஜெஃப்பர்சன் ஹோப், எழுந்திருந்தபடி. அவன் முகம் பளிங்கில் செதுக்கிய்துபோல, உணர்ச்சிகளை இழந்திருந்தது. கண்கள் மட்டும் ஜொலித்தன.

'எங்கே போகிறாய்?'

'அதைப்பற்றி நீ கவலைப்படாதே' என்று அவன் பதில் சொன்னான். துப்பாக்கியைத் தூக்கித் தோளில் போட்டுக்கொண்டு, ஒரு பாறைப்பிளவு வழியே, மலைத்தொடரின் மையப்பகுதியில், கொடூர விலங்குகள் இருக்கும் இடத்தை நோக்கிச் சென்றான். அந்த விலங்குகளுக்கு மத்தியில் அவனும் அதே அளவுக்குக் கொடூரமான ஒரு விலங்காக இருந்தான்.

அந்த மார்மோனின் யூகம் சரியாகவே இருந்தது. அவளது தந்தையின் கோடூர மரணமோ அல்லது வெறுக்கத்தக்க திருமணமோ, ஏதோ ஒன்று அவளைச் சோகத்தில் தள்ளி, ஒரே மாதத்துக்குள் அவளைக் கொன்றுவிட்டது. அவளது கணவன், அவளைச் சொத்துக்காகத்தான் மணம் செய்துகொண்டிருந்தான். எனவே அவன் சோகத்தில் ஆழவில்லை. ஆனால் மார்மோன் வழக்கப்படி, அவனது மற்ற மனைவிகள் அவளைப் புதைக்கும் நாளுக்கு முதல் இரவில் துக்கம் அனுஷ்டித்தனர். காலையில் பிணத்தைச் சுற்றி அவர்கள் உட்கார்ந்திருந்தபோது, அவர்களை பயத்திலும்

திகைப்பிலும் ஆழ்த்தும்படி கதவைத் திறந்துகொண்டு கிழிந்த ஆடையில், வெறிகொண்ட மனிதன் ஒருவன் உள்ளே நுழைந்தான். பயந்து நடுங்கிய பெண்களிடம் ஒரு வார்த்தைகூடப் பேசாமல், தரையில் கிடந்த, லூசி ஃபெர்ரியரின் புனிதமான ஆன்மாவை ஒருகாலத்தில் வைத்திருந்த, உடலை அணுகினான். அதன் குளிர்ந்த நெற்றியில் மரியாதையுடன் தன் உதடுகளைப் பதித்தான்.

அவளது கையில் இருந்த திருமண மோதிரத்தை வெடுக்கென்று பிடுங்கினான். 'இத்துடன் அவள் புதைக்கப்படக்கூடாது' என்று கத்திக்கொண்டே, அந்தப் பெண்கள் ஊரைக் கூட்டுவதற்குள், படிகளில் இறங்கி மறைந்துவிட்டான். மிக விநோதமாகவும் மிக விரைவாகவும் நடந்த இந்தச் சம்பவத்தை யாராலும் நம்ப முடியவில்லை. பிறரை நம்ப வைக்கவும் முடியவில்லை. ஆனால் ஒன்று, அவளை மணப்பெண் என்று குறித்த, அவளது கையில் இருந்த தங்க மோதிரம் காணாமல் போயிருந்தது.

சில மாதங்கள், ஜெஃபர்சன் ஹோப் மலைத்தொடரில் விநோதமான காட்டு வாழ்க்கையை வாழ்ந்தான். அவனது நெஞ்சில் பழியுணர்ச்சி நிறைந்திருந்தது. காட்டில் உலவும் ஒரு பயங்கரமான மனிதனைப் பற்றி ஊருக்குள் பேசிக்கொண்டார்கள். ஒரு முறை, ஸ்டாங்கெர்சனின் ஜன்னல் வழியாகப் பறந்துவந்த ஒரு தோட்டா அவனுக்கு ஓர் அடி தள்ளி சுவரில் பதிந்தது. மற்றொரு முறை, டிரெப்பர் மலையில் சென்ற பாதையில் அவனுக்குமேல் ஒரு பெரும் பாறை உருண்டுவந்து விழுந்தது. மயிரிழையில் அவன் பாய்ந்து கீழே விழுந்து, உயிர் தப்பினான்.

அந்த இரு இளைய மார்மோன்களுக்கும் விரைவிலேயே தங்களை யார் கொல்ல முயல்கிறார்கள் என்று தெரிந்துவிட்டது. எனவே ஆள் படைகளைக் கொண்டு மலைத்தொடரைச் சலித்து அவனைப் பிடிக்க அல்லது கொல்ல முயன்றனர். ஆனால் அவர்கள் முயற்சி வெற்றி பெறவில்லை. எனவே தனியாக வெளியில் போவதை, அல்லது இரவில் வெளியில் போவதை அவர்கள் முற்றிலுமாகத் தவிர்த்தனர். தங்கள் வீடுகளுக்குக் காவலை அதிகரித்தனர். சில காலத்துக்குப் பிறகு, தங்கள் எதிரியைப் பற்றிய எந்தச் செய்தியும் வெளியே வராததால், இந்தக் கட்டுப்பாடுகளைத் தளர்த்தினர். அவனது பழிவாங்கும் உணர்ச்சி குறைந்திருக்கும் என்று நம்பினர்.

ஆனால், அவனது பழிவாங்கும் உணர்ச்சி குறையவில்லை; அதிகரித்திருந்தது. அந்த உணர்ச்சி அவனது நெஞ்சை முழுவதுமாக நிறைத்திருந்ததால், அங்கே வேறு உணர்ச்சிகளுக்கு இடமே இருக்கவில்லை. அவனது இயல்பே கடினமான, விட்டுக்கொடுக்காத ஒன்று. அதே நேரம் அவன் செயலில் தெளிவாகவும் இருந்தான். என்னதான் வலுவானவனாக இருந்தாலும், இப்படி மலையில் திண்டாடிக்கொண்டே இருந்தால் அவனது உடல் பாழாகிவிடும் என்று அவனுக்குத் தோன்றியது. நல்ல உணவு இல்லாமல், குளிரில் இருந்தால் என்ன ஆகும்? அவன் நாய்போல மலையில் செத்துப்போனால், யார் அவனது எதிரிகளைப் பழிவாங்குவது? அவன் இப்படியே தொடர்ந்தால் சாகத்தான் வேண்டும். அப்படி நடந்தால் அது எதிரிகளுக்குச் சாதகமாகப் போய்விடும். எனவே அவன் நெவாடா சுரங்கத்துக்குப் போய், தனது ஆரோக்கியத்தைத் திரும்பப் பெற்று, நிறையப் பணத்தையும் சம்பாதித்துக்கொண்டு, மீண்டும் பழிவாங்கும் படலத்தைத் தொடரலாம் என்று முடிவுசெய்தான்.

ஒரு வருடம் இடைவெளி விடுவது என்பதுதான் அவனது நோக்கமாக இருந்தது. ஆனால், எதிர்பாராத சில காரணங்களால் அவனால் ஐந்து ஆண்டுகள் சுரங்கத்தைவிட்டு வெளியேற முடியவில்லை. ஆனால் அதற்குப் பின்னும், அவனுக்கு ஏற்பட்டிருந்த குற்றங்களின் ஞாபகமும் அவன் மனத்தில் கனன்ற பழியுணர்வும் சிறிதும் மாறவில்லை. அவன் ஜான் ஃபெர்ரியரின் சவக்குழி அருகே நின்றபோது ஏற்பட்ட அதே வெறி இன்னமும் அப்படியே இருந்தது. உருவத்தை மாற்றிக்கொண்டு, வேறு பெயரை எடுத்துக்கொண்டு அவன் சால்ட் லேக் நகருக்குத் திரும்பிச் சென்றான்.

தனக்கு என்ன ஆகுமோ என்பது பற்றி அவன் கவலைப்படவில்லை. அவனுக்கு நியாயம் கிடைத்தால் போதும். ஆனால் அங்கே அவனுக்கு நல்ல செய்தி கிடைக்கவில்லை. தேர்ந்தெடுக்கப்பட்ட மக்களுக்கு மத்தியில் சில மாதங்களுக்குமுன்பு தான் பிளவு ஏற்பட்டிருந்தது. சில இளைஞர்கள், பெரியவர்களின் அதிகாரத்தைக் கேள்விக்குள்ளாக்கினர். விளைவாக, ஒரு பகுதியினர் பிரிந்து, யூடாவை விட்டு வெளியேறி, கிறித்துவர்களாக மாறிவிட்டனர். டிரெப்பரும் ஸ்டாங்கெர்சனும் இந்தக் குழுவில் இருந்தனர். அவர்கள் என்ன ஆனார்கள் என்று ஒருவருக்கும் தெரியவில்லை. டிரெப்பர் தனது சொத்தில் பெரும்

பகுதியைப் பணமாக மாற்றிவிட்டான் என்றும் அவன் அங்கிருந்து போகும்போது செல்வந்தனாகவே சென்றான் என்றும் வதந்திகள் இருந்தன. ஆனால் ஸ்டாங்கெர்சன் ஏழை யாகத்தான் போயிருக்கிறான். அவர்கள் இருவரும் எங்கு சென்றனர் என்றுதான் தெரியவில்லை.

எவ்வளவுதான் பழியுணர்ச்சி இருந்தாலும், தாங்கள் எதிர் கொள்ளவேண்டிய தொல்லைகளை நினைத்து, பலர் இந்தக் கட்டத்தில் பழி வாங்குவதை மறந்து, வேறு வேலைகளுக்குப் போயிருப்பார்கள். ஆனால் ஜெஃபர்சன் ஹோப் ஒரு நிமிடம் கூட அப்படி நினைக்கவில்லை. தன் திறமையைக் கொண்டு, கிடைத்த வேலைகளைச் செய்து, அதில் பிழைத்தபடி, அமெரிக்காவின் ஊர் ஊராகச் சென்றான். நாள்கள் வருடங்களாயின. அவனது முடி பழுத்து வெளிறியது. ஆனால் அவன் மனித வேட்டை நாயாக, ஒரே காரியத்தை மனத்தில் வைத்துக்கொண்டு தொடர்ந்தான். கடைசியில் அவனது விடாமுயற்சிக்குப் பரிசு கிடைத்தது.

ஜன்னலில் அவன் கண்ட முகம், அதுவும் ஒரே ஒரு பார்வையில், தான் தேடி வந்த மனிதர்கள், ஒஹாயோ மாகாணத்தில் கிளீவ்லாந்தில்தான் இருக்கிறார்கள் என்று தெரிவித்தது. உடனே, மனத்துக்குள் ஒரு திட்டத்தைத் தீட்டியபடி, தான் வசிக்கும் இடத்துக்கு வந்தான். ஆனால், டிரெப்பரும் ஜன்னல் வழியாகத் தெருவில் அலைந்த ஒரு பரதேசியையும் அவன் கண்களில் கொலை வெறி மின்னியதையும் பார்த்துவிட்டான். அவன் உடனடியாக, தனது அந்தரங்கச் செயலராக இருந்த ஸ்டாங்கெர்சனுடன் சேர்ந்து நீதிமன்ற நீதிபதிமுன் சென்று, பொறாமை, வெறுப்பு காரணமாக ஒரு முன்னாள் எதிரியால் தங்கள் உயிருக்கு ஆபத்து ஏற்பட்டிருப்பதாக முறையிட்டான். அன்று மாலையே, காவலர்கள் ஜெஃபர்சன் ஹோப்பைக் கைது செய்தனர். சிறையிலிருந்து வெளியே வரத் தேவையான பிணைப் பணம் கொடுக்கமுடியாததால் அவன் சில வாரங்கள் சிறையில் கழிக்கவேண்டியதாயிற்று. வெளியே வந்ததும் தேடினால், டிரெப்பரின் வீடு காலியாக இருந்தது. அவனும் அவனது செயலரும் ஐரோப்பாவுக்குச் சென்றுவிட்டனராம்.

அவனது முயற்சி இப்படி தோற்றுப்போக, அவன் மீண்டும் முனைப்புடன் தன் காரியத்தில் இறங்கினான். வேட்டையைத்

தொடர்ந்தான். பணம் இல்லாததால் வேலைக்குத் திரும்ப வேண்டியதாயிற்று. பயணத்துக்காக ஒவ்வொரு டாலராகச் சேர்க்க ஆரம்பித்தான். கடைசியில் தன் வாழ்நாள் முழுவதற்கு மாகப் பணத்தைச் சேர்த்ததும், ஐரோப்பாவுக்குச் சென்று நகரம் நகரமாகத் தன் எதிரிகளைத் தேடத் தொடங்கினான். ஆனால் ஒருபோதும் அவர்களை நெருங்கமுடியவில்லை. அவன் செயிண்ட் பீட்டர்ஸ்பர்கை அடைந்தபோது அவர்கள் பாரீசுக்குச் சென்றிருந்தனர். அவன் அங்கே போனபோது அவர்கள் கோப்பன்ஹேகனுக்குப் போயிருந்தனர். அங்கு அவன் போன போது சில நாள்கள் தாமதம். அவர்கள் அதற்குள் லண்டன் சென்றிருந்தனர். ஆனால் அங்கே அவன் தன் இரையைப் பிடித்து விட்டான்.

அங்கே என்னதான் நடந்தது என்பதைத் தெரிந்துகொள்ள, அந்த வேடனது வாக்குமூலத்தைவிடச் சிறப்பான ஆவணம் இருக்க முடியாது. அதை டாக்டர் வாட்சன் அழகாகக் குறிப்பு எடுத்து வைத்துள்ளார். அதற்கு நாம் நிறையவே நன்றி சொல்ல வேண்டும்.

6 ஜான் வாட்சன் தொடர்கிறார்

எங்களது கைதி, பிடிக்கப்படுவதற்குக் காட்டிய எதிர்ப்பைக் கொண்டு, அவன் எங்களிடம் கடுமையாக நடந்துகொள்வான் என்று நாங்கள் நினைத்தோம். ஆனால் மாறாக, தன்னால் தப்பிக்க முடியாது என்று அவனுக்குத் தோன்றியவுடனேயே அவன் எங்களைப் பார்த்துப் புன்னகை செய்தான். அவன் தப்பிக்கப் போராடியபோது யாருக்கும் அடிபடவில்லையே என்று கவலையுடன் விசாரித்தான். ஷெர்லாக் ஹோம்ஸைப் பார்த்து, 'நீங்கள் என்னைக் காவல் நிலையத்துக்கு அழைத்துச் செல்லப் போகிறீர்கள் என்று நினைக்கிறேன்' என்றான். 'என் வண்டி கீழேதான் இருக்கிறது. என் காலைத் தளர்த்திவிட்டால் நானே கீழே நடந்தே வருவேன். நான் ஒன்றும் அவ்வளவு எடை குறைந்தவனல்ல; என்னைத் தூக்கிக்கொண்டு செல்வதும் எளிதல்ல.'

கிரெக்சனும் லெஸ்டிரேடும், நம்பிக்கையற்றவர்களாக ஒருவரை ஒருவர் பார்த்துக்கொண்டனர். ஆனால் ஹோம்ஸ், கைதியின் சொல்லை ஏற்று, அவனது கால்களைக் கட்டியிருந்த துணியை அவிழ்த்துவிட்டார். அவன் எழுந்து, கால்கள் கட்டற்று உள்ளனவா என்பதைப் பரிசோதிப்பதுபோல, சிலமுறை நீட்டிப் பார்த்துக் கொண்டான். அவனைவிட வலுவாக வளர்ந்துள்ள மனிதனை நான் பார்த்ததே இல்லை என்று நினைத்துக்கொண்டேன்.

அவனது முகத்தில் காணப்பட்ட உறுதியும் ஆற்றலும், அவனது உடல் வலுவுக்குச் சற்றும் குறைவில்லாததாக இருந்தது.

அவன் ஹோம்ஸைப் பார்த்து, 'காவல்துறைக்குத் தலைவர் வேலை காலியாக இருந்தால், அதற்கு மிகவும் பொருத்தமான ஆள் நீங்கள்தான்' என்று முழு மரியாதையுடன் சொன்னான். 'என்னை நீங்கள் விடாது பின்தொடர்ந்தது மிகவும் திறமையான ஒரு விஷயம்.'

'நீங்கள் இருவரும் என்னுடன் வாருங்கள்' என்றார் ஹோம்ஸ் இரு காவலர்களிடமும்.

'நானே வண்டியை ஓட்டுகிறேன்' என்றார் லெஸ்டிரேட்.

'நல்லது. அப்படியானால் கிரெக்சன் வண்டியின் உள்ளே அமரட்டும். டாக்டர், நீங்களும் வாருங்கள். நீங்கள் இந்த வழக்கில் நிறையவே ஆர்வம் காட்டியுள்ளீர்கள்.'

நான் சந்தோஷமாக ஒப்புக்கொண்டேன். அனைவரும் சேர்ந்து கீழே சென்றோம். எங்கள் கைதி, தப்பிக்க எந்த முயற்சியையும் எடுக்கவில்லை. அமைதியாகத் தன்னுடைய குதிரை வண்டிக் குள் சென்று உட்கார்ந்துகொண்டான். லெஸ்டிரேட் வண்டி ஓட்டுனர் இடத்தில் உட்கார்ந்துகொண்டு, குதிரையைச் சாட்டை யால் அடிக்க, குறைந்த நேரத்துக்குள்ளாகவே எங்களது இலக்கை வந்து அடைந்துவிட்டோம்.

காவல் நிலையத்தில், ஒரு சிறு அறைக்குள் எங்களை அழைத்துச் சென்றனர். அங்கே ஓர் இன்ஸ்பெக்டர், கைதியின் பெயர், அவன் கொலை செய்தவர்களின் பெயர்கள் ஆகியவற்றை எழுதிக் கொண்டார். அந்த அதிகாரி, உணர்ச்சிகளே இல்லாத, வெளுத்த முகம் கொண்டவர். தனது வேலையை ஓர் இயந்திரம் போலச் செய்தார். 'கைதி, ஒரு வாரத்துக்குள் குற்றவியல் நடுவர் முன் நிறுத்தப்படுவார்' என்றார். 'இடையில், நீங்கள் ஏதேனும் சொல்லவேண்டுமா திரு ஜெஃபர்சன் ஹோப்? நீங்கள் சொல்வது எல்லாம் பதிவு செய்யப்படும். அவை உங்களுக்கு எதிராகப் பயன்படுத்தப்படலாம்.'

'எனக்குச் சொல்வதற்கு நிறைய உள்ளது' என்றான் கைதி மெது வாக. 'உங்களிடம் அனைத்தையும் சொல்ல விரும்புகிறேன்'

'அதை உங்களது வழக்கின்போது வைத்துக்கொள்ளக்கூடாதா?' என்றார் இன்ஸ்பெக்டர்.

'என் வழக்கு நடக்கவே போவதில்லை' என்றான் அவன். 'அப்படி அதிர்ச்சி அடையவேண்டாம். நான் தற்கொலை செய்து கொள்ளப்போவதில்லை. நீங்கள் டாக்டர்தானே?' அவன் கடைசிக் கேள்வியை என்னைப் பார்த்து வீசினான்.

'ஆமாம்' என்றேன் நான்.

'அப்படியானால் உங்களது கையை இங்கே வையுங்கள்' என்று அவன் புன்சிரிப்புடன் தன் விலங்கிடப்பட்ட கைகளை தனது மார்பை நோக்கிக் காண்பித்தான்.

'நான் அப்படியே செய்தேன். உள்ளே அவனது இதயம் சீரற்ற முறையில் துடிப்பதை உணர்ந்தேன். ஒரு பலமான இயந்திரம் இயங்கும்போது அதைச் சுற்றியுள்ள வலுவற்ற கட்டடத்தின் சுவர்கள் அதிர்வதைப் போல இருந்தது. அந்த அறையின் அமைதியில், அவனது இதயத்திலிருந்து வெளியான மெல்லிய ரீங்காரம் மிகவும் லேசாகக் கேட்டது.

'அடடே, உன் இதய நாளங்கள் மிகவும் விரிந்து எப்போது வேண்டுமானாலும் உடைந்துபோகலாம்! உனக்கு ஆவோர்ட்டிக் அனோரிசம் என்ற நோய் வந்துள்ளது!' என்றேன் நான்.

'ஆம். அப்படித்தான் சொன்னார்கள்' என்றான் அமைதியாக. 'சென்ற வாரம் மருத்துவர் ஒருவரைப் பார்க்கச் சென்றேன். அவர் எனது இதயம் எப்போது வேண்டுமானாலும் உடைந்துவிடும் என்றார். ஆண்டுகள் செல்லச் செல்ல மோசமாகிக்கொண்டே வந்துள்ளது. சால்ட் லேக் மலைத்தொடரில் குளிரில் பல நாள் களைச் செலவழித்ததாலும் சரியான உணவு இல்லாததாலும் இப்படி ஆகியுள்ளது. அது கிடக்கட்டும். நான் செய்யவேண்டிய வேலைகளைச் செய்துவிட்டேன். எனவே இப்போது போவதை நினைத்து வருத்தம் இல்லை. ஆனால் நான் என்ன செய்தேன் என்பதைச் சொல்லிவிட்டுப் போகவே விரும்புகிறேன். ஒரு சாதாரண கொலைகாரன் என்று பெயர் பெற நான் விரும்ப வில்லை.'

இன்ஸ்பெக்டரும் இரண்டு துப்பறியும் அதிகாரிகளும், கைதியைப் பேசவிடலாமா என்பது பற்றித் தங்களுக்குள் விவாதித்துக் கொண்டனர்.

இன்ஸ்பெக்டர் என்னிடம், 'டாக்டர், கைதியின் உயிருக்கு உடனடியாக ஆபத்து என்கிறீர்களா?' என்றார்.

'நிச்சயமாக' என்றேன் நான்.

'அப்படியென்றால், நீதியின் காரணமாக, அவரது வாக்கு மூலத்தை உடனடியாக எடுக்கவேண்டியது எங்கள் கடமை' என்றார் இன்ஸ்பெக்டர். 'சரி, நீங்கள் உங்கள் வாக்குமூலத்தைக் கொடுக்கலாம். ஆனால் அதைப் பதிவு செய்வோம் என்ற எச்சரிக்கையை மீண்டும் உங்களுக்குச் சொல்லிக்கொள்கிறேன்.'

'உங்கள் அனுமதியுடன் நான் உட்கார்ந்துகொள்ளலாமா?' என்ற கைதி, அப்படியே செய்தான். 'என் நோய் காரணமாக, நான் சீக்கிரமே ஓய்ந்துபோகிறேன். மேலும் அரை மணிநேரம் முன் நாம் போட்ட சண்டையும் எந்தவிதத்திலும் உதவியாக இல்லை. நான் சாவின் விளிம்பில் இருக்கிறேன். எனவே உங்களிடம் பொய் சொல்லப்போவதில்லை. நான் சொல்வது அனைத்தும் உண்மை, உண்மையைத் தவிர வேறொன்றுமில்லை. அதை நீங்கள் உங்கள் விருப்பப்படி எப்படி வேண்டுமானாலும் பயன்படுத்திக்கொள்ளலாம். அதைப்பற்றி எனக்குக் கவலையில்லை.'

ஜெஃபர்சன் ஹோப், இருக்கையில் சாய்ந்துகொண்டு தனது வாக்குமூலத்தை ஆரம்பித்தான். மிகவும் அமைதியாக, தெளிவாக, தான் சொல்வது அனைத்தும் ஏதோ சாதாரண விஷயம் போலச் சொல்லிச் சென்றான். லெஸ்டிரேடின் குறிப்பேட்டைப் பார்த்தே பின்னர் இதனை எழுதியுள்ளேன். எனவே இது அவன் சொன்னதின் உண்மையான குறிப்பு என்று நீங்கள் எடுத்துக் கொள்ளலாம்.

'அந்த மனிதர்களை நான் ஏன் வெறுத்தேன் என்பதைப் பற்றி உங்களுக்கு ஆர்வம் இருக்காது' என்றான் அவன். 'ஆனால் அவர்கள் இருவரும், தந்தை, மகள் ஆகிய இரு கொலைகளுக்குக் காரணமானவர்கள் என்பதையும் அதனால் தங்கள் உயிர்மீது அவர்களுக்கு எந்த அதிகாரமும் இல்லை என்பதையும் நினைவில் கொள்ளுங்கள். அவர்களது குற்றம் நடந்து வெகு நாள்கள் ஆன காரணத்தால் எந்த நீதிமன்றத்திலும் அவர்களுக்கு எதிராக நான் தண்டனையை வாங்கித் தந்திருக்க முடியாது. ஆனால் அவர்களது குற்றம் எனக்குத் தெரியும். எனவே நானே

நீதிபதியாகவும், நடுவர் குழுவாகவும், கொலைத்தண்டனையை நிறைவேற்றுபவனாகவும் ஆகிவிடத் தீர்மானித்தேன். நீங்களும் என் இடத்தில் இருந்தால், ஓர் உண்மையான ஆண்பிள்ளையாக இருந்தால், அதைத்தான் செய்திருப்பீர்கள்!

'நான் சொன்ன அந்தப் பெண், இருபது ஆண்டுகளுக்கு முன் என்னை மணம் செய்திருக்கவேண்டும். ஆனால் வலுக்கட்டாய மாக டிரெப்பரை மணம் செய்யவேண்டி வந்தது. அதனால் அவள் மனம் உடைந்தது. அவளது திருமண மோதிரத்தை நான் அவள் உடலிலிருந்து பிடுங்கி, அவன் சாகும்போது அந்த மோதிரத்தைப் பார்த்தபடிச் சாகவேண்டும் என்று அப்போது சத்தியம் செய்தேன். அவனது கடைசி எண்ணங்கள், தனது குற்றத்தைப் பற்றியும் அதற்காக அவன் அப்போது தண்டனை பெறுகிறான் என்பதுமாக இருக்கவேண்டும். அன்றிலிருந்து அந்த மோதிரத்தை என்னுடனேயே வைத்துக்கொண்டிருந் தேன். இரண்டு கண்டங்களில் அவர்களைப் பின்தொடர்ந்தேன். கடைசியில் அவர்களைப் பிடித்தும் விட்டேன். என்னை அயரச் செய்து அவர்கள் தப்பித்துவிடலாம் என்று நினைத்தனர். ஆனால் அவர்களால் முடியவில்லை. நான் நாளை இறந்தால் - அப்படித்தான் நடக்கும் என்று தோன்றுகிறது - என் வேலையைச் செய்து முடித்துவிட்டேன், அதுவும் நன்றாகச் செய்துமுடித்து விட்டேன் என்ற நிம்மதியில் சாவேன். அவர்கள் அழிந்துள்ள னர். அதுவும் என் கையால் நடந்துள்ளது. இனி எனக்கு மேற் கொண்டு செய்ய இந்த உலகில் எதுவும் இல்லை. எனக்கென்று வேறு எந்த விருப்பமும் இல்லை.

'அவர்களோ செல்வந்தர்கள், நானோ ஏழை. எனவே அவர் களைப் பின்தொடர்வது எவ்வளவு எளிதாக இல்லை. நான் லண்டனுக்கு வந்துசேர்ந்தபோது என் கையில் சுத்தமாகப் பணம் இல்லை. எதையாவது செய்து உயிர்வாழவேண்டும் என்ற நிலை. குதிரை ஓட்டுவது என்பது, எனக்கு நடப்பதைப்போன்று இயல்பாக வரும் ஒரு செயல். எனவே வண்டி உரிமையாளர் ஒருவரது அலுவலகம் சென்று வேலைக்குப் பதிவு செய்தேன். உடனடியாக வேலையும் கிடைத்தது. வாராவாரம் நான் ஒரு குறிப்பிட்ட தொகையை அவருக்குக் கொடுத்துவிடவேண்டும். அதற்குமேல் என்ன கிடைத்தாலும் அது எனக்கு. அதிகம் கிடைக்கவில்லை, ஆனாலும் பிழைக்கமுடிந்தது. வழி கண்டு பிடிப்பதுதான் பெரிய திண்டாட்டமாக இருந்தது. உலகிலேயே

வேறு எந்த நகரமும் இந்த அளவுக்குக் குழப்பமானதில்லை என்று சொல்வேன். நகரின் வரைபடம் ஒன்றைக் கையிலேயே வைத்திருந்தேன். முக்கியமான ரயில்வே நிலையங்களையும் ஹோட்டல்களையும் ஞாபகம் வைத்துக்கொண்டவுடன் வேலை எளிதாகிவிட்டது.

'என் இரு எதிரிகளும் இருக்கும் இடத்தைக் கண்டுபிடிக்க சில நாள்கள் ஆயின. அங்கும் இங்கும் விசாரித்தபடி, கடைசியில் நானே அவர்களை நேரில் பார்த்தேன். ஆற்றுக்கு அந்தப் பக்கம், காம்பெர்வெல்லில் ஒரு தங்கும் விடுதியில் அவர்கள் வசித்தனர். அவர்களை நான் நேரில் பார்த்தபின், அவர்கள் உயிர் என் கைக்குள் வந்துவிட்டது. நான் நீண்ட தாடி வளர்த்திருந்தேன். அவர்களால் என்னைக் கண்டுபிடிக்கமுடியவில்லை. அவர்கள் எங்கு சென்றாலும் அவர்களைப் பின்தொடர்வேன். சரியான வாய்ப்புக்காகக் காத்திருந்தேன். அவர்கள் என்னைவிட்டுத் தப்பிச் செல்லக்கூடாது என்பதில் உறுதியாக இருந்தேன்.

'ஆனாலும் அவர்கள் கிட்டத்தட்ட தப்பிவிடுவார்கள் போலவே இருந்தது. அவர்கள் லண்டனில் எங்கு சென்றாலும் நானும் பின் தொடர்ந்தேன். சில சமயம் வண்டியிலும் சில சமயம் நடந்தும். ஆனால் வண்டிதான் வசதியாக இருந்தது. அவர்களால் என்னிட மிருந்து காணாமல் போகமுடியாது. அதிகாலையிலோ நள்ளிர விலோதான் பணம் சம்பாதிக்கவே முடிந்தது. அதனால் வண்டி உரிமையாளருக்கு வாராவாரம் கொடுக்கவேண்டிய தொகை பின்தங்கியது. ஆனால் நான் அதைப்பற்றிக் கவலைப்பட வில்லை. என் எதிரிகள் என் கைக்குக் கிடைத்தாகவேண்டும்.

'ஆனால் அவர்களும் தந்திரமாகவே செயல்பட்டனர். அவர் களை யாராவது பின்தொடர்ந்து வரக்கூடும் என்று அவர்களும் யோசித்திருக்கவேண்டும். எனவே அவர்கள் தனித்தனியாக வெளியில் போகவேயில்லை. இரவிலும் வெளியில் போக வில்லை. நான் அவர்களைப் பின்பற்றிய இரண்டு வாரங்களிலும் அவர்கள் பிரிந்து நான் பார்க்கவேயில்லை. அதில் பாதி நேரம் டிரெப்பர் குடிபோதையிலேயே இருந்தான். ஆனால் ஸ்டாங்கெர்சன் ஒருமுறை கூட கவனமாக இல்லாமல் இல்லை. அதிகாலையிலும் சரி, மாலையிலும் சரி, அவர்கள் ஒரு வாய்ப்பையும் தரவில்லை. ஆனால் என் வாய்ப்பு விரைவில் கிடைக்கப்போகிறது என்று ஏதோ உள்ளுணர்வு சொன்னது. என்

ஒரே கவலையெல்லாம் அதற்குள்ளாக என் இதயம் வெடித்து விடக்கூடாது என்பதே.

'கடைசியாக ஒரு மாலை, அவர்கள் வசித்துவந்த டார்குவே டெரஸ் பகுதியில் முன்னும் பின்னுமாக வண்டியை ஓட்டிக் கொண்டிருந்தேன். அவர்களது தங்கும் விடுதி வாசலுக்கு ஒரு வண்டி வந்தது. பெட்டி படுக்கைகள் வெளியே வந்தன. பிறகு டிரெப்பரும் ஸ்டாங்கெர்சனும் வெளியே வந்தனர். வண்டி கிளம்பிவிட்டது. என் குதிரையைத் தட்டி, அவர்களை விடாது பின்தொடர்ந்தேன். அவர்கள் வேறு இடத்துக்கு மாறுகிறார் களோ என்று கவலையாக இருந்தது. யூஸ்டன் ரயில் நிலைய வாசலில் இறங்கினார்கள். ஒரு சிறுவனிடம் என் வண்டியைப் பார்த்துக்கொள்ளச் சொல்லிவிட்டு நிலையத்துக்குள் நான் அவர்களைப் பின்தொடர்ந்தேன்.

'அவர்கள் லிவர்பூல் செல்லும் வண்டிகளைப் பற்றி விசாரித்த னர். ஒரு வண்டி அப்போதுதான் போனது என்றும் அடுத்த வண்டி வரச் சில மணி நேரங்கள் ஆகும் என்று அலுவலர் சொல் வதைக் கேட்டேன். ஸ்டாங்கெர்சன் இதனால் கவலையடைவது போல் தோன்றியது. ஆனால் டிரெப்பருக்கோ மகிழ்ச்சி. நான் அவர்களுக்கு மிக அருகில் சென்று அவர்கள் பேசுவதை ஒட்டுக் கேட்டேன். டிரெப்பர் தனக்கு ஏதோ சொந்த வேலை இருப்ப தாகவும், ஸ்டாங்கெர்சன் அங்கேயே காத்திருந்தால், உடனடியாக வந்து சேர்ந்துவிடுவதாகவும் சொன்னான். ஆனால் அடுத்தவன் அதை ஏற்கவில்லை. அவர்கள் இருவரும் சேர்ந்தே இருக்கவேண்டும் என்று முடிவுசெய்ததை நினைவுபடுத்தினான்.

'டிரெப்பர், தான் செய்யவேண்டிய வேலை மிகவும் அந்தரங்க மானது என்பதால் தனியாகத்தான் போகவேண்டும் என்று பிடிவாதம் பிடித்தான். அதற்கு ஸ்டாங்கெர்சன் என்ன சொன்னான் என்று என் காதில் சரியாக விழவில்லை. ஆனால் டிரெப்பர் அசிங்கமாகத் திட்டத் தொடங்கினான். கடைசியில் ஸ்டாங்கெர்சனிடம் அவன் ஒரு சாதாரண, கூலிக்கு வேலை பார்க்கும் வேலையாள்தான் என்றும், எஜமானனுக்கு அறிவுரை சொல்லவேண்டிய அவசியம் இல்லை என்பதையும் நினைவு படுத்தினான். அந்தக் கட்டத்தில் செயலர் மேற்கொண்டு பேசுவதை நிறுத்திவிட்டு, கடைசி ரயிலை விட்டுவிட்டால் ஹாலிடே தங்கும் விடுதிக்கு வந்துசேருமாறு சொன்னான். டிரெப்பர் பதிலுக்கு, *11* மணிக்கு முன், ரயில்வே

பிளாட்ஃபாரத்துக்கே வந்துவிடுவதாக உறுதி கூறிவிட்டு, நிலையத்தை விட்டுக் கிளம்பினான்.

'நான் இதுநாள் வரை காத்திருந்த நேரம் கடைசியாக வந்து விட்டது. எனது எதிரிகளை என் கைப்பிடிக்குள் கொண்டுவந்து விட்டேன். இருவரும் சேர்ந்திருக்கும்போது ஒருவரை ஒருவர் காப்பாற்றக்கூடும். ஆனால் தனித்தனியாக, அவர்கள் என் காலடி யில் கிடந்தனர். ஆனால் நான் அவசரப்பட்டு எதையும் செய்ய வில்லை. என் திட்டத்தை நான் முன்னரே போட்டிருந்தேன். பழிதீர்க்கவேண்டும் என்றால் எதிராளிக்குத் தன்னைத் தாக்குவது யார் என்று தெரியவேண்டும். தான் எதற்காகத் தண்டிக்கப்படு கிறோம் என்பதும் தெரியவேண்டும். எனது திட்டத்தின்படி, எதிராளியை அவனது பழைய பாவங்கள் பின்தொடர்ந்து பிடித்து விட்டன என்பது அவர்களுக்குத் தெரியுமாறு இருக்கும். சில தினங்களுக்குமுன், என் வண்டியில் சென்ற ஒருவர், பிரிக்ஸ்டன் சாலை வீடு ஒன்றின் சாவியைத் தவறவிட்டிருந்தார். அன்று மாலையே அதை அவரிடம் சேர்ப்பித்துவிட்டேன். ஆனால் அதற்குள்ளாக அதற்கு ஒரு பிரதி எடுத்துக்கொண்டேன். எனவே நகரின் ஒரு மூலையில், யாரும் தொந்தரவு செய்யாத ஓரிடம் எனக்கென இருந்தது. அங்கு டிரெப்பரை எப்படி அழைத்துச் செல்வது என்ற புதிருக்குத்தான் நான் விடை காணவேண்டும்.

'அவன் தெருவுக்குச் சென்று, ஓரிரு சாராயக் கடைகளுக்குள் புகுந்தான். கடைசிக் கடையில் அரை மணி நேரம் செலவழித் தான். வெளியே வரும்போது தள்ளாடியபடி வந்தான். நிறையக் குடித்திருப்பான் என்று தெரிந்தது. எதிரே இருந்த வண்டி ஒன்றில் ஏறினான். நான் அந்த வண்டியை மிகவும் நெருக்கமாகப் பின்பற்றினேன். வாட்டர்லூ பாலத்தைத் தாண்டி, பல மைல்கள் கடந்து, மிகவும் ஆச்சரியமாக எங்கிருந்து கிளம்பினானோ அங்கே, அதே தங்கும் விடுதிக்கே வந்துசேர்ந்தான். அங்கு ஏன் வந்தான் என்று எனக்குக் குழப்பமாக இருந்தது. என் வண்டியை அந்த விடுதிக்கு நூறு கெஜம் தள்ளி நிறுத்தினேன். அவன் விடுதிக்குள் நுழைய, வண்டி அங்கிருந்து சென்றுவிட்டது. கொஞ்சம் தண்ணீர் கொடுங்கள், தாகமாக இருக்கிறது.'

நான் உடனே தண்ணீர் கொடுக்க, அவன் அதைக் கடகடவென்று குடித்தான்.

'ஆ, இப்போது தேவலாம்' என்றான். 'நான் சுமார் கால் மணிநேரம் அல்லது அதற்குக் கொஞ்சம் அதிகமாகக் காத்திருந்திருப்பேன்.

திடீரென ஆள்கள் சண்டைபோடும் சத்தம் கேட்டது. கதவு பட்டெனத் திறந்தது. இருவர் வெளியே வந்தனர். ஒருவன் டிரெப்பர். மற்றவன் நான் இதுவரை பார்த்திராத ஓர் இளைஞன். இந்த இளைஞன், டிரெப்பரின் சட்டையைப் பிடித்து, படிகளுக்கு வந்ததும் பின்னால் ஓர் உதை கொடுத்து, பிடித்து வெளியே தள்ளினான். தன் கையில் இருந்த தடியை ஆட்டியபடி, 'பொறுக்கியே, அந்த வெகுளிப் பெண்ணை அவமரியாதை செய்ததற்கு உனக்கு நல்ல பாடம் கற்பிப்பேன்' என்றான். அவனுக்கு இருந்த கோபத்தில், தன் கையில் இருந்த தடியால் டிரெப்பரை அடித்து நொறுக்கியிருப்பான். ஆனால் அதற்குள் அந்த நாய் பயந்தடித்துக்கொண்டு ஓடிவிட்டது. தெரு முனைவரை சென்றவன், என் வண்டியைப் பார்த்து என்னை அழைத்து, உள்ளே ஏறிக்கொண்டான். 'ஹாலிடே தனியார் விடுதிக்கு அழைத்துச் செல்' என்றான்.

'அவன் என் வண்டியில் ஏறியதும் எனக்கு ஒரே மகிழ்ச்சி. ஆனால் அந்தச் சந்தோஷத்தில் அனோரிசம் என் இதயத்தைப் பதம் பார்த்துவிடக்கூடாதே என்ற பயமும் இருந்தது. எனவே நான் மெதுவாக வண்டியை ஓட்டிக்கொண்டு, அடுத்து என்ன செய்ய லாம் என்று யோசித்தபடி சென்றேன். ஏதாவது சந்தடியில்லாத சந்துக்கு அவனை அழைத்துச் சென்று அங்கேயே அவன் கதையை முடித்துவிடலாமா என்று யோசித்தேன். சரி, அப்படியே செய்யலாம் என்று நினைத்த நேரத்தில் அவனே என் பிரச்னையைத் தீர்த்துவைத்தான். குடிபோதை அவனை மீண்டும் அழைத்தது. அருகில் இருந்த சாராயக் கடைமுன் நிறுத்தச் சொன் னான். என்னை அங்கேயே காத்திருக்கச் சொல்லிவிட்டு அவன் உள்ளே சென்றான். கடை மூடும்வரை அங்கேயே இருந்தான். அவன் வெளியே வந்தபோது, ஆட்டம் இப்போது என் கையில் என்று எனக்கு நன்றாகப் புரிந்துவிட்டது.

'அவனை அங்கேயே, அப்போதே இரக்கமின்றிக் கொன்று விடுவது என் நோக்கமாக இல்லை. அப்படிச் செய்திருந்தால்கூட அது நியாயம்தான். ஆனால் அப்படிச் செய்ய என் மனம் இடம் தரவில்லை. அவனுக்கு உயிர்வாழ ஒரு வாய்ப்பு தரலாம் என்பது தான் என் எண்ணமாக இருந்தது. அமெரிக்காவில் நான் செய்த பல வேலைகளில் ஒன்று யார்க் கல்லூரியின் பரிசோதனைச் சாலையில் தரையைக் கூட்டிப் பெருக்குவது. ஒருநாள் ஒரு பேராசிரியர் விஷங்கள் பற்றிப் பாடம் நடத்திக்கொண்டிருந்தார்.

தென் அமெரிக்கக் காடுகளில் பழங்குடியினர் அம்புகளில் தோய்க்கப் பயன்படுத்தும் ஒரு விஷத்தைத் தன் மாணவர்களுக்குக் காண்பித்தார். அதில் ஒரு சிறு துளியை உட்கொண்டாலே போதும், உடனே சாவுதான். அவர் விஷம் வைத்திருந்த புட்டியை கவனித்து வைத்தேன்.

'அவர்கள் அங்கிருந்து சென்றதும், அந்த விஷத்தை எடுத்து சிறு மாத்திரைகளாகச் செய்தேன். எனக்கு மாத்திரைகள் செய்வதும் கைவந்த கலைதான். அத்துடன் அந்த விஷம் கலக்காத, ஆனால் பார்க்க விஷ மாத்திரைகள் போல் இருக்கும் சிலவற்றையும் செய்தேன். இரண்டு பெட்டிகளில், ஒவ்வொன்றிலும் விஷ மாத்திரை ஒன்று, சாதா மாத்திரை ஒன்று என்று போட்டு வைத்துக்கொண்டேன். சரியான சமயம் வரும்போது என் எதிரிகளிடம் ஒரு பெட்டியை நீட்டி, இரண்டு மாத்திரைகளில் ஒன்றை எடுத்துச் சாப்பிடும் வாய்ப்பைத் தருவேன். எஞ்சிய மாத்திரையை நான் வாயில் போட்டுக்கொள்வேன். ஆளுக்கு கையில் ஒரு துப்பாக்கியை வைத்துக்கொண்டு எதிரெதிராக நின்றபடி சுடுவதற்குபதில் இது சத்தம் ஏற்படுத்தாத, அமைதியான ஒரு முறை. அன்றிலிருந்து இரண்டு மாத்திரைப் பெட்டிகளையும் எடுத்துக்கொண்டு அலைந்தேன். இப்போது அதில் ஒன்றைப் பயன்படுத்தும் தருணம் வந்துவிட்டது.

'இரவு கிட்டத்தட்ட ஒரு மணி ஆக இருந்தது. வெளியே குளிர் காற்று, மழை. வெளியே சூழ்நிலை மோசமாக இருந்தாலும் எனக்கு உள்ளுக்குள் மகிழ்ச்சியாக இருந்தது. அந்த சந்தோஷத்தில் ஓ என்று கத்தலாம் போல இருந்தது எனக்கு. உங்களுக்கு ஏதாவது ஒன்று கிடைக்கவேண்டும் என்று ஆசைப்பட்டு, அதற்காக 20 ஆண்டுகள் காத்திருந்து, அது திடீரென்று உங்கள் கையில் கிடைத்தால் எப்படிப்பட்ட மனநிலையில் நீங்கள் இருப்பீர்கள்? நான் என் பதற்றத்தைத் தணிக்க, ஒரு சுருட்டைப் பற்றவைத்து இழுத்தேன். ஆனாலும் என் கைகள் நடுங்கின. பொட்டு கிண் கிண்ணென்று துடித்தது. நான் வண்டியை ஓட்டிய போது, இதோ உங்களை இவ்வளவு தெளிவாகப் பார்ப்பது போல, ஜான் ஃபெர்ரியரும் லூசியும் இருட்டில் என்னைப் பார்த்துச் சிரிப்பது தெரிந்தது. நான் வண்டியை பிரிக்ஸ்டன் சாலைக்குக் கொண்டுவரும் வரையில் அவர்கள் இருவரும் குதிரையின் இரு பக்கங்களிலும் ஆளுக்கு ஒருவராக என்கூடவே வந்தனர்.

'மழை பொழியும் சத்தம் தவிர தெருவில் ஒரு சத்தமும் இல்லை, ஈ, காக்காய் இல்லை. வண்டியின் உள்ளே, டிரெப்பர் தூங்கி வழிந்துகொண்டிருந்தான். அவனை எழுப்பி, 'வெளியே இறங்க வேண்டிய நேரம் வந்துவிட்டது' என்றேன்.

'சரி, வண்டிக்காரனே' என்றான் அவன்.

'அவனது விடுதி வந்துவிட்டது என்று அவன் நினைத்திருக்கக் கூடும். ஒரு வார்த்தை பேசாமல் கீழே இறங்கினான். தோட்டத்துக்குள் நுழைந்தோம். அவன் கீழே விழுந்துவிடாமல் இருக்க, அவனை ஒட்டி அவனுக்கு ஊன்றுகோலாக நான் நடக்கவேண்டி இருந்தது. அவன் இன்னமும் போதையில் இருந்தான். கதவருகே நாங்கள் வந்ததும், கதவைத் திறந்து அவனை முன் அறைக்கு அழைத்துச் சென்றேன். இத்தனையிலும் தந்தையும் மகளும் கூடவே வந்தார்கள் என்று நான் சத்தியம் அடித்துச் சொல்வேன்.

'என்ன, ஒரே இருட்டா இருக்கு?' என்று அவன் குழறினான்.

'இதோ, வெளிச்சம் வந்துவிடும்' என்று சொல்லி, நான் என்னுடன் கொண்டுவந்திருந்த மெழுகுவர்த்தியை நெருப்பு கொளுத்தி ஏற்றினேன். வர்த்தியை என் முகத்துக்கு நேரே பிடித்தபடி, அவனைப் பார்த்து, 'ஈனோக் டிரெப்பர், நான் யார் என்று தெரிகிறதா?' என்று கேட்டேன்.

'என்னை குடித்துச் சிவந்த கண்களுடன் பார்த்த அவன் முகத்தில் திகில் பரவியது. அவன் உடலே நடுங்கியது. அவனுக்கு என்னைத் தெரிந்துவிட்டது என்று நான் உணர்ந்தேன். முகம் முழுதும் உணர்ச்சியுடன் அவன் பின்னுக்குச் சாய்ந்தான். அவனது நெற்றி வியர்க்க ஆரம்பித்தது. அவனது பற்கள் நடுங்க ஆரம்பித்தன. அதைக் கண்டதும் நான் கதவில் சாய்ந்தபடி கட கடவென்று சிரித்தேன். பழிதீர்க்கும்போது சுகமாக இருக்கும் என்று எனக்குத் தெரியும். ஆனால் இந்த அளவுக்கு எனக்குத் திருப்தி ஏற்படும் என்று நான் சிறிதும் எதிர்பார்க்கவில்லை.

'நாயே! உன்னை நான் சால்ட் லேக் நகரத்திலிருந்து செயிண்ட் பீட்டர்ஸ்பர்க் வரை துரத்தி வந்திருக்கிறேன்' என்றேன். 'ஆனால் நீ எப்போதும் தப்பித்துக்கொண்டே இருந்தாய். கடைசியில் உனது அலைச்சல் இங்கேயே நிற்கப்போகிறது. நீயோ, நானோ, நாளை காலை சூரியன் உதிப்பதைப் பார்க்கப்போவதில்லை.' நான் இப்படிச் சொல்லும்போது அவன் மேலும் மேலும்

பின்வாங்கினான். அவன் என்னைப் பைத்தியக்காரன் என்று நினைக்கிறான் என்பது அவன் முகத்தைப் பார்த்தபோதே தெரிந்தது. அதுவும் உண்மைதான். நான் அப்படித்தான் இருந்தேன். என் பொட்டில் யாரோ சுத்தியலை வைத்து அடிப்பது போல இருந்தது. என் மூக்கில் இருந்த நாளங்கள் உடைந்து ரத்தம் கொட்டியிருக்காவிட்டால் எனக்கு வலிப்பே வந்திருக்கும்.

'லூசி ஃபெர்ரியரைப் பற்றி இப்போது என்ன நினைக்கிறாய்?' என்று கேட்டேன். கதவைப் பூட்டி, சாவியை அவன் முகத்தருகே ஆட்டினேன். 'உனக்கான தண்டனை மிகவும் மெதுவாகவே வந்தாலும் கடைசியில் உன்னிடம் வந்து சேர்ந்துவிட்டது.' அவனது கோழை உதடுகள் நடுங்கத்தொடங்கின. அவன் தன் உயிருக்காகப் பிச்சை கேட்டிருப்பான். ஆனால் அது பலனளிக்காது என்று அவனுக்குத் தெரிந்திருந்தது.

'என்னைக் கொல்லப் போகிறாயா?' என்று குளறினான்.

'கொலை கிலை ஏதும் கிடையாது' என்றேன் நான். 'பைத்தியக்கார நாயை நான் ஏன் கொல்லவேண்டும்? என் லூசியை அவளது கொலை செய்யப்பட்ட தந்தையிடமிருந்து பிடுங்கிக்கொண்டு வந்து உன் கேவலமான அந்தப்புரத்துக்கு எடுத்துச் சென்றபோது அவளுக்கு என்ன இரக்கம் காட்டினாய் நீ?'

'அவளது தந்தையைக் கொன்றது நானில்லை' என்று கதறினான் அவன்.

'ஆனால் அவளது குற்றமற்ற இதயத்தை உடைத்தது நீதானே' என்று கத்தினேன் நான். அந்தப் பெட்டியை அவன்முன் நீட்டினேன். 'நமக்கு மேலிருக்கும் கடவுள் நமக்கு நீதி கொடுக்கட்டும். இந்த இரண்டில் ஒன்றைத் தேர்ந்தெடுத்துச் சாப்பிடு. ஒன்றில் சாவு, மற்றொன்றில் உயிர். நீ எடுக்காததை நான் எடுத்துக்கொள்கிறேன். இந்த உலகில் நீதி என்ற ஒன்று இருக்கிறதா என்று பார்த்துவிடுவோம்!'

'அவன் கதறிக்கொண்டும் இறைஞ்சிக்கொண்டும் பின்வாங்கினான். ஆனால் நான் என் கத்தியை எடுத்து அவனது தொண்டையில் வைத்து அவனைப் பணியவைத்தேன். அவன் ஒன்றைச் சாப்பிட, நான் மற்றொன்றை வாயில் போட்டேன். இருவரும் அமைதியாக ஒருவரை ஒருவர், யார் சாகப்போகிறார்கள், யார் வாழப்போகிறார்கள் என்று பார்த்தபடி நின்றோம். விஷம்

அவனது உடம்புக்குள் நுழைந்து, தான் சாகப்போகிறோம் என்ற எண்ணம் அவனுக்குத் தோன்றியபோது அவன் முகம் போன போக்கு இருக்கிறதே... நான் வாய்விட்டுச் சிரித்தபடி, லூசியின் திருமண மோதிரத்தை அவன் பார்க்கும்படி அவன் முகத்தின்முன் நீட்டினேன். ஒரே விநாடிதான். விஷம் வேகமாகத் தன் வேலையைச் செய்தது. அவன் உடல் திரும்பித் திமிறியது. அவன் தன் கைகளை முன்னோக்கித் தள்ளினான். தள்ளாடியபடி, பெரும் சத்தமிட்டுக்கொண்டே கீழே தொப்பென்று விழுந்தான். அவனைக் காலால் உதைத்துப் புரட்டிப் போட்டு, அவனது நெஞ்சில் கை வைத்துப் பார்த்தேன். அசைவில்லை. அவன் செத்திருந்தான்!

'என் மூக்கிலிருந்து ரத்தம் கீழே சிந்தியிருந்தது. ஆனால் நான் அதைப் பொருட்படுத்தவில்லை. சட்டென்று என் மூளையில் என்னவோ ஓட, நான் சுவரில் அதை எழுதினேன். காவலர்களை வேறு திசையில் திருப்புவதற்காகச் செய்த குறும்பாகவும் இருக்கலாம். அப்போது நான் சந்தோஷமான மனநிலையில் இருந்தேன். நியூ யார்க்கில் ஒரு ஜெர்மன் கொலை செய்யப் பட்டுக் கிடந்தபோது அவனருகே RACHE என்று எழுதப் பட்டிருந்தது என்பதைப் படித்த ஞாபகம் வந்தது. அப்போது செய்தித்தாள்களில் இந்தக் கொலையைச் செய்தது சில ரகசியக் குழுக்கள் என்ற விவாதம் அடிபட்டது. நியூ யார்க் மக்களைக் குழப்பிய ஒரு விஷயம் லண்டன் மக்களையும் குழப்பும் என்று என் ரத்தத்தில் விரலைத் தோய்த்து சுவரில் எழுதிவைத்தேன்.

'பிறகு நான் என் வண்டியை வைத்திருக்கும் இடத்துக்கு வந்தேன். அப்போதும் யாரும் வெளியே இல்லை. இரவு நிசப்தமாக இருந்தது. சிறிது தூரம் வண்டியை ஓட்டிக்கொண்டு வந்தவுடன் என் பைக்குள் கையை விட்டுப் பார்த்தபோது லூசியின் மோதிரம் இல்லை என்று தெரிந்தது. உடனே நான் அதிர்ச்சி அடைந்தேன். அது ஒன்றுதான் அவளது ஞாபகார்த்த மாக என்னிடம் இருந்தது. டிரெப்பரின் உடலின்மீது நான் குனிந்தபோது அதைக் கீழே போட்டிருக்கலாம் என்று தோன்றியது. உடனே திரும்பிப் போய், வண்டியை ஒரு பக்கத்துச் சந்தில் விட்டேன். தைரியமாக வீட்டுக்குள் நுழையப் போனேன். அந்த மோதிரத்தைத் தொலைப்பதற்கு பதிலாக நான் எதையும் செய்யத் தயாராக இருந்தேன். ஆனால் நான் அங்கே வந்தபோது ஒரு போலீஸ் அதிகாரி வெளியே வந்தார். எனவே ஒரு குடிகாரன் போல நடித்துத்தான் நான் தப்பிக்கவேண்டியிருந்தது.

‘அப்படித்தான் ஈனோக் டிரெப்பரின் கதை முடிந்தது. அடுத்து நான் ஸ்டாங்கெர்சனை முடித்து ஜான் ஃபெர்ரியரின் கடனைத் தீர்க்கவேண்டும். அவன் ஹாலிடே தனியார் விடுதியில் தங்கி யிருந்தான் என்று தெரியும். எனவே அங்கேயே சுற்றிக்கொண் டிருந்தேன். ஆனால் அவன் வெளியே வரவேயில்லை. டிரெப்பர் வராத காரணத்தால் அவன் ஏதோ சந்தேகப்பட்டிருக்க வேண்டும். ஸ்டாங்கெர்சன் மிகவும் தந்திரமான ஆசாமி. எப்போதும் கவனமாகவே இருந்தான். ஆனால், அறைக்குள் ளேயே இருந்தபடி, என்னிடமிருந்து தப்பிவிடலாம் என்று அவன் நினைத்திருந்தால், அது நடக்கப்போவதில்லை. அவனது படுக்கை அறையின் ஜன்னல் எது என்பதை நான் விரைவில் கண்டுபிடித்துவிட்டேன்.

‘அடுத்த நாள் அதிகாலை, அங்கே இருந்த ஏணிகளின் உதவி யுடன் அவனது அறைக்குள் நுழைந்தேன். அவனை எழுப்பி, அவன் எடுத்திருந்த உயிருக்கான பதிலைச் சொல்லும் நேரம் வந்துவிட்டது என்று அறிவித்தேன். டிரெப்பரின் சாவை அவனுக்குச் சொன்னேன். அவனுக்கும் மாத்திரையை நீட்டி வாய்ப்பைக் கொடுத்தேன். ஆனால் அதை ஏற்றுக்கொள்வதற்கு பதில், அவன் படுக்கையை விட்டு எழுந்து என் தொண்டையை நோக்கித் தாவினான். அவனிடமிருந்து தப்பிக்க, என் கத்தியால் அவன் இதயத்தில் குத்தினேன். அவன் மாத்திரையை எடுத்திருந் தாலும் அவனுக்கு கதி சாவுதான். கடவுள் எப்போதும் அவனைத் தப்பிக்க விட்டிருக்கமாட்டார்.

‘எனக்குச் சொல்வதற்கு இன்னும் கொஞ்சம்தான் உள்ளது. கிட்டத்தட்ட முடிந்துவிட்டது. அதன்பின் ஓரிரு நாள்கள் நான் தொடர்ந்து வண்டி ஓட்டினேன். இன்னும் கொஞ்சம் பணம் சேர்ந்ததும் அமெரிக்கா சென்றுவிடலாம் என்று நினைத்தேன். நான் வண்டியில் இருந்தபோது, ஒரு சிறுவன் என்னிடம் வந்து ஜெஃபர்சன் ஹோப் என்பவரின் வண்டி உள்ளது என்றால், 221 B, பேக்கர் தெருவில் ஒருவருக்குத் தேவை என்றான். நான் எந்தச் சந்தேகமும் படாமல், அங்கே சென்றேன். அங்கே இந்த இளைஞர், நான் சற்றும் எதிர்பார்க்காத நேரத்தில், அவ்வளவு நேர்த்தியாக என் கையில் விலங்கைப் போட்டுவிட்டார். அவ்வளவுதான் என் கதை, நண்பர்களே! என்னை நீங்கள் ஒரு கொலைகாரன் என்று நினைக்கலாம். ஆனால் என்னைப் பொருத்தமட்டில், நானும் உங்களைப் போல நீதியின் ஓர் அலுவலன்தான்.’

அந்த மனிதனின் கதை கிளர்ச்சியூட்டுவதாக இருந்தது. அவன் அதைச் சொன்னவிதம் மனத்தைக் கவர்ந்தது. அப்படியே கல்லாகச் சமைந்து நாங்கள் அவன் சொல்வதைக் கேட்டுக் கொண்டிருந்தோம். தங்கள் வேலையில் கண்ணாக இருக்கும், உணர்ச்சிவசப்படாத துப்பறிபவர்கள்கூட அவனது கதையைக் கேட்பதில் ஆர்வம் காட்டினர். அவன் முடித்ததும், கொஞ்ச நேரம் அமைதியில் அப்படியே கழித்தோம். லெஸ்டிரேடின் பென்சில் மட்டுமே கரகரவென்று எழுதிக்கொண்டிருந்தது. அவர் தனது அறிக்கைக்கு முழு வடிவம் கொடுத்துக் கொண்டிருந்தார்.

'எனக்கு ஒரே ஒரு விஷயத்தில் மட்டும் கொஞ்சம் தகவல் தேவையாக இருக்கிறது' என்றார் ஷெர்லாக் ஹோம்ஸ் கடைசியில். 'நான் அறிவித்த விளம்பரத்தைப் பார்த்து அந்த மோதிரத்தைப் பெற வந்த உன் கூட்டாளி யார்?'

கைதி, என் நண்பரைப் பார்த்து விளையாட்டாகக் கண் சிமிட்டினான். 'என் ரகசியங்கள் அனைத்தையும் நான் சொல்லத் தயாராக இருக்கிறேன். ஆனால் பிறரை வம்பில் மாட்டிவிட நான் தயாராக இல்லை. உங்களது விளம்பரத்தைப் பார்த்தேன். அது என்னைப் பிடிக்க வைக்கப்பட்டிருக்கும் பொறியா அல்லது உண்மையிலேயே என் மோதிரம்தானா என்று தெரியவில்லை. ஒரு நண்பர், தான் உதவுவதாகச் சொன்னார். அவர் மிக நன்றாக அதைச் செய்தார் என்று ஒப்புக்கொள்கிறீர்கள்தானே?'

'அதில் எந்தச் சந்தேகமும் இல்லை' என்றார் ஹோம்ஸ் வருத்தத்துடன்.

'சரி, நண்பர்களே' என்றார் இன்ஸ்பெக்டர் தீவிரமான முகத்துடன். 'சட்டத்தைச் சரியாகப் பின்பற்றவேண்டும். வியாழன் அன்று கைதி குற்றவியல் நடுவர்முன் நிறுத்தப்படுவார். நீங்கள் அனைவரும் அன்று வர வேண்டியிருக்கும். அதுவரையில் இந்தக் கைதிக்கு நான் பொறுப்பு.' அவர் மணியை அழுத்த, இரண்டு வார்டர்கள் வந்து ஜெஃபர்சன் ஹோப்பை அழைத்துக் கொண்டு போனார்கள். நானும் என் நண்பரும் காவல் நிலையத்தைவிட்டு வெளியே வந்து ஒரு வண்டியில் ஏறி பேக்கர் தெருவுக்கு வந்தோம்.

7 விடை

எங்கள் அனைவரையும் குற்றவியல் நடுவர் நீதிமன்றத்தின்முன் வியாழன் அன்று ஆஜராகச் சொல்லியிருந்தனர். ஆனால் வியாழன் வந்தபோது எங்கள் சாட்சியங்களைக் கேட்கவேண்டிய தேவை ஏற்படவில்லை. அதற்கு முன்னரே இன்னோர் உயர் நீதிபதி, வழக்கைத் தான் எடுத்துக்கொண்டு, ஜெஃபர்சன் ஹோப்பை ஆஜராகுமாறு அழைத்திருந்தார். அங்கே அவனுக்குச் சரியான தீர்ப்பு கொடுக்கப்படும். அவன் கைது செய்யப்பட்ட அன்றே, அனோரிசம் உடைபட்டு, மறுநாள் காலை அவன் தரையில் கிடந்தது கண்டுபிடிக்கப்பட்டது. தன் கடைசி நிமிடங்களில் வாழ்க்கையின் பல்வேறு தருணங்களை அசை போட்டதுபோல வும், அதில் திருப்தி கண்டதுபோலவும் அவனது முகத்தில் ஒரு புன்சிரிப்பு பொதிந்திருந்தது.

நாங்கள் மறுநாள் மாலை பேசும்போது, 'கிரெக்சனும் லெஸ்டிரேடும் இவனது சாவால் மிகவும் கோபமடைந்திருப் பார்கள்' என்றார் ஹோம்ஸ். 'அவர்களுக்குக் கிடைக்க இருந்த பெரும் விளம்பரம் இப்போது எங்கே கிடைக்கும்?'

'அவனது கைதுக்கு அவர்கள் ஒன்றும் பெரிதாகச் செய்ய வில்லையே?' என்றேன் நான்.

'இந்த உலகில் நீ என்ன செய்கிறாய் என்பது ஒரு பொருட்டே அல்ல' என்றார் என் தோழர் கசப்புடன். 'மற்றவர்களை நீ என்ன செய்ததாக நம்பவைக்கிறாய் என்பதுதான் முக்கியம். அதைப் பற்றிக் கவலைப்படாதீர்கள்' என்று சற்று இடைவெளி விட்டு அவர் தொடர்ந்தார். 'என்ன இருந்தாலும் நான் இந்த விசாரணை யில் ஈடுபடாமல் இருந்திருக்கமாட்டேன். எனது ஞாபகத்தில் இதைவிடச் சிறந்த வழக்கு எதையும் நான் பார்த்ததில்லை. எளிதாக இருந்தாலும், இந்த வழக்கில் பல படிப்பினை ஊட்டும் சம்பவங்கள் இருந்தன.'

'எளிதா?' என்று நான் ஆச்சரியமாகச் சொன்னேன்.

'வேறு எப்படியும் இந்த வழக்கை விவரிக்கமுடியாது' என்றார் ஷெர்லாக் ஹோம்ஸ், என் ஆச்சரியத்தைக் கண்டு சிரித்தவாறு. 'வேறு எந்தத் துணையும் இன்றி, ஒரு சில யூகங்களின் அடிப்படையில், குற்றவாளியை மூன்றே நாள்களில் நான் பிடித்ததே இந்த வழக்கு எளிமையானது என்பதை நிரூபிக்கிறது அல்லவா?'

'அது உண்மைதான்' என்றேன் நான்.

'எது வித்தியாசமானதோ அது தொல்லையல்ல; வசதி செய்து தருவதுதான் என்று நான் உங்களிடம் ஏற்கெனவே சொல்லியிருக் கிறேன். இதுபோன்ற சிக்கலைத் தீர்ப்பதில் முக்கியமானது பின்னோக்கியபடி காரணங்களை சொல்லிக்கொண்டே போவது தான். இது மிகவும் உபயோகமானது, எளிதானதும்கூட. ஆனால் மக்கள் இதை அவ்வளவாகச் செய்வதே இல்லை. தினசரி வாழ்க்கையில் முன்னோக்கிக் காரணங்களைச் சொல்லிக் கொண்டே போவது பயனுள்ளதாக இருக்கும். அதனால் மற்றதை நாம் மறந்துவிடுகிறோம். நடந்ததை வைத்து நடக்கப்போவ தைச் சொல்ல ஐம்பது பேர் இருந்தால், ஒரு நிகழ்வை வைத்து அதற்குமுன் என்ன நடந்தது என்பதை ஊகிக்கக்கூடியவர் ஒருவர் தான் இருப்பார்.'

'எனக்கு ஒன்றுமே புரியவில்லை' என்றேன் நான்.

'உங்களுக்குப் புரியும் என்று நான் எதிர்பார்க்கவும் இல்லை. இதை மேலும் எளிமையாக்க முடியுமா என்று பார்க்கிறேன். வரிசையாக நடந்த சிலவற்றைச் சொல்லி அடுத்து என்ன நடக்கும் என்று கேட்டால், பலரும் சரியாகப் பதில் சொல்லி

விடுவார்கள். நிகழ்வுகளை வரிசைப்படுத்தி, மனத்தில் வைத்து, அசைபோட்டு, அடுத்து என்ன நடக்கும் என்பதை விவாதித்து இவர்களால் பதிலைச் சொல்லிவிட முடியும். ஆனால் வெகு சிலரே முடிவைச் சொன்னால், அதை மனத்துக்குள்ளாக அசை போட்டு, என்னென்ன நடந்திருந்தால் இந்த முடிவு வந்திருக்கும் என்று கண்டுபிடிக்கக் கூடியவர்கள். இந்தத் திறனைத்தான் நான் பின்னோக்கிக் காரணங்களைச் சொல்வது, பகுத்தாய்வது என்று குறிப்பிட்டேன்.'

'இப்போது புரிகிறது' என்றேன் நான்.

'இந்த வழக்கில் முடிவு தெரிந்திருந்தது. ஆனால் மீதி அனைத்தை யும் நாம் கண்டுபிடிக்க வேண்டியிருந்தது. எப்படி நான் அதனைச் செய்தேன் என்பதை உங்களுக்குக் காண்பிக்கிறேன். முதலில் ஆரம்பத்திலிருந்தே ஆரம்பிப்போம். நான் அந்த வீட்டை நெருங்கும்போது தரையில் இறங்கி நடந்ததை நீங்கள் பார்த்தீர்கள். மனத்தில் எதையும் போட்டு உழப்பிக்கொள்ளாமல் சுத்தமாக இருந்தேன். முதலில் சாலையைப் பார்த்தேன். நான் எற்கெனவே விளக்கியதுபோல வண்டித் தடங்கள் இருந்தன. மேற்கொண்டு விசாரித்து அந்தத் தடங்கள் முதல் நாள் இரவே இருந்தன என்பதை உறுதி செய்துகொண்டேன். சக்கரங்களின் இடைவெளி குறைவாக இருப்பதைப் பார்த்து, அது சொந்த வண்டியல்ல, வாடகை வண்டி என்பதையும் முடிவு செய்து கொண்டேன். சாதாரண லண்டன் வாடகை வண்டி, பணக்காரர் களின் சொந்த வண்டியை விட அகலம் குறைந்தது.

'இதுதான் முதல் புள்ளி. பிறகு தோட்டப் பாதையில் மெதுவாக நடந்தேன். அது மிருதுவான களிமண்ணால் ஆனது. தடங்கள் பதிய ஏதுவானது. அதைப் பார்த்தபோது குழியும் சேறுமாக இருப்பதுபோலத்தான் உங்களுக்குத் தோன்றியிருக்கும். ஆனால் பயிற்சி பெற்ற என் கண்களுக்கு அந்தப் பாதையில் இருந்த ஒவ்வொரு தடமும் ஒரு பொருள் கொண்டது. காலடித் தடத்தைப் பின்பற்றுவதைப்போல மிக முக்கியமானதும், முற்றிலுமாகப் பின்பற்றப்படாததும் துப்பறியும் அறிவியலில் வேறு எதுவுமே இல்லை. ஆனால், நான் எப்போதுமே இதை முக்கியமானதாகக் கருதியுள்ளேன். பழக்கம் காரணமாக எனக்கு இது இயல்பிலேயே வந்துவிட்டது. காவலர்களின் தடித்த காலடிகளைப் பார்த்தேன். ஆனால் அத்துடன் முதலில் சென்ற இரண்டு மனிதர்களின் தடத்தையும் கவனித்தேன். இந்த

இரண்டும் முதலிலேயே இருந்தன என்பதைத் தெரிந்துகொள் வதில் கஷ்டம் இல்லை. பல இடங்களில் இந்த இரு தடங்களை யும், அடுத்து வந்த காவலர் தடங்கள் முற்றிலும் சிதைத்திருந்தன. இதிலிருந்து என்னுடைய இரண்டாவது புள்ளி உருவானது. இரவில் வந்தது இரண்டு பேர் என்று புரிந்தது. ஒருவன் உயரமானவன் - காலடி இடைவெளியை வைத்து இதனைக் கண்டுபிடித்தேன். மற்றொருவன் நன்றாக உடை அணிந்தவன் - அவனது பூட்ஸ் காலடியின் நவீனமான வடிவமைப்பை வைத்து இதனை யூகித்தேன்.

'வீட்டுக்குள் நுழைந்ததும் இது உறுதியானது. நல்ல பூட்ஸ் அணிந்த மனிதன் தரையில் என்முன் கிடந்தான். அப்படி யானால், அது கொலையாக இருந்தால், உயரமான மனிதன்தான் கொலையைச் செய்திருக்கவேண்டும். இறந்தவனின் உடலில் காயம் ஏதும் இல்லை. ஆனால் அவனது கோரமான முகத்தைப் பார்த்ததும், அவனுக்குத் தான் இறக்கப்போகிறோம் என்பது தெரிந்திருந்தது என்று தோன்றியது. இதயவலியால் இறப்பவர் கள் அல்லது தாங்கள் இறக்கப்போகிறோம் என்றே தெரியாமல் இறப்பவர்கள் முகத்தில், வேதனை உணர்வு தெரியாது.

'இறந்தவனின் உதட்டை முகர்ந்தபோது லேசான ரசாயன வாசனை வந்தது. எனவே அவனுக்கு வற்புறுத்தப்பட்டு விஷம் கொடுக்கப்பட்டுள்ளது என்று யூகித்தேன். அவன் முகத்தில் தெரிந்த பயமும் வெறுப்பும் இது வற்புறுத்தல்தான் என்று சொல்லின. மற்ற அனைத்தையும் ஒதுக்கித் தள்ளிவிட்டு இந்த முடிவுக்கு நான் வந்திருந்தேன். இது ஒன்றுதான் கையில் கிடைத்த தகவல்களுடன் பொருந்திப்போனது. இது ஒன்றும் புதுமையானதல்ல. வற்புறுத்தி விஷம் கொடுத்துக் கொல்வது என்பது பல இடங்களில் இதற்குமுன் நடந்துள்ளது. ஒடெஸ்ஸா வில் டோல்ஸ்கி வழக்கு, மாண்ட்பெல்லியரில் லெடூரியேவின் வழக்கு ஆகியவை விஷ நிபுணர்களுக்கு உடனடியாக நினைவில் வரக்கூடியவை.

'அடுத்த பெரிய கேள்வி, ஏன் என்பது. திருட்டு காரணமல்ல. ஏனெனில் ஒன்றுமே திருடப்படவில்லை. அரசியலா, பெண்ணா? அதுதான் நான் எதிர்கொண்ட கேள்வி. இரண்டாவதாகத்தான் இருக்கவேண்டும் என்று சந்தேகித்தேன். அரசியல் கொலை என்றால், சட்டெனக் கொன்றுவிட்டுச் சென்றுவிடுவார்கள். ஆனால், இங்கே திட்டமிட்டு, மெதுவாக நிகழ்ந்துள்ளது.

கொலைகாரன் அறையெங்கும் தடயங்களை விட்டுச் சென்று உள்ளான். எனவே இது அரசியல் கொலையல்ல, தனிப்பட்ட விரோதம் காரணமாகப் பழிவாங்குவதற்காக நடந்திருக்க வேண்டும். சுவரில் கிறுக்கப்பட்டிருந்ததைப் பார்த்ததும் என் சந்தேகம் வலுப்பட்டது. அந்தக் கிறுக்கல் வேண்டுமென்றே திசை திருப்பச் செய்யப்பட்டது என்று புரிந்தது. மோதிரம் கிடைத்ததும் அனைத்துமே முடிவானது. கொலைகாரன் அதைக் காண்பித்துத்தான் இறந்த அல்லது காணாமல் போன ஒரு பெண்ணை கொலை செய்யப்பட்டவனுக்கு நினைவுறுத்தியுள் ளான். அதனால்தான் கிரெக்சனிடம், கிளீவ்லாந்துக்குத் தந்தி அனுப்பியபோது டிரெப்பரின் முந்தைய வாழ்க்கையைப் பற்றி ஏதேனும் கேட்டீர்களா என்றேன். அவர் இல்லை என்றது உங்களுக்கு ஞாபகம் இருந்திருக்கும்.

'பிறகு நான் அறையை கவனமாக ஆராய்ந்தேன். அதிலிருந்து கொலைகாரனின் உயரம், அவன் பிடித்த சுருட்டு, அவனது நகத்தின் நீளம் ஆகிய விவரங்கள் கிடைத்தன. போராட்டம் ஏதும் நடக்கவில்லை என்பதால் கீழே இருந்த ரத்தம், உணர்ச்சி மேலீட்டால் கொலைகாரனின் மூக்கிலிருந்து கொட்டியிருக்க வேண்டும் என்று முன்னதாகவே தீர்மானித்திருந்தேன். ரத்தம் சிந்தியிருப்பது, கொலைகாரனின் காலடித் தடத்தைப் பின்பற்றி யிருந்தது. இப்படி மூக்கிலிருந்து ரத்தம் வரவேண்டும் என்றால் அவன் வலுவானவனாக, ரத்த நாளங்கள் புடைத்திருப்பதால் முகமெல்லாம் சிவந்தவனாக இருக்கவேண்டும். பின்னால் கிடைத்த தகவல்கள் நான் சரியாகவே கணித்திருக்கிறேன் என்றன.

'வீட்டை விட்டு வெளியேறியதும் கிரெக்சன் செய்யத் தவறியதை நான் செய்தேன். கிளீவ்லாந்தின் தலைமைக் காவலருக்குத் தந்தி அனுப்பி, ஈனோக் டிரெப்பரின் திருமணம் தொடர்பாகக் கேள்வி எழுப்பினேன். கிடைத்த பதில் தெளிவாக இருந்தது. காதல் விவகாரத்தில் பாதுகாப்பு வேண்டி டிரெப்பர், காவல்துறை யிடம் விண்ணப்பித்திருந்தான். அதில் ஜெஃபர்சன் ஹோப் என்பவன்மீது குற்றம் சாட்டியிருந்தான். அந்த ஹோப் இப்போது ஐரோப்பாவில் இருக்கிறான் என்றும் எனக்குக் கிடைத்த தகவல் சொன்னது. இப்போது என்னிடம் அனைத்துத் தகவல்களும் இருந்தன. ஆளைப் பிடிக்கவேண்டியது மட்டும் தான் பாக்கி.

'ஏற்கெனவே டிரெப்பருடன் அந்த வீட்டுக்குள் நுழைந்தவன் வண்டி ஓட்டுபவன்தான் என்று நான் முடிவு செய்திருந்தேன். தெருவில் இருந்த வண்டித் தடங்கள், குதிரை அங்கும் இங்கும் அலைந்தபடி இருந்தது என்று காட்டியது. வண்டிக்காரன் அருகில் இருந்தால் அப்படி நடந்திருக்காது. அப்படியானால் வண்டிக் காரன் எங்கு இருந்திருப்பான்? வீட்டுக்குள்தான். மேலும் வேறு ஒரு வண்டிக்காரனைக் கூட்டிவந்து தான் செய்ய இருக்கும் குற்றத்துக்குச் சாட்சியை வைத்துக்கொள்பவன் மடையனல்லவா? கடைசியாக, லண்டனில் யாராவது ஒருவரைப் பின்தொடர வேண்டுமானால் மிகச் சிறந்த உபாயம் எது? வண்டிக்காரனாக இருப்பதுதானே. எனவே இவை அனைத்தையும் ஒன்று சேர்த்து, ஜெஃபர்சன் ஹோப் நிச்சயம் இந்த மாநகரில் வண்டி ஓட்டிக் கொண்டிருக்கிறான் என்ற முடிவுக்கு வந்தேன்.

'அவன் வண்டிக்காரனாக இருந்தால் உடனடியாக அந்த வேலையை விட்டுவிட்டுப் போயிருக்க வாய்ப்பில்லை என்று யூகித்தேன். சொல்லப்போனால், யாருக்கும் சந்தேகம் ஏதும் வரக்கூடாது என்பதற்காக அவன் திடீரென எந்த மாற்றத்தையும் செய்யமாட்டான். தொடர்ந்து அதே வேலையையே செய்வான். திடீரென அவன் பெயரை மாற்றிக்கொள்ளவும் வாய்ப்பில்லை. அவனது உண்மைப் பெயர் என்ன என்றே தெரியாத ஒரு நாட்டில் அவன் எதற்குத் தன் பெயரை இப்போது மாற்றிக்கொள்ள வேண்டும்? எனவே என் தெருச் சிறுவர் படையை லண்டன் முழுதும் உள்ள வண்டி உரிமையாளர்களிடம் அனுப்பி அவனைத் தேடுமாறு செய்தேன். அவர்கள் எப்படிச் சிறப்பாகச் செயல் பட்டனர், அதனை எப்படி நான் பயன்படுத்திக்கொண்டேன் என்பதை நீங்களே நேரில் பார்த்தீர்கள். ஸ்டாங்கெர்சனின் கொலை நான் சற்றும் எதிர்பாராதது. அதைத் தடுத்திருக்க முடியாது என்றே நான் நினைக்கிறேன். அதன்மூலம்தான் அந்த மாத்திரைகள் என் கைக்கு வந்தன. அப்படிப்பட்ட மாத்திரைகள் இருக்கவேண்டும் என்று நான் ஏற்கெனவே முடிவு செய்திருந் தேன். ஆக, இவை மொத்தமுமே நிகழ்வுகளின் சங்கிலி. இடையில் எந்தப் பிளவும் தொய்வும் கிடையாது.'

'*பிரமாதம்!*' என்று நான் கத்தினேன். 'உங்களது திறமையை இந்த உலகே அறிந்துகொள்ளவேண்டும். இந்த வழக்கைப் பற்றிய முழு விவரத்தை நீங்கள் பதிப்பிக்கவேண்டும். இல்லாவிட்டால் நானே அதைச் செய்துவிடுவேன்.'

'டாக்டர், நீங்கள் விரும்பியதைச் செய்துகொள்ளுங்கள்' என்றார் அவர். 'இதோ, இங்கே பாருங்கள்' என்று செய்தித்தாளை என்னிடம் காண்பித்தார்.

அன்றைய நாளின் 'எக்கோ' செய்தித்தாள் அது. அவர் காண்பித்த பத்தி, இந்த வழக்கு தொடர்பானது.

அது சொன்னது: 'ஹோப் என்ற மனிதனின் திடீர் மரணத்தால், பொதுமக்கள் ஒரு பரபரப்பான வழக்கைப் பின்பற்றமுடியாமல் போய்விட்டது. திரு ஈனோக் டிரெப்பர், திரு ஜோசஃப் ஸ்டாங்கெர்சன் ஆகியோரின் மரணத்தில் இவர் தொடர்புடையவர். இந்த வழக்கின் விவரங்கள் இனி வெளியே தெரியப்போவதில்லை. ஆனால் எங்களுக்குக் கிடைத்த தகவல்களின்படி, காதல் விவகாரம், மார்மோன் மதம் ஆகியவை இதில் தொடர்பாகியுள்ளன. கொலையானவர்கள் இருவரும் சிறு வயதில் பிற்காலப் புனிதர்கள் (மார்மோன்கள்) மதத்தில் இருந்தவர்கள். இறந்துபோன கொலைகாரர் ஹோப்பும், சால்ட் லேக் நகரத்திலிருந்து வந்தவர். இந்த வழக்கில் வேறு எதுவும் தெரியாவிட்டாலும், நம்முடைய காவல்துறையின் துப்பறியும் செயல்திறன் நன்றாகவே வெளிப்பட்டுள்ளது. அந்நிய நாட்டவர்கள் தங்களது பிரச்னைகளை வெளியிலேயே முடித்துக் கொள்வது நல்லது; பிரிட்டனில் ஈடுபட்டால் பிடிபடுவார்கள் என்பது தெளிவாகியுள்ளது. இந்த வழக்கை நல்ல முடிவுக்குக் கொண்டுவருவதில் ஸ்காட்லாந்து யார்டின் திரு லெஸ்டிரேட், திரு கிரெக்சன் ஆகியோருக்குப் பெரும் பங்கு உள்ளது என்பது தெளிவு. திரு ஷெர்லாக் ஹோம்ஸ் என்பவரது வீட்டில் வைத்துக் குற்றவாளி கைது செய்யப்பட்டுள்ளார். இந்த ஹோம்ஸ் என்பவரும்கூட தனிப்பட்ட முறையில் துப்பு துலக்கும் தொழிலில் ஈடுபட்டுள்ளாராம். ஸ்காட்லாந்து யார்ட் நிபுணர்களிடம் பயிற்சி பெற்றால், இவரும் தொழிலில் வரும் காலத்தில் சிறப்பாக ஆகக்கூடும். இரு அதிகாரிகளுக்கும், அவர்களது திறமையைப் பாராட்டி, சிறப்புச் சான்றிதழ் கொடுக்கப்படும் என்று சொல்கிறார்கள்.'

'நான் ஆரம்பத்திலேயே சொன்னேன் அல்லவா?' என்றார் ஷெர்லாக் ஹோம்ஸ் சிரித்தபடி. 'இதுதான் நமது ஆய்வின் முடிவு: இந்த இருவருக்கும் சான்றிதழ்கள்!'

'கண்டுகொள்ளாதீர்கள்' என்றேன் நான். 'என்னிடம் அனைத்துத் தகவல்களும் உள்ளன. மக்களுக்கு அதைத் தெரிவிப்பேன்.

இடையில் உங்களது வெற்றியை நினைத்து சந்தோஷப் படுங்கள். ஹோரேஸ் லத்தீன் மொழியில், ரோமன் ஒருவன் சொல்வதாகச் சொன்னதுபோல

(Populus me sibilat, at mihi plaudo Ipse domi simul ac nummos contemplor in arca)

மக்கள் என்னவேண்டுமானாலும் சொல்லிக்கொள்ளட்டும். நான் என் வீட்டுக்குள், என் பணப்பெட்டியில் உள்ள தங்கக் காசுகளை எண்ணிச் சந்தோஷப்படுகிறேன்.'